आपल्या स्नेहीजनांना पुस्तके भेट द्या

माझ्या आयुष्यात आलेल्या स्त्रिया आणि पुरुष

लेखक

खुशवंत सिंग

अनुवाद

लीना सोहोनी

मेहता पब्लिशिंग हाऊस

✆ +91 020-24476924 / 24460313 / Mob. No. 9545000513
Email : production@mehtapublishinghouse.com
Website : www.mehtapublishinghouse.com

- *या पुस्तकातील लेखकाची मते, घटना, वर्णने ही त्या लेखकाची असून त्याच्याशी प्रकाशक सहमत असतीलच असे नाही.*

WOMEN & MEN IN MY LIFE by KHUSHWANT SINGH
Original Published by UBS Publishers Distrubutors Ltd.
5, Ansari Road, New Delho 110002.
Translated into Marathi Language by Leena Sohoni

माझ्या आयुष्यात आलेल्या स्त्रिया आणि पुरुष / अनुवादित चरित्र

अनुवाद : लीना सोहोनी
Email : author@mehtapublishinghouse.com
मराठी अनुवाद व प्रकाशनाचे हक्क : मेहता पब्लिशिंग हाऊस, पुणे ३०.
प्रकाशक : सुनील अनिल मेहता, मेहता पब्लिशिंग हाऊस,
१९४१, माडीवाले कॉलनी, सदाशिव पेठ, पुणे - ४११०३०.
मुद्रक : पार्कसन्स ग्राफिक्स
मुखपृष्ठ : मेहता पब्लिशिंग हाऊस
प्रकाशनकाल: डिसेंबर, १९९६ / पुनर्मुद्रण : मार्च, २०१७
किंमत : ₹ १८०
P Book ISBN 9788171616220
E Book ISBN 9789386454270
E Books available on : amazonkindle Apple Books Google Play Books

मी ज्या काही स्त्री-पुरुषांविषयी
लिहिलं, त्यांच्यापैकी कोणाहीपेक्षा
ज्या मुलीचं स्थान माझ्या आयुष्यात
सर्वाधिक महत्त्वाचं आहे. अशा
मुलीस–

म्हणजेच माझी नात
नैना दलाल, हीस

प्रस्तावना

प्रत्येक माणसाचा त्याच्या आयुष्यात हजारो स्त्री-पुरुषांशी संबंध येत असतो. त्यांतील काही मोजके संबंधच शाश्वत, चिरस्थायी स्वरूपाचे असतात. बरेचसे तर क्षणभंगुरच असतात. आपला जन्म ज्या कुटुंबात झालेला असतो, त्यातील व्यक्ती पहिल्या प्रकारात मोडतात : आजी, आजोबा, आई-वडील, काका, आत्या, मावश्या, बहीण, भाऊ, चुलत-मावस भावंडं आणि विवाहामुळं परिवारात समाविष्ट झालेले इतर लोक. दुसऱ्या प्रकारात मात्र शाळा, कॉलेज किंवा पुढील आयुष्याच्या कारकीर्दीत आपल्या आयुष्यात अगदी निकट आलेल्या व्यक्ती मोडतात. या संबंधांमधील बरेचसे भक्कम स्वरूपाचे असतात, कारण ते आपण स्वतःहून जोडलेले असतात. हे संबंध केवळ जन्माच्या अपघातामुळे अथवा वारसा म्हणून आपल्याला लाभलेले नसतात. अर्थात असे संबंध कित्येकदा अगदी थोड्याच काळापुरते सुद्धा मर्यादित असतात; परंतु हे संबंध नुकत्या तारुण्यावस्थेत पदार्पण केलेल्या दोन स्त्री-पुरुषांमधल्या संबंधांसारखे अथवा जराशा प्रौढ स्त्री-पुरुषांच्या प्रेमासारखे अत्यंत सघन, सखोल असतात. पण मग त्यांचा पहिला बहर ओसरला, की त्यांत थोडासा दुरावा उत्पन्न होण्यास सुरुवात होते. आणखी किती तरी नवे संबंध जोडले जातात. कालांतरानं तेही संपुष्टात येतात. या माझ्या पुस्तकात मी अशाच प्रकारच्या काही क्षणभंगुर नात्यांविषयी, संबंधांविषयी लिहिलं आहे. महाभारतात एका ठिकाणी म्हटलं आहे : लाकडाचे दोन ओंडके समुद्रात तरंगत असतात. समुद्राच्या लाटा त्यांना खेचून इतक्या जवळ आणतात, की ते जणू अभेद्यच दिसू लागतात; आणि नंतर त्याच लाटा त्या दोघांना विलग करतात, इतकं विलग, की दोघं परत कधी एकमेकांच्या दृष्टीस सुद्धा पडत नाहीत. या अशा प्रकारच्या संबंधांना व्यक्तीच्या आत्मचरित्रातच स्थान असतं. मी या वर्षी प्रसिद्ध करत असलेल्या माझ्या जीवनकथेत त्यांच्याविषयी लिहिलं आहे.

माझ्या या पुस्तकातील व्यक्तिचित्रांचे विषय मी कशाही पद्धतीनं निवडले आहेत. यांतील बहुतांश स्त्री-पुरुष हे मी माझ्या वयाच्या साठीला आणि सत्तरीला पोचल्यावर माझे मित्र झाले. मी त्यांच्याबद्दल मोकळेपणानं लिहिल्यामुळं त्यांच्यापैकी काही माझ्यावर फार रागावले आहेत. त्यांनी माझ्याशी अबोला धरला आहे. काही मी प्रकट केलेल्या जिव्हाळ्यामुळं प्रसन्न झाले आहेत. काही लोकांनी मात्र मी नक्की असं लिहिलंय् तरी काय, हे वाचून बघण्याचे कष्ट सुद्धा घेतलेले नाहीत. मी काही का लिहिलं असेना, त्यांना त्याची पर्वा नसल्याचं त्यांनी घोषित केलं आहे.

तर हा असा सगळा लिखाणाचा प्रपंच मी केला आहे, त्याचं खरोखरच काही मोल आहे, की नाही, हे तुम्हीच ठरवायचं आहे.

खुशवंत सिंग

अनुक्रमणिका

भाग एक

स्त्रिया

१

देवयानी चौबळ

देवीचा स्वभाव तसा थट्टेखोर आणि मार्मिक. पण ती मनात आकस बाळगणारी होती. त्यामुळं, चित्रपटांतील तारे आणि तारकांविषयी तिला यत्किंचितही आदर नव्हता.

एक 'स्टड' (पैदाशीसाठी असलेला घोडा) अशी धर्मेंद्रची सगळीकडं प्रसिद्धी होती. पण देवयानीनं आपल्या लेखनातून त्याच्या कामगिरीचं जे काही वर्णन केलं, त्यामुळं तर लोक त्याला 'सुपरस्टड' म्हणून ओळखू लागले. हे धर्मेंद्रसाहेब, घरी, आपल्या बायकोजवळ 'घरचा अभ्यास' करायला परतण्यापूर्वी, स्टूडिओत दिवसभरात किमान तीन ते चार तारकांची कशी 'सेवा' करायचे, याचा सविस्तर वृत्तान्त देवीनं छापून प्रसिद्ध केला. त्यानंतर धर्मेंद्र संतापणं स्वाभाविक होतं. एक दिवस, दुपारच्या वेळी, रेसकोर्सजवळ तो दबा धरून बसला... आणि त्यानं देवीवर हल्ला केला.

मला 'हिंदी' चित्रपट या विषयात फारसा रस नाही. त्यामुळं चित्रपटक्षेत्राबद्दल मला फारशी माहिती नसते. कुणी एखाद्या वेळी मला जबरदस्तीनं एखादा सिनेमा बघायला लावलाच, तरी तो नीट बसून शेवटपर्यंत बघितल्याचंही मला आठवत नाही. हिंदी चित्रपट मला फार भडक, बटबटीत वाटतात. बेतल्यासारखे असतात. आणि विसंगत तर इतके, की बोलायची सोय नाही. तशा काही मोजक्या अभिनेत्यांबद्दल आणि अभिनेत्रींबद्दल, त्यांच्या अभिनय-कौशल्याबद्दल मला आदर आहे. पण बऱ्याच नट-नट्या मला भडक आणि मठ्ठ वाटतात. मी स्वतःहून आजवर एकही फिल्मी पाक्षिक विकत घेतलेलं नाही. तारे आणि तारकांच्या खाजगी आयुष्याबद्दल तर मला काहीही माहिती नसते.

मी १९६९ साली पहिल्यांदा 'द इलस्ट्रेटेड वीकली ऑफ इंडिया'चा संपादक म्हणून काम स्वीकारलं आणि मुंबईला आलो. त्या काळी फिल्मी मासिकांचे गठ्ठेच्या गठ्ठे माझ्या ऑफिसात येऊन पडत असत. भेट म्हणून. क्वचित कधी तरी, फोटो बघण्याच्या निमित्तानं, मी ती मासिकं चाळून बघायला सुरुवात केली. एक गोष्ट खरी, त्यातील देवयानी चौबळचे लेख मात्र खरोखर वाचनीय असत. थट्टेखोर स्वरात, नट-नट्यांची खिल्ली उडवत, तर कधी तरी आकसानं लिहिलेले हे लेख... त्यामधील ती हिंदी आणि इंग्रजीची खिचडी असलेली भाषा... ही असली भाषा मी यापूर्वी कधी वाचली नव्हती. सरळ लिहिता लिहिता देवीनं मध्येच 'लफडा', 'हंगामा', 'बरोबर', 'भाव', 'बिंधास', 'चालू', 'खल्लास' असले किती तरी शब्द पेरलेले असायचे. हे सगळे हिंदुस्तानी शब्द ती संभाषणं लिहिताना किंवा एखादा किस्सा रंगवून सांगताना वापरायची. त्या भाषेनं मला मोहून टाकलं. तिचे लेख मी नेमानं वाचू लागलो. चित्रपट-जगतातील अनेक व्यक्तींच्या भानगडींचे खमंग किस्से मला ठाऊक झाले.

देवयानी आपल्या लेखांमधून ज्या काही स्त्रियांविषयी आणि पुरुषांविषयी चवीनं लिहायची, त्यांच्यापैकी एकाबद्दलही तिच्या मनात आदर नव्हता, ही गोष्ट तर उघडच होती. ती त्यांच्या बोलण्याच्या तऱ्हांची नक्कल करायची. त्यांच्या ढोंगीपणाची खिल्ली उडवायची आणि त्यांच्या जिवावर विनोद करून लोकांच्या टाळ्या मिळवायची. या देवीची ओळख करून घ्यायलाच हवी, असं मला वाटू लागलं.

मी लंडनमध्ये असताना, माझ्या हातांखाली, नलिनी चौबळ नावाची एक मुलगी काम करीत असे. त्या नलिनी चौबळचं आणि या देवयानी चौबळचं काही नातं तर नसेल, असा विचार माझ्या मनात आला. नलिनी चौबळ एक नाजूकशी, फिकट केतकी वर्णाची मुलगी होती. सुंदर तर इतकी, की ही कुणी राजकुमारी आहे, असं समजून एकदा एका चोरट्यानं तिच्या खोलीवर दरोडा घातला होता. पण केवळ एक काचेच्या मण्यांची माळ तेवढी बिचाऱ्याच्या हाती लागली.

या घटनेनंतर तत्काळ नलिनी मला भेटायला आली. ती सुन्न झाली होती. 'तिला कारकुनाची तरी नोकरी मिळवून द्या', अशी विनंती मी हायकमिशनर कृष्ण मेनन यांना केली. तिला माझ्याच घरी राहण्यासाठी बोलावून घेतलं. काही दिवसांनी ती भारतात गेली आणि आमचा संपर्क तुटला.

अशीच एक दिवस, चर्चगेटजवळच्या एका रेस्टॉरंटमध्ये पार्टी होती. तिथं बरेच वार्ताहरही उपस्थित होते. थोड्या वेळानं एक उंच, जाडजूड बांध्याची तरुणी माझ्याजवळ आली आणि तिनं स्वतःची ओळख करून दिली,

"मी नलिनीची धाकटी बहीण, देवयानी."

ती माझ्यापेक्षा थोडी उंच असेल. कमरेचा घेर बराच मोठा, उजळ वर्ण आणि घनदाट कुरळे पिंगट केस. देखणा, सुंदर चेहरा, दळदार ओठ आणि लांब लांब वळलेल्या पापण्या, जणू काही तलवारीच. तिनं मोठाली फुलं असलेली पांढरी साडी नेसली होती. तिचा आवाज जरा घोगरा होता. नाजूक, लहानखुऱ्या नलिनीची ही बहीण? माझा विश्वासच बसेना. मग आम्ही गप्पा मारत एकत्र जेवलो आणि एकमेकांना पुन्हा नक्की भेटायचं, असं ठरवलं.

पुढं, आठवड्यातून किमान एकदा तरी आमची भेट होऊ लागली. मात्र या देवीचा नक्की ठावठिकाणा कुठं असायचा, हे एक कोडंच होतं. आपण कुठं राहतो, हे तिनं मला कधीही सांगितलं नाही. तिचे फोन-नंबरही सारखे बदलत.

ती पुष्कळ वेळा मला ऑफिसात भेटायला यायची. तासभर बसायची आणि चित्रपटातील भानगडींविषयी गप्पा मारायची. नकला करण्यात तर तिचा हातखंडा होता. चित्रपटातील 'तारे' आणि 'तारका' खरोखर किती मूर्ख असतात, हे ती बोलता बोलता एखाद्या नकलेतून दाखवून द्यायची. ते पाहून माझी हसता हसता मुरकुंडी वळायची.

नंतर कधी तरी एकदा तिनं माझ्या घरी येण्याचं मान्य केलं. मी माझं ड्रिंक घेत बसायचो आणि ती बडबड करत, गप्पा मारत बसायची. मला जेवणाचं, पार्टीचं निमंत्रण असलं, की बरेच वेळा मी तिला माझ्याबरोबर घेऊन जायचो. माझ्याबरोबर देवी आल्याचं पाहून पार्टीच्या यजमानांना सुद्धा आनंद होत असे. कारण देवी ही प्रसिद्धीच्या झोतात असलेली स्त्री होती. कधी तरी 'फक्त पुरुषांसाठी' पार्ट्या

असायच्या. त्यांत ब्लू फिल्म्स (कामोत्तेजक, अश्लील चित्रपट) सुद्धा दाखवल्या जात. माझ्याबरोबर देवी असल्या पार्ट्यांनादेखील हजेरी लावायची.

ती मद्याला स्पर्श करत नसे. विशेष काही खातही नसे. तिला कुणी घरी पोचवायला गेलेलं चालायचं नाही. ती नेहमी एकटी, टॅक्सीनं घरी जायची. तिचे आणखी कुणी पुरुष-मित्र वगैरे होते, की नाही, कोण जाणे.

चित्रपट-जगतातील व्यक्तींबद्दल देवी ज्या काही पद्धतीनं लिहायची, त्यामुळं तिला बराच त्रासही सोसावा लागला. एका चित्रपट-अभिनेत्याला अगदी अल्प काळात फार भराभर यश मिळालं. पण नंतर ते यश उतरणीला लागलं. नेमकं त्याच सुमाराला देवीनं त्याच्याविषयी लिहिलं. त्याचा महिमा आता संपुष्टात आला आहे, असं भाकीत तिनं केलं.

त्यानंतर काही दिवसांनी जुहू बीचवरील 'सन अँड सँड' हॉटेलात देवी एका फिल्मी पार्टीला गेली होती. तिथं जमलेल्या लोकांपैकी विशेष कुणीही तिच्याशी बोलायला उत्सुक दिसत नव्हतं. ते पाहून मग ती बाहेरच्या बागेत गेली आणि समुद्राच्या बाजूला असलेल्या कट्ट्यावर एकटी बसली.

तिला तशी एकटी बसलेली पाहून दोन तरुण तिच्याजवळ आले. तिनं आपल्या लेखात ज्या अभिनेत्याची निंदानालस्ती केलेली होती, त्याचेच ते मुलगे होते. तिला काहीही कल्पना नसताना त्यांनी तिला एकदम अर्वाच्य शिवीगाळ करायला सुरुवात केली. त्यांतल्या एकानं तर बीअरची बाटली तिच्या डोक्यावर ओतली.

'परत कधी आमच्या वडिलांविषयी असं काही लिहिलंस, तर आम्ही तुझी आणि तुझ्या विशाल पार्श्वभागाची अशी काही अवस्था करून टाकू...' दुसरा मुलगा असभ्य शब्दांत तिला धमक्या देत होता.

देवयानी 'बचाव, बचाव' असं ओरडली. पण तिच्या मदतीला कुणीही आलं नाही. तिला कुणीच मित्र नव्हते.

देवी तिथून उठली, ती तत्काळ पोलिस चौकीत गेली. तिनं त्या दोन पोरांविषयी तक्रार नोंदवली. त्या मुलांनी आपल्याला काय काय धमक्या दिल्या, ते ती तिथं पुन्हा पुन्हा आळवून सांगत होती. सांगत असताना तिच्या डोळ्यांतून घळाघळा पाणी वाहत होतं.

'तुझा लठ्ठ पार्श्वभाग काळा निळा होईपर्यंत आम्ही तुला बदडून काढू, कुत्तरडे, तू मदतीसाठी कितीही आरडाओरडा कर... आम्ही तुझ्यावर असे काही अत्याचार करू.' वगैरे वगैरे. मात्र देवयानीला हा सगळा प्रकार खरोखरच दुःसह वाटला होता, की या धमकावण्याचा मोठ्यांदा स्वतःच्या तोंडून पुनरुच्चार करून ती पुनःप्रत्ययाचा आनंद लुटत होती, कोण जाणे.

एकदा धर्मेंद्रनं तिला मुलाखत दिली. त्या मुलाखतीच्या आधारे तिनं एक बोचरा, वाईट लेख लिहिला. धर्मेंद्रला त्याच्या मर्दानगीबद्दल लोक 'स्टड' म्हणून ओळखत. पण देवयानीनं आपल्या लेखनातून त्याच्या कामगिरीचं जे काही वर्णन केलं, त्यामुळं तर लोक त्याला 'सुपरस्टड' म्हणून ओळखू लागले. हे धर्मेंद्रसाहेब घरी आपल्या बायकोजवळ 'घरचा अभ्यास' करायला परतण्यापूर्वी स्टूडिओत दिवसभरात किमान तीन ते चार तारकांची कशी 'सेवा' करायचे, याचा सविस्तर वृत्तान्त देवीनं छापून प्रसिद्ध केला. त्यानंतर धर्मेंद्र संतापणं स्वाभाविक होतं. एक दिवस, दुपारच्या वेळी रेसकोर्सजवळ पाळत ठेवून त्यानं देवीवर हल्ला केला. देवयानीनं पळून जाण्याचा प्रयत्न केला. पण तो एवढा मोठा देह. त्यात साडीचा बोंगा. त्यामुळं चपळ धर्मेंद्रच्या हातून निसटणं तिला काही जमलं नाही. त्यानं पंजाबी भाषेतील शेलक्या शिव्यांचा तिच्यावर भडिमार केला. तिच्या श्रीमुखातही भडकावली. परत एकदा देवयानीनं पोलिस चौकीत तक्रार नोंदवली.

ही बातमी मुंबईच्या वृत्तपत्रांमध्ये पहिल्या पानावर झळकली. मी मात्र त्या वेळी तिची बाजू अजिबात घेतली नाही. उलट, मी त्याबद्दल लिहिलं,

'धर्मेंद्रप्रमाणे तिनं जर माझ्याविषयी हे असलं काही छापलं असतं, तर मी पण धर्मेंद्रप्रमाणे तिला अद्दल घडवली असती.'

याबद्दल धर्मेंद्रनं स्वतः भेटून माझे आभार मानले. देवीनं त्याच्याविरुद्ध दाखल केलेली मारहाणीची तक्रार पोलिसांनी दडपून टाकली. देवी संतप्त झाली. रडवेली झाली. या अशा चिडलेल्या देवयानीला सामोरं जाण्याची माझ्यावर पाळी आली. तिनं माझी नंतर चांगली खरड काढली.

मात्र या घटनेमुळं आमची मैत्री संपुष्टात आली नाही, हे एक विशेष. आम्ही पूर्वीसारखेच भेटत राहिलो. तिनं अनेक चित्रपट-अभिनेत्यांशी व अभिनेत्रींशी माझी ओळख करून दिली. राज कपूरचं स्वतःचं 'होम थिएटर' होतं. तिथं तिनं एकदा मला नेलं. आम्ही 'सत्यम् शिवम् सुंदरम्' या चित्रपटाची काही सुरुवातीची दृश्यं पाहिली. राज कपूर आणि झीनत अमानबरोबर बसून एकत्र जेवलो.

प्रत्येक चित्रपटाच्या खाजगी प्रदर्शनाला, प्रत्येक फिल्मी पार्टीला जाताना देवी हा तर माझा पासपोर्ट होता. ते चित्रपट बघायला जाण्यात, त्या पार्टीला जाण्यात मला काही खास रस नसायचा. पण त्या ठिकाणी आम्हांला विविध प्रकारचे लोक भेटायचे. देवी नंतर त्या लोकांच्या नकला करून दाखवायची, त्याचीच मला जास्त उत्सुकता असायची.

काही स्त्रिया जर गुटगुटीत, गोलमटोल असल्या, तरच सुंदर दिसतात. देवयानीही अशीच होती. पण आपल्या लठ्ठपणाची देवीला खंत वाटत असे. चुकूनही कुणी देवीचा 'वह मोटी औरत' असा उल्लेख केल्याचं तिच्या कानांवर

आलं, तर झालंच. मग मात्र ती फार चिडायची. मी तिच्या किती तरी विनवण्या केल्या. पण माझं काही एक न ऐकता तिनं जोराचं डाएटिंग सुरू केलं. वजन कमी करायचंच, असा चंग बांधला. मुळात ती जास्त जेवत नसे. शिवाय घरून ऑफिसात, तिथून संध्याकाळी पार्ट्यांना, नाही तर सिनेमाला जाणं आणि परत घरी. एवढाच काय तो त्या देहाला व्यायाम होता.

इतकं मोजकं खाणंही देवीनं बंद करून टाकलं. पण त्यानं तिचं काही भलं झालं नाही. वजन बरंच उतरलं, हे खरं. पण पूर्वीच्या लठ्ठमुठ्ठ, मांसल शरीरावर आता सर्वत्र सुरकुत्या पडल्या. तिचा तो कुरळा, सुंदर केशकलापही विरळ होऊन गेला.

मी तिला शेवटचं पाहिलं, ते मुंबईत. जिमखाना क्लबवर. मी काही बोलणार, एवढ्यात ती म्हणाली,

"पाहिलंत, मी वजन किती कमी केलं, ते? हे पाहा..." ती वळली. स्वतःच्या उघड्या पोटाकडे बोट दाखवीत ती म्हणाली, "सगळं गेलं. आणि हे पाहा, बारीक झालेलं मला शोभत नाही, वगैरे बोलू नका हं."

मला तिचं मन दुखावणं बरं वाटेना. मी गप्प राहिलो.

नंतर मी दिल्लीला परतलो. काही महिन्यांनी मला समजलं, देवयानीला अर्धांगाचा झटका आला होता. तिच्या शरीराचा एक भाग पुरता बधिर झाला होता. आता कुठं जाणं-येणं तिला शक्य नव्हतं. तिची उजवी बाजू पूर्णतया निकामी झाली होती.

महाराष्ट्र सरकारनं तिला एक फ्लॅट दिला होता. कामासाठी एक नोकर. देवयानीला आता आपले लेख स्टेनोग्राफरकडून (डिक्टेशन देऊन) लिहून घ्यावे लागत. देवी आता चित्रपट-जगतातील कुणालाही भेटत नाही. सिनेमेही बघत नाही. मग ती त्याविषयी लिहिते तरी कशी, याचंच मला नवल वाटतं.

मध्यंतरी मी तिला एक भलंमोठं पत्र लिहिलं होतं. मला तिच्याविषयी वाटणारा जिव्हाळा मी त्यात व्यक्त केला होता. तसंच काही मदत करता येण्यासारखी असली, तर तशीही तयारी दाखवली होती.

एक महिन्यानंतर मला उत्तर आलं. पत्र टाईप केलेलं होतं. पत्राखाली सही नव्हती. तिनं माझ्या पत्राबद्दल, तसंच मदतीची तयारी दाखवल्याबद्दल माझे आभार मानले होते. पण माझ्या मदतीची तिला गरज नव्हती. कुणाकडून मदत स्वीकारणं तिच्यासारख्या स्वाभिमानी व्यक्तीच्या तत्त्वात बसणारं नव्हतं.

त्यानंतर अनेकदा मी मुंबईला गेलो. पण देवीला प्रत्यक्ष भेटण्याचं धैर्य मला झालं नाही. ज्या देवीला मी ओळखतो, तिचीच प्रतिमा मला माझ्या मनात जपायची आहे. लठ्ठ, उत्साहानं सळसळणारी, सूडबुद्धीनं गावगप्पा-नकला करणारी आणि जीवनाबद्दल भरभरून रस असणारी...

★

२

सादिया दहलवी

तिनं पुरुषांना भरपूर भाव दिला, पण लग्नासाठी स्वतःचा हात मात्र कधीही पुढं केला नाही.

आम्हां दोघांच्या वयांत पंचेचाळीस वर्षांचा फरक असला, तरी त्यानं आमच्या मैत्रीत फरक पडला नव्हता. मी आणि ती, बरेचदा एकत्र बाहेर पडत असू. पण तरी सुद्धा आपल्यामधील ही मैत्री आपण आपल्यापुरतीच ठेवावी, असं मला वाटायचं. सादियाचं काही तसं नव्हतं. ती आमच्या मैत्रीचा जाहीरनामा वाटायची. मुंबईच्या चटकदार मासिकांना दिलेल्या मुलाखतींमधून साऱ्या जगाला सांगायची, 'माझ्या आयुष्यातील एकमेव पुरुष म्हणजे खुशवंतसिंग!'

अमीना आहुजाच्या हस्ताक्षर कलाकृतीचं प्रदर्शन भरलं होतं. तेव्हा मी सादियाला पहिल्या प्रथम भेटलो, १९८७ साली. "या, मी तुमची सादिया दहलवीशी ओळख करून देते" असं म्हणत, अमीना मला हाताला धरून एका मुलीपाशी घेऊन गेली. खोलीत बरीच गर्दी होती. ती मुलगी मध्यभागी एका मोढ्यावर बसलेली होती. तिनं उठून उभं राहण्याचेही कष्ट घेतले नाहीत. फक्त आपल्या मोठाल्या, टपोऱ्या डोळ्यांनी माझ्याकडे टक लावून बघत राहिली. घनदाट, कुरळ्या केसांची महिरप तिच्या बदामाकृती चेहऱ्याभोवती विखुरली होती. तिच्याकडे पाहून मी तिच्या सौंदर्यानं स्तिमित झालो. नकळत, उत्स्फूर्तपणे माझ्या तोंडून शब्द उमटले,

'तू इतकी सुंदर का असावीस?'

तिचा चेहरा आनंदानं उजळून निघाला. ती आपला हात पुढं करून म्हणाली,

"जर मी तुम्हांला सुंदर वाटत असेन, तर मी नक्कीच सुंदर असणार..." किंवा याच अर्थाचं काही तरी ती बोलली.

तिचं नाव त्या वेळी मला नीटसं समजलं नव्हतं, म्हणून मी तिला परत नाव विचारलं.

"सादिया दहलवी," ती म्हणाली. "तुम्ही शमा ग्रूपच्या दहलवींचं नाव ऐकलं असेल ना? मी युनूस दहलवींची मुलगी. मी 'बानो' नावाच्या उर्दू मासिकाची संपादिका आहे."

मी नंतर तासभर तिच्याशी गप्पा मारल्या. तिला घरी बोलावलं. माझ्या कुटुंबीयांना भेटायला. या क्षणापासून तो थेट, सादियाचं रेझा परवेझशी लग्न होऊन ती पाकिस्तानात जाईपर्यंत, सादिया माझी अत्यंत जवळची मैत्रीण होती. आमच्या वयांतील पंचेचाळीस वर्षांच्या अंतरामुळं या मैत्रीत काहीही फरक पडला नाही. खरं तर, ती उत्तरेकडील एका उच्चभ्रू, सधन खानदानी कुटुंबातील. आणि मी... गटारी प्रेसच्याच शब्दांत सांगायचं, तर 'दिल्लीचा घाणेरडा म्हातारा!' पण तरीही काही फरक पडला नाही. आम्ही बरेचदा एकत्र बाहेर पडत असू. पण आपली ही मैत्री आपल्यापुरती ठेवावी, असं मला वाटत असे. सादियाचं काही तसं नव्हतं. ती खुशाल आमच्या मैत्रीचा जाहीरनामा वाटायची. मुंबईच्या लफडेबाज मासिकांना दिलेल्या मुलाखतींमधून जगाला ओरडून सांगायची,

"माझ्या आयुष्यातील एकमेव पुरुष, म्हणजे खुशवंतसिंग!"

सादियाच्या मनात भावनांचा नुसता सावळागोंधळ असायचा. ती अत्यंत स्पष्टवक्त्री होती. ती माझ्यापाशी तासचे तास बोलत असायची. आपल्या आयुष्यात आलेल्या असंख्य पुरुषांबद्दल मला सांगायची.

तिचं लग्न झालं होतं. तिचा नवरा कलकत्त्यातील एका सुप्रसिद्ध उर्दू दैनिकाचा मालक होता. फार बडी असामी होती. पण हे लग्न टिकलं नाही. नवरा आईच्या कह्यात होता. शिवाय सादियाला मारहाण करायचा. त्याला घटस्फोट देऊन ती आपल्या आई-वडिलांकडे परतली.

सादिया मूळची अस्थिर, चंचल स्वभावाची होती. ही नोकरी धर, ती सोड, असं तिचं चालू असायचं. तिचे चाहतेही सारखे बदलत असत. एखाद्या दिवशी ती अचानक अत्याधुनिक कपड्यांचं दुकान चालू करायची. यातून आपण कसे लाखो रुपये मिळवणार आहोत, अशा गप्पा मारायची. पण थोड्याच दिवसांत बघावं, तर तिनं त्या दुकानाला टाळा ठोकून आता फर्निचरचं दुकान उघडलेलं असायचं. कधी ती एखादं रेस्टॉरंट चालू करायची. पण काही दिवसांतच त्याला रामराम ठोकून गालिचे निर्यात करण्याचा नवा उद्योग सुरू करायची. त्यातून लाखो रुपये कमावण्याची स्वप्नं बघायची. मध्येच एकदा तिला राजकारणात शिरण्याची लहर आली. त्या वेळी मीरतला जातीय दंगली उसळल्या होत्या. सादिया तिथं मोर्चा घेऊन गेली. जमियानगर आणि झकीर बाग येथे मुस्लिम लोकवस्ती मोठ्या प्रमाणावर होती. हाच आपला मतदारसंघ म्हणून जोपासायचा, असं ठरवून तिनं तोही प्रयत्न करून पाहिला. काही वेळा तिनं परदेश-प्रवासही केला. एकदा इंग्लंडमध्ये असताना तिच्या जवळचे सगळे पैसे संपून गेले. तेव्हा तिनं चक्क एका 'पब' (दारूगुत्ता) मध्ये नोकरी करून गिऱ्हाइकांना बीअर देण्याचं काम केलं. मग मात्र भारतात परत येत असताना पापक्षालनासाठी तिनं वाटेत मक्का-मदिनेची उमरा यात्रा केली.

तिला स्वभावतः लेखनाची आवड होती. त्यामुळं 'इंडिया टुडे' आणि 'टाइम्स ऑफ इंडिया'नं तिला स्तंभलेखिका म्हणून नियुक्त केलं होतं. आता यापेक्षा मोठी संधी ती काय असणार? पण सादियाच्या लेखनाचा उत्साह काही आठवडेच टिकला. ती जे काम हाती घ्यायची, त्याचा तिला लवकरच कंटाळा येत असे. एकदा तिनं घोडदौडीत रस घ्यायला सुरुवात केली. नंतर ते थांबवलं आणि विमानोड्डाण शिकायचं ठरवलं. तिनं अरबी आणि पर्शियन भाषा शिकण्यासाठी एक मौलवी साहिब पण ठेवला होता. पण काही दिवसांत आयुष्य भरभरून जगण्याच्या नव्या ओढीनं विद्वान होण्याच्या ओढीवर मात केली. तिला प्राण्यांची आवड होती. तिनं एकदा स्पानिएल जातीच्या कुत्र्याचं गोंडस पिल्लू घरी आणलं. पण नंतर एक दिवस उठून ती आपल्या (त्या वेळच्या) जिवलग मैत्रिणीच्या कामना प्रसादच्या घरी

गेली आणि तिनं त्या पिल्लाला तिथंच ठेवलं. 'याला नंतर येऊन घेऊन जाईन', असं तिनं कामनाला आश्वासन दिलं. तीन दिवसांनी कामनाला ते पिल्लू उचलून सादियाच्या घरी आणून पोचवणं भाग पडलं.

सादियाचं व्यक्तिमत्त्व गवतात राहणाऱ्या नाकतोड्यासारखं होतं. इतर कुणापेक्षाही तिचं स्वतःवर अतोनात प्रेम होतं. एकदा तर राजीव गांधींच्याबरोबर परदेश दौऱ्यावर जाणाऱ्या वार्ताहरांमध्ये तिचा समावेश झाला होता. तिचे फोटो इतके सुंदर येत, की त्या वेळी टी.व्ही. आणि इतर प्रसार माध्यमांमधून पंतप्रधानांच्या खालोखाल सादियानंच सर्वांचं लक्ष वेधून घेतलं. नंतरचे काही दिवस काँग्रेस पक्षात जाण्याचा विचार तिच्या डोक्यात घोळत होता. संसदेच्या कोणत्याही एका सभागृहात शिरकाव करून घ्यायचा... वगैरे. पण लवकरच त्याचाही तिला कंटाळा आला.

पण एकाच बाबतीत सादियाचा निर्धार पक्का होता. तिला, काही झालं, तरी लग्न करायचं होतं. लग्नापेक्षाही तिला मातृत्वाची ओढ अधिक होती. तिला मुस्लिम पतीच हवा होता. आपल्या बाळाचा पिता मुस्लिमच असला पाहिजे, असं तिचं मत होतं. स्वर्गीय इस्मत चुगताई यांनी 'साहस दाखवून बिनबापाचं मूल पैदा कर' असा सादियाला सल्ला दिला. 'हरामी पैदा कर'. पण सादियाला त्या कल्पनेची देखील घृणा वाटली.

किती तरी होतकरू, सुयोग्य तरुणांनी तिला लग्नाची मागणी घातली. तिनं त्यांना भाव दिला. पण लग्नासाठी आपला हात कधी पुढं केला नाही. अखेर रेझा परवेझनं मात्र सादियाचा सगळा विरोध मोडून काढला. हा रेझा परवेझ, तिच्यापेक्षा जवळजवळ वीस वर्षांनी मोठा, घटस्फोटित, दोन मोठ्या मुलांचा बाप आणि शिवाय सुन्नी पंथाचा होता. (सादिया शिया पंथाची होती.) लग्नाचा दिवस उजाडेपर्यंत सादियाची आई तिला सतत सांगत होती,

"विचार बदलायला अजूनही हरकत नाही. निकाहनाम्यावर अजून सही झालेली नाही."

मला वाटलं, आता सादिया पाकिस्तानी नागरिकत्व स्वीकारेल आणि माझ्या आयुष्यातून कायमची निघून जाईल. पण सादियाबद्दल माझं गणित परत एकदा चुकलं.

सादिया आणि रेझा इस्लामाबादेत सुखानं राहू लागले. नंतर काही दिवसांनी ते लाहोरला खास मला भेटण्यासाठी आले. लाहोरमध्ये 'मन्सूर कादिर मेमोरियल'मध्ये माझं भारत-पाक संबंधांवर भाषण होतं. त्या भाषणाला सादिया भपकेबाज साडी नेसून आली. खरं तर, पाकिस्तानी स्त्रिया नेहमी सलवार कमीज घालतात. सादियानं कपाळावर भलं मोठं लाल कुंकू लावलं होतं. हे असं वागणं म्हणजे पाकिस्तानात बेइमान, पाखंडी असण्याचं चिन्ह (कुफ्र) मानतात. ज्या देशात भारताला पहिल्या

क्रमांकाचा शत्रू मानण्यात येत होतं, तिथं सादिया उघडपणं भारतीय म्हणून वावरत होती. काही दिवसांतच एका हलक्या दर्जाच्या दैनिकात सादिया भारतीय गुप्तहेर असल्याची बातमी छापून आली. पाकिस्तानी समाजात तिच्याबद्दल कोणालाही आपुलकी वाटेना, तिचं कुठंही नीट स्वागत होईना. रेझाचीही नोकरीवरून हकालपट्टी झाली.

सादिया आता मनाच्या संभ्रमित अवस्थेत होती. दुःखी होती. पतीच्या घरची गृहलक्ष्मी होण्याऐवजी तिनं पतीच्या संसारावर दुर्दैवच ओढून आणलं होतं. परत दिल्लीला येऊन नवीन करीअर सुरू करण्याचा विचार तिच्या मनात आला. तिला अजून मूलही झालेलं नव्हतं. मग ती वेगवेगळ्या स्त्रीरोग-तज्ज्ञांकडे खेटे घालू लागली. 'रेझा फार उत्कट प्रियकर आहे', असं तिनं मला एकदा विश्वासात घेऊन सांगितलं होतं. परत ते जोडपं पाकिस्तानात गेलं. घरची चूल पेटती ठेवण्यासाठी रेझाला आपलं कराचीचं घरदार विकावं लागलं. काही दिवसांत नियतीची चक्रं परत फिरली. नशिबाचे फासे त्यांच्या बाजूनं पडू लागले. रेझाला नोकरी लागली, सादियाला दिवस राहिले. त्यांना मुलगा झाला. त्यांनी त्याचं नाव ठेवलं अरमान. सहा महिन्यांनी सादिया अरमानला त्याच्या खऱ्याखुऱ्या आजोबांच्या, म्हणजे माझ्या भेटीला घेऊन आली. मी तिला अजून एकही पुस्तक अर्पण कसं केलं नाही, असं सादियानं मला एकदा छेडलं. मी तिच्यासाठी तेही केलं. पेंग्विन/वीकिंग यांनी प्रकाशित केलेल्या `Not a nice man to know' या माझ्या पुस्तकाच्या अर्पणपत्रिकेत मी लिहिलंय् :

सादिया दहलवी

माझ्या योग्यतेपेक्षा किती तरी अधिक
प्रेम व कुप्रसिद्धी हिनं मला दिली.

★

३ इंद्राणी ऐकनाथ ग्यालत्सेन

"माझा हात हाती धरा, मी मरणासन्न आहे," तिनं एकदा लिहिलं होतं. पण प्रत्यक्षात जेव्हा तिला मृत्यू आला, तेव्हा मात्र तिच्या सोबतीला कोणी नव्हतं.

इंद्राणी आणि मी पहाट उजाडू लागेपर्यंत बोलत बसलो होतो. मध्येच कधी तरी एकमेकांचे हात हातांत घेऊन... तिनं सिगारेटचं किमान एक पूर्ण पाकीट संपवलं असावं, आणि मी कॉन्यॅकचे काही प्याले रिते केले असतील... काहीशा अनिच्छेनंच, आम्ही, आता गप्पा पुरे झाल्या, असं ठरवलं. आम्ही दोघंही जराशा धुंदीत होतो. एकमेकांकडे आकृष्ट झालो होतो.

मा झ्या आयुष्यात ज्या काही स्त्रिया येऊन गेल्या, त्यांपैकी इंद्राणी ऐकनाथ ग्यालत्सेन हिच्याशी माझी मैत्री सर्वांत कमी काळ टिकली. आम्ही मधून कधी तरी भेटायचो. ती कधी दार्जिलिंग, तर कधी कलकत्ता, कधी बिहारमधील चायबासा अशा वेगवेगळ्या ठिकाणी राहिलो. मी दिल्लीला होतो. पण आमच्यामधील हे अंतर कमी करण्यासाठी आम्ही एकमेकांना आठवड्यातून दोन वेळा पत्र लिहीत असू. वारंवार फोनवर एकमेकांशी बोलत असू.

त्या वेळच्या जर्मन राजदूताची पत्नी इंद्राणीच्या सोबत दार्जिलिंगपासून वीस मैलांवर असलेल्या ग्लेनबर्ग येथील चहाच्या मळ्यात काही दिवस राहिली होती. तिच्या निमित्तानं इंद्राणी माझ्या आयुष्यात आली. इंद्राणीचा तिबेटी पती सोनम ग्यालत्सेन हा त्या चहाच्या इस्टेटीचा व्यवस्थापक होता. इंद्राणीला लेखनाची आवड होती. तिचे काही लेख कलकत्त्याच्या दैनिकांमधून प्रसिद्धही झाले होते. तिला आता लेखन-क्षेत्रामध्ये आणखी काही काम करण्याची इच्छा होती.

'तुम्ही तिला काही मदत कराल?' हर एक्सलन्सींनी– राजदूताच्या पत्नीनं– मला विचारलं.

त्याप्रमाणे इंद्राणीला पत्र लिहून, मी तिचे लेख मागवून घेतले. तिनं लेख पाठवून दिले. तिचा थोड्याच दिवसांत दिल्लीला येण्याचा विचार होता. लेखांबरोबर पाठवलेल्या पत्रात तिनं मला भेटण्याची इच्छा व्यक्त केली होती. मी तिला 'मेरिडियन' हॉटेलात माझ्याबरोबर जेवणाचं निमंत्रण दिलं.

'माझी चौकशी करत जर कुणी बाई आल्या, तर त्यांना ताबडतोब कॉफी शॉपमध्ये पाठवा,' असा निरोप मी रिसेप्शन काऊंटरवर ठेवला होता. शिवाय कॉफी शॉपमध्ये मी जिथं बसलो होतो, तिथून रिसेप्शन काऊंटर मला व्यवस्थित दिसत होतं. अर्थात ही इंद्राणी नक्की कोण आहे, तिबेटी, की भारतीय, याची मला त्या वेळी काही कल्पना नव्हती. ऐकनाथ हे आडनाव बंगाली कायस्थांमध्ये असतं, हे काही मला त्या वेळी माहीत नव्हतं.

थोड्या वेळानं लक्ष गेलं, तर एक लहानसर बांध्याची स्त्री रिसेप्शन काऊंटरवरील माणसाला काही तरी विचारत होती. त्यानं कॉफी शॉपकडे बोट दाखवलं. इंद्राणी कॉफी शॉपमध्ये आली. मी लगेच तिच्या स्वागतासाठी उठून उभा राहिलो.

मला ओळखणं तिला मुळीच जड गेलं नाही. मी त्या कॅफेमधील एकमेव सरदार होतो.

आम्ही हस्तांदोलन करून समोरासमोर बसलो. थोडा वेळ एकमेकांचा नजरेनं अंदाज घेतला. नंतर तिचं मत विचारून मी दोन स्कॉच आणि सोडा मागविला. ड्रिंक घेण्यापूर्वी तिनं सिगारेट पेटविली. परदेशी सिगारेट. तिचा लायटरही चांदीचा होता.

ती मला स्वतःची पार्श्वभूमी सांगू लागली.

मी तिचं बोलणं ऐकत होतो आणि त्याच वेळी तिला नीट निरखून पाहतही होतो.

निमगोरा वर्ण, जरासे फुगीर गाल, काळेभोर केस– बारीक कापलेले, भुवया इतक्या कोरलेल्या, की जणू काही रेघाच, चेहऱ्यावर बरीच रंगरंगोटी, अंगावर फ्रेंच सुगंधाची उधळण, शिवाय भरपूर दागिने, गळ्यात माळ, कानात रिंग्ज, हातात ब्रेसलेट... एकंदर भडक वेषभूषा.

तिचा आवाज नाजूक, गोड होता. बोलण्यात हेल अजिबात नव्हते. तिनं सांगितलं, त्याप्रमाणे तिच्या वडिलांच्या मालकीच्या खाणी होत्या. चायबासा प्रांतात त्यांचं घरदार आणि प्रचंड मालमत्ता होती. इंद्राणीला एक लहान बहीणही होती. लग्न झालेली. तिला दोन मुलं होती. इंद्राणीचं एका बंगाली आय्.ए.एस्. ऑफिसरशी आधी लग्न झालं होतं. पण लवकरच ती त्याला कंटाळली आणि तिनं घटस्फोट घेऊन सोनमशी लग्न केलं. त्या दोघांना सिद्धार्थ नावाचा मुलगा होता. तो दार्जिलिंगच्या शाळेत शिकत होता.

"माझ्या पहिल्या नवऱ्याशी घटस्फोट घेतल्यानंतर मी एका शीख सरदाराशी लग्न करणार होते. तो सरदार त्या वेळी ब्रिगेडिअर होता. आता तर तो जनरल झाला आहे..." इंद्राणी म्हणाली.

"मग का नाही केलंस?" मी विनोदानं म्हणालो, "का बरेचसे शीख सरदार आपल्या बायकांना मारहाण करत असल्याचं तुला वेळीच समजलं?"

यावर इंद्राणी हसून म्हणाली,

"मारहाण करणं तरी निदान बरं! याचं तर आणखी वाईट होतं. हा सरदारजी पंजाबी ढंगात इंग्रजी बोलायचा. आता मला सांगा, जो माणूस बोलताना प्रत्येकच शब्दाचा उच्चार चुकीचा करत असेल, अशा माणसाशी मी जन्म तरी कसा काढायचा?"

नंतर जेवत असताना आम्ही लेखनात करीअर करण्याच्या विषयाकडे वळलो. त्याच वेळी इंद्राणीनं बऱ्याच कविताही केल्या असल्याचं मला कळलं.

"काव्यलेखनातून काहीही पैसा मिळत नाही. भारतात तर आपला काव्यसंग्रह प्रसिद्ध करायचा झाला, तर त्याला लागणारा पैसा अनेकदा कवीला स्वतःच्या खिशातून खर्च करावा लागतो. माझ्या माहितीचे एक प्राध्यापक आहेत, प्राध्यापक

पी. लाल. ते दरवर्षी एक लेखक-मेळावा भरवतात. त्या मेळाव्यात असलं काहीतरी केलं जातं. समीक्षक किंवा पुस्तकविक्रेते कुणीही काव्यसंग्रहांना हातही लावायला तयार नसतं. शेवटी ते काव्य विकत घेऊन कोण वाचणार, असा प्रश्न असतो ना!'' मी तिला स्पष्ट सांगितलं.

''म्हणजे... खरं तर... तुम्हांला माझ्या कविता वाचायची इच्छा नाही... असंच ना?'' तिनं विचारलं.

''असं मुळीच नाही. हे बघ, तू तुझ्या कविता माझ्याकडे पाठव. पण एक गोष्ट सांगू? मला नवकाव्यातलं फारसं विशेष समजत नाही. मी फक्त सुप्रसिद्ध कवींचंच काव्य वाचतो. टी. एस्. इलियटनंतर पूर्णविराम.''

काही महिने गेले आणि तिनं मला तिचा काव्यसंग्रह पाठवला. तोही चक्क त्या लेखक मेळाव्यानंच प्रसिद्ध केला होता. मला तिच्या कवितांचा अर्थ मुळीच समजला नाही. त्याची अर्पणपत्रिका तर अजिबातच कळली नाही. तिनं तो संग्रह चक्क मला अर्पण केला होता. तिचं मन जिंकणं फारच सोपं होतं, तर!

असं एक वर्ष गेलं. मी आणि माझी पत्नी भूतानला जाणार होतो. थोडी वाकडी वाट करून आम्ही तिच्या घरी दार्जिलिंगला भेट द्यावी, असं इंद्राणीनं सुचवलं. नाही तरी तो भाग मी कधी पाहिलेलाच नव्हता, त्यामुळं मी ते मान्य केलं. चहाच्या मळ्याच्या प्रदेशातून अनेक मैलांचा प्रवास केल्यानंतर आम्ही दुपारच्या जेवणाच्या वेळेत प्लँटर्स क्लबपाशी पोहोचलो. इंद्राणीला फार आनंद झाला होता. तिनं तिच्या नवऱ्याशी आमची ओळख करून दिली. तो दिसायला उमदा, देखणा होता. तिनं इतर मळेवाल्यांशी सुद्धा आमची ओळख करून दिली. त्यांच्यापैकी बरेचसे पंजाबी होते. त्यांच्या अतिविशाल बायका दागिन्यांनी मढलेल्या होत्या.

ग्लेनबर्नला जाण्याचा रस्ता मोठा त्रासदायक होता. इंद्राणीचा बंगला प्रशस्त होता. अभिरुचिपूर्ण पद्धतीनं सजवलेला होता. युरोपिअन उच्चभ्रू धर्तीवर सामानाची मांडणी केलेली दिसत होती. मला कुठं नावालाही एखादी देशी वस्तू दिसेना. काचसामान, काटे-चमचे, मद्याचे चषक, जी गोष्ट पाहावी, ती परदेशी होती. थिंपूपासूनच्या कंटाळवाण्या प्रवासानं माझी पत्नी थकली होती. ती आत जाऊन झोपली. इंद्राणीच्या नवऱ्याला, सोनमला, दुसऱ्या दिवशी बरीच धावपळ होती, म्हणून तोही झोपला. इंद्राणी आणि मी मात्र पहाट उजाडू लागेस्तोवर गप्पागोष्टी करत बसलो. आम्ही मधूनच एकमेकांचे हात हातात घेत होतो. तिनं सिगारेटचं कमीत कमी एक पाकीट तरी संपवलं असेल. मीही कॉन्यॅकचे बरेच प्याले रिते केले होते. अखेर 'गप्पा पुरे' असं आम्ही ठरवलं. काहीशा अनिच्छेनंच. दोघांनाही जराशी धुंदी चढलेली होती. एकमेकांविषयी आकर्षण वाटत होतं. या सगळ्यानंतर 'गुडनाईट किस्' तर अप्रस्तुत नव्हता.

दुसऱ्या दिवशी मी व माझी पत्नी दिल्लीला परतलो. आता इंद्राणीचा व माझा पत्रव्यवहार अधिक सातत्यानं सुरू झाला. त्यामधे एक प्रकारचा अनौपचारिक मोकळेपणा आला. हळू हळू आपल्या घरगुती बाबतीत, अडचणीत इंद्राणीनं मला विश्वासात घ्यायला सुरुवात केली. नुसती एका टी-प्लँटरची पत्नी म्हणून जीवन कंठायचा तिला आता कंटाळा आला होता. धंद्याच्या निमित्तानं सोनमकडे येणाऱ्या लोकांची मळेवाल्यांची सरबराई करण्यापलीकडे तिला घरी काहीच काम नसे. तसा एक नवरा म्हणून सोनम फार चांगला होता. दुसऱ्याची कदर करणारा होता. पण त्याला 'चहा' या विषयाव्यतिरिक्त इतर कुठल्याही प्रकारचे छंद नव्हते. तो विशेष संभाषणकुशल नव्हता. तिनं मला पत्र पाठवलं होतं. तिला माझी मदत हवी होती. तिच्या मुलाला चांगल्या कॉलेजात प्रवेश मिळवण्यामध्ये माझी काही मदत होण्यासारखी होती का? तिच्या म्हाताऱ्या वडिलांनी त्यांच्या खाणीच्या व्यवसायाच्या कारभारात प्रचंड गोंधळ घालून ठेवला होता. त्याकामी काही मदत करणं, मला जमणार होतं का? वगैरे, वगैरे.

इंद्राणीला मी तिच्यासाठी जे जे म्हणून करावं, असं वाटत होतं, ते सर्व मी केलं. व्हाईस चॅन्सेलरला आणि कॉलेजांच्या प्राचार्यांना पत्रं लिहिली. मंत्र्यांना, मुख्यमंत्र्यांना पत्रं लिहिली. इंद्राणी दिल्लीला आल्यावर तिला निरनिराळ्या अधिकाऱ्यांच्या भेटीला घेऊन गेलो.

एका बाबतीत मी तिचा बराच पिच्छा पुरवला होता. त्याचं अखेर फळ मिळालं. तिनं कादंबरी लिहिली. आपल्या त्या पहिल्या कादंबरीचं हस्तलिखित तिनं मला पाठवलं. नाव होतं: Daughters of the house. या कादंबरीची पहिली तीन प्रकरणं तिनं आधी अनेक वेळा मला वाचायला लावली होती.

मी ती संपूर्ण कादंबरी माझ्या पत्नीला वाचायला दिली. तिला ती चांगलीच आवडली. मी पेंग्विन-वीकिंगचे डेव्हिड दाविदार यांनाही ती वाचायला दिली. ती त्यांच्या पसंतीस उतरली. त्यांनी इंद्राणीला एक कॉंट्रॅक्ट पाठवलं. तिच्या त्या कादंबरीची सर्वत्र बरीच वाहवा झाली. परदेशी प्रकाशकांनी ती स्वीकारली.

"या अशा प्रकारची कादंबरी तर मी दर सहा महिन्याला एक लिहू शकेन," तिनं डेव्हिडना सांगितलं.

"मग लिहा ना," डेव्हिड म्हणाले, "मी तुम्हांला अशा दहा कादंबऱ्या लिहिण्याचं कॉंट्रॅक्ट देतो."

इंद्राणीचा आनंद आता गगनात मावणार नाही, असं आता मला वाटलं. पण तसं झालं नाही. झटपट पैसा आणि कीर्ती मिळवण्यासाठी ती अधीर झाली होती. कलकत्त्याला पुस्तक जत्रेच्या वेळी परत आमची गाठ पडली. त्याच आठवड्यात तिची दुसरी कादंबरी 'Crane's Morning' प्रकाशित होत होती.

"लोक अजून माझ्या सह्या घेण्यासाठी का येत नाहीत? शोभा डेप्रमाणे माझी पुस्तकं कोणी वाचत कशी नाही?'' तिनं मला विचारलं

"हे बघ, तुझ्या आणखी काही कादंबऱ्या प्रसिद्ध झाल्या ना, की लोक तुला आपण होऊन शोधत येतील,'' मी तिची समजूत काढली. "आणि शोभा डेचंच म्हणशील, तर तिच्याप्रमाणे तूही आपल्या कादंबरीत शृंगाराची अश्लील वर्णनं घाल, म्हणजे तुझी पुस्तकंही लोक तेवढ्याच आवडीनं वाचतील.''

इंद्राणीला माझं ते बोलणं मुळीच आवडलं नाही.

"मी तसल्या प्रकारची लेखिका नाही!'' ती संतापून म्हणाली.

इंद्राणी दार्जिलिंगहून कलकत्त्याला राहायला गेली. तिथं तिच्या नवऱ्याचा एक फ्लॅट होता. पण थोड्याच दिवसांत ती तेथून चायबासाला गेली. तिच्या वडिलांना अर्धांगाचा झटका आला होता. त्यांची एक बाजू पूर्णपणे निकामी झाली होती. त्यांची देखभाल करायला कुणी नव्हतं, त्यामुळं तिला जावं लागलं. तिची आणि माझी अनेक दिवस भेट झाली नाही. मी तिच्या भेटीसाठी उत्सुक होतो. शेवटी एकदा मी मुद्दाम राचीला एका भाषणाचं निमंत्रण स्वीकारलं. राची– चायबासा रस्ता अवघ्या अर्ध्या तासाचा आहे. इंद्राणी राची विमानतळावर मला न्यायला आली . तीही माझ्याच हॉटेलात एक खोली घेऊन उतरली होती. माझा कामाचा वेळ वगळता बाकीचा वेळ आम्ही एकत्र घालवला. राची येथील निष्णात डॉक्टर के. एन्. सिन्हा यांची मी अपॉईंटमेंट घेतली. इंद्राणीच्या वडिलांच्या बाबतीत त्यांचं मत घेतलेलं बरं, असं मला वाटत होतं. इंद्राणी आणि मी डॉक्टरांना भेटायला गेलो. इंद्राणीनं आपल्याबरोबर वडिलांच्या सर्व वैद्यकीय चाचण्यांची कागदपत्रं दाखवायला आणली होती. इंद्राणीच्या वडिलांचा एक्स-रे रिपोर्ट पाहून डॉक्टरांनी स्पष्टच सांगितलं,

"त्यांचे आता केवळ शेवटचे काही महिने उरले आहेत.''

(आणि खरोखरच ते तीन महिन्यांनी वारले.)

डॉक्टरांना भेटून आम्ही बाहेर पडलो व राचीच्या परिसरातील प्रेक्षणीय स्थळांना भेटी देत भरपूर भ्रमंती केली. रवींद्रनाथ टागोर आणि त्यांचा भाऊ काही काळ ज्या घरात राहिले होते, ते टेकडीवरील घर, काही पुरातन मंदिरं, इतकंच काय, पण आम्ही मनोरुग्णालयं सुद्धा पालथी घातली. माझं वय आणि लटपटत्या पावलांचा फायदा उठवून, चालताना मी कधी तिचा हात माझ्या हाती घेत होतो, तर कधी तिच्या खांद्यावर हात ठेवून चालत होतो. फार सुखद संवेदना होत होत्या.

'Crane's Morning' हे पुस्तक इंद्राणीच्या पहिल्या कादंबरीहून जास्त गाजलं. हे पुस्तक सुद्धा तिनं मलाच अर्पण केलं होतं. आता 'द स्टेट्समन'नं तिला दर आठवड्याला एक लेख लिहिण्याचं कॉंट्रॅक्टही दिलं होतं. त्यामुळं ती फार आनंदात होती. लवकरच कलकत्त्यात तिचं नाव सर्वतोमुखी होणार होतं.

विशेष म्हणजे, एवढं यश मिळवूनही इंद्राणीला स्वतःविषयी आत्मविश्वास किंवा खात्री वाटत नव्हती. ती दिल्लीला येऊन एक आठवडाभर आमच्या घरी राहिली. रोज दुपारी खान मार्केटमध्ये जायचं आणि नवीन कपडे, दागदागिने वगैरे गोष्टी खरेदी करण्यावर हजारो रुपये खर्च करायचे, असं तिनं सुरू केलं.

"मला जर एखादी उंची भेटवस्तू द्यायचं तुमच्या मनात असेल, तर तुम्ही मला कानांतल्या रिंगा घेऊन द्या," असं ती एकदा मला म्हणाली.

केव्हा तरी संध्याकाळी आम्ही दोघंच गप्पा मारत बसायचो, मध्येच अचानक माझ्याकडे वळून ती विचारायची,

"खुशवंत, तुम्हांला काय वाटतं, मी सुंदर आहे?"

इंद्राणीची करीअर एखाद्या उल्केप्रमाणे होती. तेजस्वी, पण क्षणभंगुर. तिच्या या करीअरचा अस्त जवळ आला आहे, अशी चिन्हं १९९३ च्या सुरुवातीला दिसू लागली. मलाही त्याची जाणीव झाली. 'स्टेट्समन' मध्ये स्तंभलेखन करण्याच्या कामाबद्दल इंद्राणी विशेष फिकीर करेनाशी झाली. मनात येईल ते कागदावर खरडायची आणि पाठवून द्यायची. तिचं काही लेखन त्यांनी परत पाठवलं. काही दिवसांनंतर त्यांनी तिचं कॉन्ट्रॅक्ट रद्द करून टाकलं. या बाबतीत मी संपादकांशी बोलावं, रदबदली करावी, अशी तिची इच्छा होती. पण मी त्या गोष्टीला नकार दिला.

"हे सगळं तुझ्यामुळंच घडलंय्," मी तिला म्हणालो; "स्तंभलेखन हे लोकांना वाटतं तितकं सोपं काम नसतं."

काय कारणानं, कोण जाणे, पण कलकत्त्यात राहण्याऐवजी किंवा दार्जिलिंगला आपल्या नवऱ्याकडे जाण्याऐवजी, इंद्राणी चायबासाला राहायला गेली. तिथं तिची विधवा आई व बहीण राहत होती. त्या बहिणीशी इंद्राणीचं विशेष पटतही नसे. इंद्राणीनं आता आपल्या तिसऱ्या कादंबरीचं लेखन सुरू केलं. नेहमीसारखं प्रत्येक प्रकरण लिहून झालं, की ते ती नियमितपणे माझ्याकडे पाठवून देत असे. शेवटी मी तिला एक पत्र लिहिलं :

"संपूर्ण कादंबरी लिहून झाली, की मगच त्याचं हस्तलिखित एकत्रितपणे मला पाठवलंस, तर बरं पडेल." असं तिला सुचवलं.

त्याप्रमाणे तिनं मला ते पाठवलं.

मी ते हस्तलिखित न वाचताच डेव्हिडकडे सुपूर्द केलं. त्यानं हस्तलिखित स्वीकारलं, पण कादंबरीचं शीर्षक बदलण्याची सूचना केली. आजकाल मला येणारी तिची पत्रं त्रोटक होत चालली होती. आपल्याला सदासर्वकाळ नैराश्यानं घेरलेलं असतं, अशी तिची तक्रार असायची. खरं म्हणजे, अशा प्रकारच्या मानसिक नैराश्यातून बाहेर येण्याचा मार्ग माणसानं आपला आपणच शोधायचा असतो.

दुसऱ्या कुणी नव्हे. मी पत्रातून तिला तसं लिहिलं. तिचं मला आलेलं अखेरचं पत्र तर केवळ दोन परिच्छेदांचं होतं. तिनं लिहिलं होतं :

'तुमचं म्हणणं खरं आहे. माझ्या मदतीला माझ्या स्वतःशिवाय दुसरं कुणीच येणार नाही. मला आता जगण्याची उमेदच नाही. मला मरण्याचीही इच्छा नाही.'

ते पत्र माझ्या प्रत्यक्ष हातात पडण्याच्या आदल्या दिवशीच सोनमनं मला फोन करून तिच्या निधनाची बातमी कळवली.

ती आत्महत्या असेल? नंतर ज्या काही घटना घडल्या, त्यामुळं इंद्राणीनं आत्महत्याच केली असावी, या गोष्टीला पुष्टी मिळाली.

इंद्राणीच्या मृत्यूनंतर काही दिवसांतच एका प्रकाशकानं पेंग्विन-वीकिंगकडं कायदेशीर नोटीस पाठवली. सुमारे वीस वर्षांपूर्वी प्रकाशित झालेल्या 'The rosemerry tree' नामक कादंबरीतील किती तरी पानं उचलून जशीच्या तशी `The Crane's Morning' पुस्तकात छापली होती.

कदाचित काही जागरूक वाचकांनी इंद्राणीला पत्रं पाठवून तिच्यावर वाङ्मयचौर्याचा आरोपही केला असेल, कुणी सांगावं? त्यामुळं, आता थोड्याच दिवसांत या प्रकरणाचा गवगवा होणार, असं तिला कळून चुकलं असेल. अशा प्रकारचं बेकायदेशीर कृत्य केल्याचा आरोप शिरावर घेऊन, जगाचा सामना करणं तिला अशक्य झालं असेल. केवढा विरोधाभास, पण तिच्या शेवटच्या कादंबरीचं शीर्षक आहे "Hold my hand, I am dying" (माझा हात हाती धरा, मी मरणासन्न आहे) पण मृत्युसमयी, अगदी अखेरच्या क्षणी, तिचा हात हातात घ्यायला मात्र कुणी नव्हतं, ती एकटी होती.

मी माझं शेवटचं पुस्तक जेव्हा लिहिणार आहे, तेव्हा उर्दू, इंग्रजी, हिंदी आणि पंजाबी काव्यातील निवडक वेच्यांचा संग्रह असं त्याचं स्वरूप असेल, असं मी एकदा तिच्यापाशी बोलून दाखवलं होतं.

"ते तुम्ही मला अर्पण कराल?" तिनं त्या वेळी विचारलं होतं.

मी तिला तसं वचनही दिलं होतं.

कसौलीमधील माझ्या अभ्यासिकेत इंद्राणी ऐकनाथ ग्यालत्सेन हिचा एक भला मोठा रंगीत फोटो मी लावला आहे.

★

४ घयूरुन्निस्सा हफीज

बुरख्यातल्या या मुलीनं माझा मुस्लिमांकडं बघण्याचा दृष्टिकोन कायमचा बदलून टाकला.

निरोप घेताना तिनं उच्चारलेले शब्द ऐकून माझे डोळे पाणावले.

'या जगात एक तुम्ही सोडून दुसऱ्या कुणालाही माझी काही पर्वा नाही. माझे आई-वडील. . . माझ्या बहिणी. . हे सर्वजण वारले. अल्ला तरी माझं गाऱ्हाणं का ऐकत नाही? मला बोलावून का घेत नाही?'

है दराबादची घयूरुन्निसा हफीज माझ्या आयुष्यात आली, तेव्हा मी अवघा सतरा वर्षांचा होतो. ती माझ्याहून काही वर्षांनी मोठी होती. दिल्लीच्या 'लेडी हरदिंगे मेडिकल कॉलेजात शिकण्यासाठी म्हणून ती आली होती. तिची मोठी बहीणही शिकायला तिथंच होती.

एक वर्षभर मेडिकलचा अभ्यास केल्यानंतर ती लेडी आयर्विंग कॉलेजात होमसायन्सच्या पदवी परीक्षेचा अभ्यास करण्यासाठी दाखल झाली. माझी लहान बहीणही तिथंच शिकत होती. दोघी मुलींची मैत्री झाली. एक दिवस शनिवार-रविवारच्या सुट्टीसाठी माझ्या बहिणीनं तिला घरी बोलावलं.

घयूरुन्निसा आमच्या घरी आली, ती बुरख्यातच. पण माझ्या बहिणीच्या आग्रहाखातर तिनं तो काढला. घरच्या मंडळींशी तिची ओळख झाली. तिनं बुरखा बाजूला सारणं, हा माझ्या दृष्टीनं एक चित्तथरारक अनुभव होता. बुरखा चेहऱ्यावरून हातानं हलके दूर सारण्याची कला, ही माझ्या मते, एक फार नाट्यपूर्ण घटना आहे. रंगमंचावरील पडदा अलगद वर जावा. . . दिव्यांच्या लखलखाटानं उजळून निघालेली, परिकथेत शोभेल, अशी रंगभूमी नजरेस पडावी. . . अगदी अशाच जातीचा तो अनुभव होता.

घयूरुन्निसा ही अतुलनीय सौंदर्यवती आहे, असं त्या पहिल्या भेटीत माझं मत झालं. खरं म्हणजे, ती एक लहानसर बांध्याची, नाजूक मुलगी होती. फिका पीत वर्ण आणि पिंगट कुरळे केस. ती इंग्रजी अस्खलित बोलत असे. तिच्या उच्चारावर प्रादेशिक छाप मुळीच नव्हती. तिचं उर्दू मात्र मनोहर दक्षिणी धर्तीचं होतं. ज्या मुलीनं आपल्या तारुण्यावस्थेतील इतकी वर्षं एकांतात, बुरख्यात काढली आहेत, ती मुलगी इतकी नखरेल, एवढ्या पुरोगामी विचारांची असावी, ही गोष्ट फार नवलाची होती.

ती पहिल्या वेळी आमच्या घरी आल्यानंतर अगदी थोड्या दिवसांतच ती, मी आणि माझी बहीण सिनेमाला जाऊ लागलो. मी दोघी मुलींच्या मधोमध बसत असे. प्रेक्षागृहातील दिवे मंद होण्याचाच अवकाश, घयूरुन्निसा माझा हात आपल्या साडीच्या निऱ्यांमध्ये लपेटून घेत असे. मी आनंदानं अक्षरशः बेभान होई. त्यानंतर पुढं मी माझ्या बहिणीला आमच्याबरोबर नेणं सोडून दिलं.

एकदा संध्याकाळी आमच्या घरी राहण्याची परवानगी तिनं काढली. तिला

आमच्या घरी घेऊन येण्यासाठी मी तिच्या घरी गेलो. पण प्रत्यक्षात मात्र लगेच घरी येण्याऐवजी आम्ही दोघं गाडीनं नव्या दिल्लीच्या बाजूला, गावाबाहेर लांबवर फिरायला गेलो. त्या काळी तिकडं अगदी बेताची वस्ती होती. अर्थात प्रेमाची थोडी-फार कुजबूज, एकमेकांचे हात हाती घेऊन बसणं यापलीकडे आमची फारशी प्रगती झाली नाही. लग्न न झालेल्या लोकांनी परस्परांशी कोणत्या मर्यादेपर्यंत जवळीक करायची, याबद्दल तिची ठाम मतं होती.

आम्ही परस्परांना लांबच लांब पत्रं लिहीत असू. हळूहळू तिची पत्रं त्रोटक होत गेली. पुढं तर क्वचित एखादं पत्र येई. अखेर पत्रं येणं पूर्णपणे थांबलं. घयूरनं हैदराबादेच्या एका मुस्लिम आर्मी ऑफिसरशी लग्न केलं. नंतर मला ते माझ्या बहिणीकडून समजलं.

घयूरशी माझा संबंध अल्पच आला. तोही जवळपास अशारीर स्वरूपाचा होता, असंच म्हणावं लागेल. पण त्यानं माझ्या आयुष्यावर चांगला खोल ठसा उमटवला आहे. मुस्लिम स्त्रियांकडे बघण्याचा माझा दृष्टिकोन तिनं पुरता बदलून टाकला.

माझ्या पिढीतील इतर हिंदू व शीख लोकांप्रमाणे मुस्लिम समाजाबद्दल एक पूर्वग्रहदूषित दृष्टिकोन मनात बाळगूनच मी लहानाचा मोठा झालो होतो. मुस्लिम समाजातील काही ठरावीक साचेबंद व्यक्तींकडे पाहून हा दृष्टिकोन तयार झाला होता.

या दृष्टिकोनाला पहिला धक्का बसला, तो माझे उर्दू शिक्षक, सत्प्रवृत्त मौलवी शफिउद्दीन नय्यर यांच्याशी जवळून संबंध आल्यावर! माझ्या बालपणी त्यांच्याहून अधिक सरळमार्गी, सत्प्रवृत्त आणि देवभोळा माणूस माझ्या पाहण्यात नव्हता.

नंतर आली घयूरुन्निस्सा. विभिन्न जातिधर्मांचे लोक एकमेकांच्या प्रेमात पडू शकतात, हे तिनं सिद्ध करून दाखवलं. एकदा आपण जर परजातीतील व्यक्तीच्या प्रेमात पडलो, तर तिचे सगळे निकटवर्तीय सुद्धा आपल्याला आपले वाटू लागतात. नंतर माझ्या आयुष्यात आला मन्सूर कादिर. या सगळ्या लोकांच्या उदाहरणावरून मी मनाशी एक खूणगाठ बांधली, ती म्हणजे, भारतीय मुस्लिम लोक कधी चुकूच शकत नाहीत.

तीस वर्षांनंतर पुन्हा एकदा घयूरुन्निस्सा माझ्या आयुष्यात अवतरली. मी माझ्या आई-वडिलांकडे गेलो होतो. तिथं सकाळचा नाश्ता घेत असताना माझ्या बहिणीनं मला, एकदम आश्चर्याचा धक्का दिला.

"या मुलीला ओळखलंस?" तिनं विचारलं.

अर्थात, ती घयूर होती. ती आता मुलगी म्हणण्यासारखी नव्हती. एक मध्यमवयीन स्त्री होती. तिच्या बरोबरच्या मुलीला मी ओळखलं नाही. ती फरीसा होती. घयूरला पहिल्या पतीपासून झालेली मुलगी. घयूरच्या दोन पतींचं देहावसान झालं होतं. फरीसा लेडी आयर्विंग कॉलेजात दाखल झाली होती. घयूरनं फरीसाचा

लोकल गार्डियन म्हणून माझी नेमणूक केली. कॉलेज तरुणांमध्ये ही फरीसा चांगलीच लोकप्रिय झाली. ती मनात येईल, तेव्हा बाहेर भटकायला जात असे. मात्र जाताना आपण आपल्या लोकल गार्डियनला भेटायला जात आहोत, अशा अर्थाची चिठ्ठी ठेवून जायची. त्यानंतर ती संध्याकाळ फरीसा माझ्या घरीच होती, अशा अर्थाची चिठ्ठी माझ्याकडून ती बिनदिक्कत हक्कानं लिहून न्यायची.

फरीसाचं लग्न झालं. तिचा पहिला नवरा इंग्रज होता. मधुचंद्रासाठी दोघं आमच्याच घरी उतरले होते. नंतर त्याला घटस्फोट देऊन तिनं एका स्वीडिश बँकरशी लग्न केलं. तो चांगला श्रीमंत होता, हाँगकाँगमध्ये ऐशारामात राहत असे. अजूनही जेव्हा कधी मी हाँगकाँगला जातो, तेव्हा मी त्यांच्याकडंच उतरतो. फरीसाला दोन्ही नवऱ्यांपासून झालेल्या मुलांचा मी 'नाना' (आजोबा– पण आईच्या बाजूनं) आहे.

घयूरशी दुसऱ्यांदा संपर्क प्रस्थापित झाल्यानंतर मी तो कधी तुटू दिला नाही. अजूनही मी जेव्हा हैदराबादला जातो, तेव्हा किमान संध्याकाळ तरी आम्ही एकत्र घालवतो. घयूरची प्रकृती आता फार खालावली आहे. तिला डोळ्यांनी नीट दिसतही नाही. ती अलीकडे बरीच धार्मिक झाली आहे. दिवसातून पाच वेळा नमाज पढते आणि 'मला घेऊन जा' अशी एकसारखी अल्लाची प्रार्थना करते. गेल्या वेळी मी जेव्हा हैदराबादला गेलो, तेव्हा घयूरला स्त्रियांच्या वृद्धाश्रमातून शोधून काढलं.

एक दिवस, आपल्या आईवडिलांचं आणि बहिणींचं जिथं दफन केलंय्, त्या दर्ग्यात, घयूरनं मला नेलं. तिथंच तिनं स्वतःसाठीही एक जागा विकत घेऊन ठेवली आहे.

"मी पंधरा वर्षांपूर्वी या जागेसाठी पंधराशे रुपये भरले आहेत. आज याला पंधरा हजार रुपये पडतील..." तिनं मला सांगितलं.

"ही जागा तू आता विकून का नाही टाकत? स्वतःच्याच कबरीतून फायदा मिळेल..." तिला हसवण्यासाठी मी म्हणालो.

पण घयूरनं ती सूचना धुडकावून लावली.

"मी या कबरीवर मीठ शिंपून घेतलं आहे. ही हैदराबादची पद्धत आहे. माझ्याव्यतिरिक्त दुसऱ्या कुणाचंही या जागी दफन करता येणार नाही."

निरोप घेताना तिनं उच्चारलेले शब्द ऐकून माझे डोळे पाणावले. ती मला म्हणाली,

"या जगात एक तुम्ही सोडून दुसऱ्या कुणालाच माझी पर्वा नाही. फरीसा तिच्या स्वतःच्या संसारात गुंतली आहे. कधी एखादं पत्र सुद्धा लिहीत नाही मला. माझे आई-वडील, बहिणी, सगळे जवळचे लोक वारले. अल्ला तरी माझं गाऱ्हाणं का ऐकत नाही? मला बोलावून का घेत नाही? मला आता आणखी जगायचं नाही."

★

५ अनीस जंग

अनीस जंग हिला मध्यवर्ती व्यक्तिरेखा कल्पून एखादी कादंबरी लिहावी, असा मला नेहमी मोह होतो.

एखाद्या माणसाचं आधी ती इतकं कौतुक करायची, की तो पुरा पाघळून जावा; आणि नंतर, इतरांशी बोलता बोलता त्याची निंदा करायची. जर कधी कुणी या गोष्टीचा जाब विचारायला आलंच, तर सरळ कानांवर हात ठेवून मोकळी व्हायची. बोलत असताना मोठ्या मोठ्या व्यक्तींची नावं घेऊन बढाया मारणं हा तर तिचा छंदच. ती कधी सुधारणार नाही. पण नवल म्हणजे, ती ज्या काही लोकांची नावं घेते, ते सगळे तिच्या खरोखरच ओळखीचे असतात.

माझ्या आयुष्यात आलेल्या व्यक्तींपैकी काहींच्या बरोबर माझी अत्यंत चित्तथरारक संभाषणं झालेली आहेत. अशांची जर यादी करायची म्हटली, तर त्यांत अनीस जंगचं नाव अग्रभागी झळकेल. खरं तर, ती मला जे काही सांगायची, ते खरं असायचं, का तिचा तो निव्वळ कल्पनाविलास असायचा, कोण जाणे!

ती एखाद्या माणसाचं इतकं कौतुक करायची, की तो पुरता पाघळून जावा आणि नंतर इतरांशी बोलता बोलता त्याची निंदा करायची. यदाकदाचित कुणी जर त्याबद्दल जाब विचारलाच, तर सरळ कानांवर हात ठेवून मोकळी व्हायची. माझ्याशीही ती नेहमी असं वागते; आणि तरीही तिला भेटायची मी अगदी आतुरतेनं वाट पाहत असतो. अनीस लोकांचं आदरातिथ्य करण्यात निपुण आहे. उंची खाद्यप्रकार, उंची मद्य यांची तिच्याकडे लयलूट असते. आपल्या पाहुण्यांचं मनोरंजन करण्यासाठी ती बड्या गायकांच्या मैफली आयोजित करते. मोठमोठ्या लोकांची नावं घेऊन बढाया मारणं हा तर तिचा छंदच. ती कधी सुधारणार नाही. पण नवल म्हणजे, ती ज्या काही लोकांची नावं घेते, ते सगळे तिच्या खरोखरच ओळखीचे असतात.

देशाचे राष्ट्रपती तिच्या घरी येतात (ग्यानी झैलसिंग), केंद्रीय मंत्री (बलराम जाखर, रामनिवास मिर्धा), विरोधी पक्ष नेते (अटलबिहारी वाजपेयी), राज्यपाल (बी. के. नेहरू, एल्. के. झा), शेख मोहम्मद अब्दुल्लांसारखे राष्ट्रीय नेते, अहमद फरझसारखे कवी, व्ही. एस्. नायपॉलसारखे लेखक राजदूत, वकील-- नुसतं नाव उच्चारलं, की ती व्यक्ती तिच्या माहितीचीच निघते; आणि तेही तिला ओळखत असतात.

ती जेव्हा एखाद्या माणसाच्या गुणवैशिष्ट्यांचं वर्णन करून सांगते, तेव्हा तिचा एक खास आवडता शब्द ती वापरते, तो म्हणजे 'पुनरुज्जीवनकालीन मनुष्य' (Renaissance gentleman): याचा अर्थ, झकपक वेषभूषा असलेला, उच्चभ्रू, कला, साहित्य व दैनंदिन जीवनातील आधुनिकता या सर्वच बाबतींत जाणकार असलेला. ती अशाच पद्धतीनं स्वतःचा उल्लेख 'पुनरुज्जीवनकालीन स्त्री' (Renaissance lady) असा करते. म्हणजे स्वतःभोवती पुरुषांचा घोळका जमा करणारी स्त्री. तिच्या या सगळ्या शब्दयोजनेत मी कुठं आणि कसा बसतो, देव जाणे.

कालक्रमानुसार पाहायचं झालं, तर तिला सर्वांत आधी हेरलंही मी आणि नोकरी दिली, तीही मीच. गेली तीस वर्षं मी तिला ओळखतोय्. अनेकदा धिटाईनं पुढं घुसून ईप्सित साध्य करणं, लोकांच्या पाठीमागे त्यांची निंदा करणं या व अशा तिच्या दुर्गुणांमुळं माझा कितीही संताप झाला, तरी सुद्धा तिला दूर सारणं काही मला जमलं नाही. किंबहुना मी तिला कधीही दूर सारू शकणार नाही, अशी तिनं व्यवस्थित खबरदारी घेतली.

१९६० सालाच्या सुरुवातीला ती कुठल्याशा अमेरिकन विद्यापीठातून पदवी घेऊन परतली. तिनं एक दिवस माझ्या पत्नीला फोन केला. आमच्या मुलाची आणि तिची मुंबईत गाठ पडली होती. अनीसच्या म्हणण्याप्रमाणे माझ्या आई-वडिलांना दिल्लीला गेल्यावर जरूर भेटा, असं आमच्या मुलानं तिला बजावलं होतं. यानंतर आम्ही तिला घरी जेवायला बोलावणं स्वाभाविक होतं. ती प्रत्यक्ष भेटली, तेव्हा तर आम्ही दोघं तिच्या व्यक्तिमत्त्वानं चांगलेच भारून गेलो. तिचं नावही खानदानी, हैदराबादी होतं--जंग.

अनीस अस्खलित इंग्रजी बोलायची. बोलताना अमेरिकन हेल अजिबात नाहीत. हिंदुस्तानी बोलताना मात्र पक्की दक्षिणी लयीत बोलायची, आणि नामांच्या लिंगांचा पार गोंधळ करून टाकायची. (असं बोलणं ऐकायला मला फार आवडतं.) ती नोकरीच्या शोधात होती. माझ्याकडे, तात्पुरत्या स्वरूपाचं का होईना, एक काम होतं. मी अमेरिकन विद्यार्थ्यांचा जागतिक दौरा आयोजित केला होता. त्या दौऱ्यामध्ये दोन महिने या विद्यार्थ्यांचा मुक्काम भारतात होता. दिल्लीमधील एक महिना पुरा झालेला होता. दुसऱ्या महिन्यासाठी त्या मुलांची हैदराबादेतील काही मोजक्या कुटुंबांमध्ये राहण्याची सोय करायची होती. शिवाय या विद्यार्थ्यांसाठी काही व्याख्यानं आयोजित करायची होती.

अनीस हैदराबादची होती. तेथील उत्तमोत्तम खानदानी घराण्यांतील लोकांशी तिचा परिचय होता. मी देऊ केलेला मोबदला हा त्या कामाचं स्वरूप आणि त्या काळाच्या मानानं भरपूर होता. तिनं ते काम तात्काळ स्वीकारलं. मी सोपवलेली कामगिरी अनीसनं अल्पावधीत व फार उत्तम रीतीनं पार पाडली. माझ्या सर्व विद्यार्थ्यांची अतिशय उत्तम कुटुंबांमध्ये राहण्याची सोय केली. प्रोफेसर रशीदुद्दीन (खासदार) वगैरेंसारख्या उत्कृष्ट वक्त्यांची व्याख्यानं तिनं त्यांच्यासाठी आयोजित केली. पण त्याच वेळी दिल्ली-हैदराबाद-दिल्ली अशा एका परतीच्या विमान-प्रवासाऐवजी तिनं माझ्याकडून तीन वेळच्या विमान-प्रवासाचे पैसे वसूल केले. ती स्वतः ज्या लोकांच्या घरी उतरली होती, त्या लोकांना तर तिनं इतका वैताग आणला, की त्यांनी तिला न बोलता बाहेरचा रस्ता दाखवला. पण त्यामुळं खचून जाणं तर सोडाच, उलट, दुप्पट उत्साहानं, नव्या जोमानं तिनं आपलं

आयुष्य जगायला सुरुवात केली. लवकरच ती शहरातील लोकांच्या ठळकपणे नजरेत भरू लागली.

अनीस कधीही एखाद्या हॉटेलात मला भेटायला म्हणून यायची, ती अमेरिकन कॉन्सल जनरलच्या भल्या मोठ्या लायमोसिन गाडीतून! याच कॉन्सल जनरलनं एकदा एक मेजवानी दिली होती. मेजवानीच्या वेळी अनीस अशा काही झोकात फिरत होती, की भोवतालच्या लोकांना तिनं पार झाकोळून टाकलं होतं. ते प्रभावहीन वाटत होते. त्यामुळं ती हैद्राबादच्या निजामाच्या खानदानाशी नक्की कुणी संबंधित नातलग असावी, असा समज जमलेल्या बऱ्याच लोकांचा झाला.

खरं सांगायचं, तर अनीस जंगचे पूर्वज हैदराबादचे नव्हतेच मुळी. ते होते लखनऊचे. तिचे वडील, होशियार (अगदी यथार्थ नाव!) हे हैदराबादेस येऊन स्थायिक झाले आणि लवकरच त्यांनी निझामाचं लक्ष वेधून घेतलं. अनीसचे वडील अत्यंत सुसंस्कत होते. शब्दांवर त्याचं प्रचंड प्रभुत्व होतं. त्यांना निझामानं औपचारिक स्वरूपाची नोकरी जरी कधीही दिली नसली, तरी सन्मानपूर्वक एक किताब बहाल केला होता. नवाब होशियार जंग His Exalted Highness म्हणजेच निझाम यांच्या मांसाहेबांचा खास विश्वास संपादन करण्यात नवाब होशियार जंग यांना यश मिळालं. निझामानं त्यांना एक मोठी हवेली आणि शहरात जमीनजुमलाही बक्षीस दिला.

जंग कुटंबीय अत्यंत ऐशारामी जीवन जगत होते. वैभवाचा उपभोग घेत होते, पण नंतर काही कारणानं निझामाची त्यांच्यावर खप्पा मर्जी झाली. अनीसच्या वडिलांजवळ असलेलं सर्व काही वैभव लयाला गेलं; पण इतकं असून सुद्धा नवाब होशियार जंग निझामाच्या दरबारी मंत्री होते किंवा पंतप्रधान होते, अशा बढाया जरी अनीसनं मारल्या, तरी त्या क्षम्यच आहेत.

लोकांच्या मध्ये घुसून आपली वर्णी लावणं हे अनीसच्या रक्तात मुरलेलं होतं. एकदा मला गौहत्तीला निमंत्रण होतं. स्यू डेक्सटर (ही सहा फुटांहून उंच होती) नावाच्या कॅनेडियन स्त्रीशी माझ्या परिचय झाला होता. तिला पंधरा दिवसांत जेवढं शक्य होईल, तेवढं भारतदर्शन उरकायचं होतं. तिनं माझ्याबरोबर गौहत्तीला येण्याची इच्छा व्यक्त केली. मी कबूल झालो; पण गौहत्तीमध्ये मला बरीच कामं होती. त्यामुळं तिला बरोबर नेऊन तेथील प्रेक्षणीय स्थळं दाखवणं मला जमणार नव्हतं. अर्थात मी तिला या गोष्टीची पूर्वकल्पना दिलेली होती. मी सर्किटहाऊसवर उतरणार होतो, त्यामुळं तिला स्वत:च्या राहण्याची व्यवस्थाही स्वत:च करावी लागणार होती. तेही मी तिच्या कानांवर घातलं होतं. अनीसची बहीण आणि स्यू डेक्सटर यांची चांगली ओळख होती. त्या ओळखीच्या आधारावर स्यूनं अनीसला आपल्यासोबत गौहत्तीला येण्याची विनंती केली. अनीसचा सर्व खर्चही करण्याची तिनं तयारी दाखवली. मग आम्ही तिघंही गौहत्तीला पोहचलो. खालसा हायस्कूलच्या विद्यार्थ्यांनी

सलामी देऊन आमचं स्वागत केलं. बँडवर राष्ट्रगीत वाजू लागलं. अनीस आणि स्यू यो दोघी माझ्याबरोबर सर्किट हाऊसवर आल्या. स्यू डेक्सटरनं एका लहानशा हॉटेलात खोली घेऊन राहण्याचं ठरवलं. पण अनीसनं मात्र तेवढ्यात राज्यपाल बी. के. नेहरूंना फोन केला. नेहरूंचा मुलगा, म्हणे, तिचा चांगला मित्र होता. ही गोष्ट तिनं त्यांच्या कानांवर घातली, तसंच गौहत्तीत स्वतःची उतरण्याची सोय नसल्याचंही सांगितलं. झालं, अनीसला लगेच राजभवनातून निमंत्रण आलं.

त्यानंतरचे तीन दिवस आम्ही तिघं ब्रह्मपुत्रेच्या काठी असलेली प्रेक्षणीय स्थळं बघायला राज्यपालांच्या गाडीतून जात होतो.

राष्ट्रपती ग्यानी झैलसिंग जेव्हा भारतीय नेव्हीला भेट देण्यासाठी खास मुंबईला आले होते, तेव्हाची गोष्ट. अनीसनं तिथंही घुसून आपली वर्णी लावली. मला ग्यानीजींनी त्यांच्याबरोबर येण्याचं निमंत्रण दिल्याचं मी अनीसला नुसतं सांगण्याचाच अवकाश! तिनं तत्काळ राष्ट्रपती भवनमध्ये राष्ट्रपतीच्या सेक्रेटरीला फोन लावला. आपणही खुशवंतसिंगाबरोबर येत आहोत, असं खुशाल कळवलं.

आम्ही राष्ट्रपतींबरोबर त्यांच्या खास विमानातून प्रवास केला. तिथं पोचल्यावर मी हॉटेलात उतरलो. पण अनीस मात्र राज्यपाल अलियावर जंग यांची पाहुणी होती. परतीचा प्रवासही तिनं राष्टपतींच्याच विमानातून केला. तिचा 'बडा घराना,' तिचं खानदानी, उच्चभ्रू वागणं, बोलणं या सर्व गोष्टींमुळं राष्ट्रपती झैलसिंग अगदी भारून गेले होते. त्यानंतर प्रत्येक ईदच्या सणाला राष्ट्रपतींकडून तिच्या फ्लॅटवर भेटीदाखल फळांची करंडी पोचती होत असे.

मी जेव्हा 'इलस्ट्रेटेड वीकली' चा संपादक होतो, तेव्हा अनीस जंगला भेटायचे अनेक प्रसंग आले. बेनेट कोलमन कंपनीच्या डायरेक्टर बोर्डानं युवापिढीसाठी एक नियतकालिक काढायचं ठरवलं होतं. त्याचा संपादक म्हणून कोणाला नेमावं, असा विचार चालू होता. त्यांनी त्याविषयी माझं मत विचारताच मी अनीस जंगची निवड केली. 'यूथ टाइम्स' दिल्लीहून निघायचा. केवळ काही आठवड्यांच्या कालावधीत अनीसनं बोर्डाच्या सर्व सदस्यांची, विशेषतः जनरल मॅनेजर श्री. राम तर्नेजा यांची खास मर्जी संपादन केली.

मनात येईल, तशा अनीसच्या मुंबईला फेऱ्या चालायच्या. पोर्चमध्ये तर्नेजांची गाडी उभी असायची. रोज संध्याकाळी गाडीच्या मागच्या सीटवर अनीस हमखास बसलेली दिसायची. कर्मचारी संध्याकाळी काम संपवून आपापल्या घरी जायला निघाले, की अनीसला तिथं बसलेली बघून सर्वांच्या चेहऱ्यांवर एकच भाव उमटायचा : 'टाइम्स ऑफ इंडिया' ग्रूपच्या संपादकवर्गामधील सर्वांत भाग्यवान बाई पाहा!

अनीसवर मी चांगलाच वैतागलो होतो. इथून पुढं तिच्याशी काही संबंध ठेवायचा नाही, असं मी मनाशी ठरवलं होतं. मला टाइम्स ऑफ इंडियातून काढून

टाकल्यानंतरची काही वर्षं मी तिच्याशी बोलणं बंद केलं होतं. (पाकिस्तान हाय कमिशनरकडील पार्टीत तिनं मला पाहिलं. लगेच ती उठून माझ्याजवळ आली. पण तिला पाहताच मी उठून दुसरीकडे जाऊन बसलो.

"अच्छा, म्हणजे अजूनही हे असंच आहे, तर..." असं पुटपुटत ती फुरंगटून बसून राहिली.)

'यूथ टाइम्स' फार काळ चाललं नाही. परत एकदा अनीस बेकार झाली. त्यानंतर प्रथमच काही तरी वैचारिक लेखन करावं, असा तिनं विचार केला. लेखनक्षेत्रात तिला चांगली गती होती. ती सुस्पष्ट, सरळ आणि विचारप्रवर्तक लेखन करीत असे. ते पाहून अनेकांना धक्का बसला. आमचा परत समेट कसा काय झाला, ते काही आठवत नाही. पण १९८४ च्या जून महिन्यात भारतीय सेनेनं 'ऑपरेशन ब्लू स्टार' च्या अंतर्गत अमृतसरमध्ये जो काही गोंधळ घातला होता, तो प्रत्यक्ष पाहण्यासाठी माझ्याबरोबर तीही आली होती. खरं म्हणजे, मी शीख आणि अनीस ही शियापंथीय मुस्लिम. पण आम्ही ज्या मंदिराला भेट देत होतो, तिथं प्रत्येक वेळी देवापुढं फुलं, पैसे वगैरे ठेवत होती अनीस. धर्माच्या बाबतीत तिच्या मनात कोणताही दुजाभाव नाही.

अनीसला मतलबी म्हणणं, दुसऱ्याचे उपकार घेणारी, अशी नावं ठेवणं, हा मात्र तिच्यावर अन्याय होईल. 'टाइम्स ऑफ इंडिया'तून प्रसिद्ध होणारे तिचे स्तंभ उभ्या भारतात सर्वजण वाचत. तिची पुस्तकं, पेंग्विन-वीकिंगनं प्रकाशित केली. `Unveiling India' हे तिचं पुस्तक बरंच गाजलं. त्याच्या कित्येक आवृत्त्या निघाल्या. त्या निमित्तानं अनीसकडे अनेक संधी चालून आल्या. संयुक्त राष्ट्र संघातर्फे तिला एक सुवर्णसंधी मिळाली. आशियातील स्त्रियांच्या परिस्थितीसंबंधी तिला एक अभ्यासपूर्ण पुस्तक लिहिण्यास सांगण्यात आलं. कैरो येथे 'लोकसंख्या' या विषयावर संयुक्त राष्ट्रसंघाची जी परिषद झाली, तिथं ते पुस्तक प्रकाशित करण्यात आलं. अनीस सध्या पॅरिसला युनेस्को (UNESCO) मध्ये आशियाई स्त्रियांची प्रतिनिधी म्हणून काम करते.

येणाऱ्या कित्येक पिढ्या अनीस जंगची पुस्तकं वाचतील. ती गेल्यानंतरही लोक तिचं नाव काढतील. मी, अनीससारखी दुसरी कुणी स्त्रीच अजून पाहिली नाही, एवढंच फक्त तिच्याविषयी मी म्हणू शकेन. अनीस जंग हिलाच मुख्य व्यक्तिरेखा कल्पून एखादी कादंबरी लिहावी, असा मोह मला पडतो.

★

६

धर्मा कुमार

मला भेटलेल्या इतर कोणत्याही स्त्रीपेक्षा चैतन्यानं रसरसलेली धर्मा. तिनं मला 'आऊट' करून टाकलं.

धर्मानं कितीही उदासीनता (आणि जवळजवळ तुच्छता) दाखवली, तरीही मी मात्र तिचा चाहताच राहिलो. परदेशी असताना मी तिला लांबलचक, काव्यात्म पत्रं पाठवत असे. तिची उत्तरं मात्र त्रोटक आणि अतिशय गद्य असायची. मी धर्मासाठी अक्षरशः वेडापिसा झालो होतो. त्या वेळी माझी दुसरी कादंबरी मी तिलाच अर्पण केली.

सुमारे तीस वर्षांपूर्वीची गोष्ट. दुपारच्या वेळी कुणाच्या तरी बगिच्यामध्ये आयोजित केलेल्या एका मेजवानीत माझी धर्मा कुमार व तिचे पती लवराज कुमार यांच्याशी भेट झाली. लवराज हे बर्मा शेल कंपनीत वरिष्ठ अधिकारी होते, तर धर्मा केंब्रिज विद्यापीठात डॉक्टरेटच्या शोधनिबंधावर काम करत होती.

मी आजवर पाहिलेल्या कोणत्याही स्त्रीपेक्षा धर्मा चैतन्यानं रसरसलेली होती. तिचे डोळे चमकत होते, पावलं पदन्यास करत होती, हात चंचल होते. ती उत्कृष्ट नकलाकार होती. दुसऱ्याची चेष्टा करणं, हा तिच्या आवडीचा विषय. माझी तर तिनं पुरी विकेटच घेतली. धर्माला भेटल्यानंतरचे काही दिवस मी फक्त तिच्याविषयीच बोलत होतो. तिच्या ओळखीच्या लोकांना गाठून मी तिच्याविषयी, तिच्या भूतकाळाविषयी शक्य तेवढी माहिती गोळा केली.

लवराज उत्तर प्रदेशातील बनिया होता. सुप्रसिद्ध घराण्यातील होता. त्यानं ऱ्होड्स शिष्यवृत्ती, तसंच, ऑक्सफर्ड विद्यापीठाची पदवी संपादन केली होती. धर्मा दाक्षिणात्य ब्राह्मण होती. पुण्याच्या नॅशनल केमिकल लॅबोरेटरीचे प्रमुख विख्यात शास्त्रज्ञ डॉ. वेंकटरमण यांची ती एकुलती एक कन्या.

धर्मा आणि लवराज यांची केव्हा, कुठं, कशी भेट झाली, दोघांनी लग्न करायचं कसं काय ठरवलं, याचा मला थांगपत्ता लागला नाही. परंतु धर्माच्या मित्रमंडळींकडून मला तिच्याविषयी एक गोष्ट समजून चुकली. शैक्षणिक क्षेत्रात ज्या व्यक्तींनं भरघोस यश संपादन केलं असेल, अशा व्यक्तींबद्दल धर्माला आत्यंतिक आदर होता. तिच्या नजरेत भरण्याएवढी उंची गाठायची असेल, तर आपल्याजवळ किमान एखाद्या अतिशय मान्यताप्राप्त विद्यापीठाची पदवी आणि तीही प्रथम श्रेणीसह असायला हवी. धर्माचे अनेक नातेवाईक, तसेच, तिच्या कौतुकाला पात्र झालेले पुरुष ऑक्सफर्ड अथवा केंब्रिजची प्रथम श्रेणी मिळवून पुढं सरकारी नोकर किंवा प्राध्यापक झाले आहेत.

लवराजनं ऱ्होड्स शिष्यवृत्ती प्राप्त करून धर्माच्या नजरेत चांगलीच उंची गाठलेली होती. मात्र लवराजच्या एका गोष्टीबाबत ती नाराज होती. आजवर ज्या कंपनीत इंग्रजांचं वर्चस्व चालत आलेलं होतं, अशा एका कंपनीत लवराजनं नोकरी पत्करली होती. कंपनीचा बडा साहेब सिनबड सिनूक्लेअर व त्याची हुकुमत

गाजवणारी पत्नी इलियानोर या दोघांचाही लवराज खूप आवडता होता. या दोघांशीही धर्मा अगदी जाणूनबुजून उर्मटपणं वागत असे.

हे सिन्क्लेअर पतिपत्नी आमचेही मित्र होते. इलियानोर तर माझी अत्यंत जिवलग इंग्लिश मैत्रीण. मुंबईला समुद्राकाठी असलेल्या तिच्या बर्मा शेल मॅन्शनमध्ये मी एकदा राहिलो होतो. सेंट्रल लंडनला अल्बियन स्ट्रीटवर तिचं घर होतं. तिथंही मला अगदी घरच्यासारखं वाटे. तिचा पती, मुलंबाळं, यांच्याशी माझी चांगली दोस्ती होती. इलियानोरनं माझ्यावर हुकुमत गाजवलेली मला आवडत असे. याउलट, धर्मा आणि माझी पत्नी या दोघींनाही तिचं हे वागणं सहन होत नसे.

धर्माच्या प्रचंड मोठ्या मित्रपरिवारात समावेश होण्यासाठी आवश्यक ती विद्वत्ता, शैक्षणिक पात्रता, खरं तर, माझ्याजवळ नव्हती. मी तिच्या सौदर्यामुळं मोहित झालो होतो. पण ती नाकीडोळी रेखीव नव्हती. अप्रतिम बांधेसूद वगैरेही नव्हती. मेकअपच्या किंवा सुगंधी अत्तरांचा तिला मुळीच शौक नव्हता. पण तिचं चैतन्यानं रसरसलेलं, उत्फुल्ल रूप मला मोहवून टाकायचं. ती अस्वस्थपणे सारखी चुळबूळ करत असायची. हातपाय कायम अस्थिर असायचे. तिला प्राण्यांमध्ये बिलकुल रस नव्हता. पुरुषांचा स्पर्श झालेला तर तिला अजिबात चालत नसे. माझं बोलणं आणि वागणं धर्मा चालवून घेत असे, याचं एकमेव कारण होतं. मी धर्मावर स्तुतिसुमनांची नुसती उधळण करत असे. आमचं एकतर्फी प्रेमप्रकरण होतं, म्हटलं, तरी चालेल.

काही दिवसांत आम्ही लवराज कुटुंबीयांना आमच्या घरच्या छोट्या पार्ट्यांना बोलवायला सुरुवात केली. पार्टीत धर्मा नेहमी सर्वांचं लक्ष स्वतःकडे वेधून घ्यायची. तिचा पती मात्र शांत, मृदू स्वभावाचा आणि जरा मागे राहणारा होता. तो माझ्या मुलीला व पत्नीला फार आवडत असे. हिवाळ्याच्या दिवसांत आमचा हा मित्रमंडळींचा ग्रूप पहाटे लवकर उठून मोटारीनं सहलीला जाऊ लागला. दिल्लीच्या जवळपास वीस ते पंचवीस मैलांच्या परिसरात आम्ही जायचो. या ग्रूपमध्ये कुमार पतिपत्नी व त्याची मुलगी राधा यांचाही समावेश असे.

आमच्या ग्रूपमध्ये इव्हान चार्लटन ('द स्टेट्समन' चा संपादक) त्याची पत्नी जॉय व मुलगी व्हिक्टोरिया, हेरी क्रूम जॉन्सन (ब्रिटिश कौन्सिलचा मुख्य) आणि त्याची पत्नी जेन व प्रेम किरपाल हेही असत. पण आमच्या ग्रूपमधील सर्वांत महत्त्वाचा सदस्य म्हणजे आमचा जर्मन शेपर्ड जातीचा कुत्रा– सिम्बा. बाहेर मोकळ्या वातावरणात त्याच्या आनंदाला उधाण येत असे. तो मग सशांच्या, मोरांच्या नाही तर गाईंच्या कळपाच्या मागे धावत सुटायचा. आम्ही वाटेत थांबून कॉफी प्यायचो, सँडविचेस् खायचो आणि खडकाळ भागातून, नाही तर यमुनेच्या काठावरच्या शेतांमधून पायी भ्रमंतीला निघायचो.

दोन-तीन तास आमची अशी भ्रमंती चालायची. मग मात्र जिथं तळ ठोकला असेल, त्या जागी परत यायचं, थंडगार बीअरचा आस्वाद घेत निवांत बसायचं. रविवारी सकाळी केलेली ही पदभ्रमंती प्रचंड उत्साहवर्धक असायची. मी सहलीत मुद्दामच धर्माच्या आजूबाजूला घुटमळत असे. तिला अर्थशास्त्रात विशेष रस होता, त्यामुळं अर्थशास्त्रातील तज्ज्ञ व्यक्तींबद्दल तिला प्रचंड आदरभाव होता. अर्थात अर्थशास्त्र आणि अर्थशास्त्रज्ञ या दोहोंविषयी मला गंधही नव्हता.

धर्मा माझ्याबद्दल जी काही उदासीनता, किंबहुना जराशी तुच्छता दाखवायची, त्यामुळं मी कधीही खचून गेलो नाही. मी तिचा कायम चाहताच राहिलो. परदेशी गेल्यानंतर मी तिला प्रदीर्घ, काव्यात्म पत्रं पाठवत असे. तिची उत्तरं मात्र नेहमी गद्य, त्रोटक स्वरूपाची असत. मी जेव्हा तिच्यासाठी आत्यंतिक वेडापिसा झालो होतो, तेव्हा मी माझी दुसरी कादंबरी तिलाच अर्पण करून टाकली. रॉबर्ट ब्राऊनिंग या सुप्रसिद्ध कवीच्या कवितेतून घेतलेल्या काव्यपंक्ती वापरून मी केलेली ती अर्पणपत्रिका अशी होती :

Paracelsus : "... I am that aspired to know; and thou?"

Aprile : I would love infinitely and be loved.

To Dharma, who aspires to know

धर्माविषयीच्या माझ्या भावनांचा मी हा असा जाहीरनामा मांडलेला पाहून ती अस्वस्थ झाली. माझी ती कादंबरी वाचण्याचे कष्ट धर्मानं बहुधा घेतले नसावेत. ती कादंबरीच काय, पण मी लिहिलेलं काहीही तिनं वाचलं नसेल. मी अगदी सुमार बुद्धीचा आहे, अशी तिची धारणा होती; आणि अर्थात तसाच तर मी होतो.

धर्मा आणि माझ्यामध्ये वैमनस्य येण्यास एक अगदी क्षुल्लक घटना कारणीभूत झाली. एक दिवस आम्ही आणि लवराज कुटुंबीय एकत्र जेवण घेत होतो. परदेशातील कुठल्याशा संस्थेकडून धर्माला भाषणासाठी निमंत्रण आलं होतं. काही तथाकथित विद्वान लोकांना परदेशी विद्यापीठांकडून स्वतःला निमंत्रण लावून घेण्याची फार हौस असते. पण प्रत्यक्षात मात्र तिथं जाऊन लोकांना देण्यासारखं काहीही ज्ञान स्वतःजवळ नसतं. असल्या लोकांची धर्माला अतोनात चीड होती.

आपल्याला कुठल्याशा ब्रिटिश (किंवा अमेरिकन) विद्यापीठातून भाषणाला बोलावणं आलं असल्याचं सहज जाता जाता धर्मानं मला सांगितलं. मी केवळ गंमत करण्याच्या उद्देशानं म्हणालो,

"अरे, वा, तू कसं काय बोलावणं लावून घेतलंस?"

धर्मा रागानं लाल होऊन म्हणाली,

"मला हे असलं बोलणं खपत नाही. मी कुणाकडून कधी बोलावणं लावून घेत नसते."

तिच्या संतापाचा हा उद्रेक आम्हांला पूर्णपणे अनपेक्षित होता, मला आणि जेवायला बसलेल्या सर्वांना. वातावरण एकदम शांत झालं. सगळ्या पार्टीचा विचका झाला.

या अशा पद्धतीनं, काही कारण नसताना, कुणी माझ्यावर राग काढला, तर ते मला सहन होत नाही. मी सुन्न झालो. या प्रसंगानंतर धर्माशी कोणत्याही प्रकारानं संपर्क ठेवायचा नाही, असा मी पण केला.

तिला फोन करणं मी बंद केलं. रविवार सकाळच्या आमच्या भ्रमंतीसाठी आता आमच्याकडून धर्माला निमंत्रण जात नसे. मी तिच्या अशा संतापण्यामुळं तिच्यावर रागावलो आहे, हे बहुधा धर्माला जाणवलं असावं. स्वतःच्या वागण्याबद्दल क्षमा मागणं तिच्या स्वभावात बसणारं नव्हतं. परंतु आपण एक निस्सीम भक्त, एक चाहता गमावल्याचं दुःख तिला झालं, हे निश्चित! आम्हां दोघांचा एक मित्र होता रामू. याच्याविषयी धर्माला फार आदर होता. समझोता करण्यासाठी तिनं रामूला माझ्याकडं पाठवलं. मी धर्माशी अचानक संबंध तोडल्याचं तिला फार दुःख वाटत असल्याचं रामूनं हळुवारपणं माझ्या कानांवर घातलं. मी त्यावर काही भाष्य केलं नाही.

त्यानंतर काही महिन्यांनी आमच्या भेटीगाठी पूर्ववत सुरू झाल्या. पण त्यात पूर्वीसारखा रंग भरेना. अंतर्यामी, खोलवर मी कुठं तरी दुखावला गेलो होतो. ही जखम परत भरून येण्यासारखी नव्हती. धर्मापेक्षा लवराज आणि त्यांची मुलगी राधा यांच्याशी मला अधिक जवळीक वाटू लागली.

आमचं एकमेकांच्या घरी जाणं येणं, एकत्र जेवणं सुरू झालं खरं. पण धर्माशी बोलताना मी शब्द फार जपून, तोलून मापून वापरत असे. न जाणो, आपल्या तोंडून एखादा शब्द जायचा आणि परत धर्माच्या संतापी स्वभावाचा उद्रेक व्हायचा. त्यानंतर एका प्रदीर्घ आजारात धर्माच्या आईचं दिल्लीला निधन झालं. तेव्हा मी धर्माला पत्र लिहिलं आणि आम्ही तिच्या सांत्वनाला गेलो.

एव्हाना लवराजनं बर्मा शेलमधील नोकरी सोडून पेट्रोलियम मिनिस्ट्रीत सचिव म्हणून सरकारी नोकरी धरली होती. आपला पती कसा असावा, याबद्दल धर्माच्या मनात काही विशिष्ट कल्पना होत्या. आता त्या लवराजनं साकार केल्या होत्या. विलिंग्डन क्रेसेंटमध्ये एक भला मोठा बंगला त्यांना राहण्यासाठी मिळाला होता. बंगल्याभोवती तीन एकर बाग होती.

लवराजला बागकामाची आवड होती. विशेषतः ब्रोकूली, ब्रुसेल्स स्प्राऊट्स, ॲस्पॅरॅगस, अशा परदेशी भाज्या पिकवण्याची तर त्याला फारच हौस होती. आता ही आपली हौस त्यानं पुरी करण्यास सुरुवात केली. आम्ही कधीही त्यांच्या घरी गेलो, तरी परत येताना त्याच्या बागेतल्या भाज्या आम्हांला भेट मिळत.

आपल्या नवऱ्याच्या वरिष्ठांचं, सरकारातील मंत्र्यांचं आगत स्वागत करणं, त्यांची खुशामत करणं हे धर्माच्या स्वभावधर्माच्या विरुद्ध होतं. अजूनही तिच्या मित्र परिवारात बुद्धिमंतांचा, विद्वानांचाच समावेश असायचा. कुठला ना कुठला तरी नामवंत परदेशी प्राध्यापक भारतभेटीला आलेला असला, की त्याच्या सन्मानार्थ धर्माच्या घरी पार्टी असे. मग त्या प्रमुख पाहुण्यांना तोडीस तोड असे भारतीय लोक शोधून काढून ती त्यांना खास निमंत्रण द्यायची. धर्माचे काही आवडते लोक म्हणजे एल्. के. झा, प्रोफेसर के. एन्. राज आणि रामस्वामी.

सत्तेवर असलेल्या लोकांविषयी धर्मा उदासीन होती. मात्र लोकांना घरी बोलावून उंची, स्वादिष्ठ पक्वान्नं खाऊ घालणं, हा तिच्या आवडीचा छंद होता. त्यासाठी ती स्वतः कधी स्वयंपाकघरात पाऊल टाकण्याचे कष्ट घेत नसेलही. पण ती उत्तमोत्तम आचाऱ्यांना नोकरीवर ठेवायची. धर्माचा पती मंत्रालयात उच्चपदस्थ अधिकारी होता. शिवाय घरचा सधन होता. (धर्माप्रमाणे तोही एकुलता एक होता.) पण तरीही, रोजच्या रोज स्कॉच व्हिस्की पुरवणं त्यालाही जमायचं नाही.

ड्रिंकविषयीचे माझे नखरे धर्माला चांगलेच ठाऊक होते. मला जेवणाचं निमंत्रण द्यायची वेळ आली, की धर्मा सरळसरळ चिठ्ठी लिहून पाठवायची :

"के. सिंग, तुम्ही आणि सरदारनी (म्हणजे माझी पत्नी) जेवायला या. माझ्याकडे स्कॉच नाही, त्याबद्दल माफ करा. खरं सांगायचं, तर मला त्याची पर्वा नाही. आमच्या घरी जे काही असेल, ते तुम्हांला चालवून घ्यावं लागेल."

हे असलं निमंत्रण जर दुसऱ्या कुणी पाठवलं असतं, तर मी म्हणालो असतो, 'नो, थँक यू.'

किंवा विचारलं असतं,

"मी माझी स्कॉच घेऊन आलो, तर चालेल का?"

पण धर्माच्या बाबतीत हे असलं स्वातंत्र्य घेण्यात काही अर्थ नव्हता. मी लवराजनं ग्लासात ओतलेल्या भारतीय व्हिस्कीचा घुटका घेऊन म्हणायचो,

"ही भारतीय व्हिस्की आहे, हे तुम्ही सांगताय्, म्हणून, नाही तर मला काही कळलं नसतं हं."

हे अर्थात खरं नसायचं.

लवराज सरकारी नोकरीतून निवृत्त झाला. विलिंग्डन क्रेसेंटमधला तो भला मोठा बंगला त्यांना सोडावा लागला. सुंदरनगरमध्ये लवराजचा स्वतःचा एक छानसा फ्लॅट होता. तो त्यानं कुणाला तरी भाड्यानं दिला होता. गरज पडली, तर तो फ्लॅट तत्काळ खाली करून देण्याचं भाडेकरूनं कबूलही केलं होतं. पण प्रत्यक्षात मात्र त्या भाडेकरूला हुसकून लावायला लवराजला दहा वर्षं लागली.

त्यानंतर त्या फ्लॅटचं नूतनीकरण चालू असताना त्यांनी आम्हांला घरी बोलावलं.

त्यांच्याकडं स्कॉच नव्हती, पण धर्मा मात्र नेहमीसारखी उत्साहानं सळसळत होती. राधानं त्यांच्या अपेक्षेइतकं यश मिळवलेलं नव्हतं. ती स्वतंत्र राहत होती. आपली मुलगी स्वतःच्या मनाप्रमाणे, स्वतंत्र आयुष्य जगते आहे, या गोष्टीशी धर्मानं एव्हाना मिळतंजुळतं घेतलं होतं. त्यामुळं नाइलाजानं, नाराजीनं का होईना, लवराजनं ते पटवून घेतलं होतं. आपल्या मुलीच्या करीअरच्या विषयावर कुणी दुसऱ्यानं भाष्य केलेलं धर्मा आणि लवराज या दोघांनाही खपत नसे. या बाबतीत दोघं हळवे होते. मला, खरं म्हणजे, राधा फार आवडायची. पण तरी तिच्याविषयी तोंडातून एक अक्षर सुद्धा काढण्याची माझी हिम्मत झाली नाही. न जाणो, धर्मा संतापली, तर... अशी भीती मनात कायमची बसली होती.

काही महिन्यांपूर्वीची गोष्ट. मला सकाळी कुणाचा तरी फोन आला. लवराजला एस्कॉट्स हॉस्पिटलमध्ये हलवलं होतं. अतिदक्षता विभागात ठेवलं होतं. काही मिनिटांत त्याच व्यक्तीचा परत फोन आला. हृदयविकाराच्या तीव्र झटक्यानं लवराजचं निधन झालं होतं. अंत्यसंस्कार त्याच दिवशी दुपारी होणार होते.

विद्युद्दाहिनी असलेल्या स्मशानभूमीत प्रचंड गर्दी जमली होती. मी राधाला जवळ घेतलं आणि मला अश्रू आवरेनात. अखेर राधानंच माझं सांत्वन केलं. मी त्या गर्दीत नजरेनं धर्माचा शोध घेऊ लागलो. पण धर्मा तिथं आलेलीच नव्हती, असं मला लवराजच्या काकांनी, धरमवीर यांनी सांगितलं.

दुःखाचं जाहीर प्रदर्शन तिला सहन होण्यासारखं नव्हतं. शोक ही तिच्या दृष्टीनं अत्यंत वैयक्तिक बाब होती.

त्यानंतर जेव्हा कधी आमची गाठ पडली, तेव्हा एकमेकांना एकदा जेवायला बोलवायचं, असं आम्ही ठरवलं. पण आम्हां दोघांपैकी कुणीही ती गोष्ट प्रत्यक्षात आणलेली नाही.

★

७

निर्मला मथ्थन

आम्ही दोघं यात्रेला निघालेले पिता व पुत्री आहोत, असं आमच्या भोवतालच्या लोकांना वाटलं. मला अगदी तृप्त, निवांत वाटत होतं.

मी अत्यंत आनंदात होतो.
निर्मलाची एक मैत्रीण तिथं आली आणि निर्मलाच्या सर्व कुटुंबीयांना ऐकू जाईल, असं मोठ्या आवाजात म्हणाली,
"तुम्हां दोघांचा जोडा अगदी छान शोभतो हं. सुखी, तृप्त नवरा-बायको असल्यासारखे दिसता."
हे ऐकून निर्मलाला फार अवघडल्यासारखं झालं. ती लाजली.
मी विरोध करत म्हणालो,
"ती माझ्या मुलीहून लहान आहे. असलं काही तरी कसं काय बोलता तुम्ही?"
पण ती स्त्री हट्टानं परत म्हणाली,
"तुमच्या वयांतला फरक काही का असेना, तरी पण तुम्ही नवरा-बायको असल्यासारखेच दिसता."

माझी आणि निर्मला मथ्थनची पहिली भेट केव्हा, कुठं झाली, ते काही नीटसं आठवत नाही. कदाचित १९७० सालच्या सुरुवातीला मुंबईत एखाद्या पार्टीच्या निमित्तानं आम्ही भेटलो असू. तसं मी तिला अनेकदा मुंबई दूरदर्शनवर बातम्या देताना, वृत्तचित्र सादर करताना पाहिलं होतं. तिचा चेहरा फोटो काढण्यासाठी उत्कृष्ट होता. तिचा आवाज जरासा बसका, पण कानाला अत्यंत सुखद वाटायचा.

गुरू गोविंदसिंगांच्या ३०० व्या जयंतीच्या निमित्तानं शीख धर्माचा उगम आणि त्याची त्यानंतर झालेली प्रगती या विषयावर काही कॅसेट्स काढायच्या होत्या. गुरू गोबिंदसिंग फाऊंडेशनतर्फे या कामासाठी माझी नेमणूक झाली होती. मी त्याचं निवेदन लिहून काढलं. गुरुबानीमधील काही निवडक वेचे भाषांतरित करून, त्यांचाही मी त्या निवेदनात समावेश केला होता. त्यांचं वाचन करण्यासाठी निर्मलाचा आवाज वापरावा, असा मी विचार करून तिला त्याविषयी विचारलं.

नंतरचे सुमारे पंधरा दिवस, रोज सकाळी, ध्वनिमुद्रण स्टूडिओत त्या गद्य वेच्यांचं वाचन करण्यात आणि त्याच्या जोडीनं सिंधी स्त्रिया व शीख गायकांनी केलेल्या कीर्तनाचं ध्वनिचित्रण करण्यात आम्ही एकत्र घालवले.

पॉलीडॉर कंपनीनं अशा चार कॅसेट्स तयार केल्या व त्या "Sikhism through the Songs of the Gurus' (गुरूंच्या भजनांद्वारे शीख धर्म) या नावानं बाजारात आणल्या. फाऊंडेशनचे अध्यक्ष सरदार उज्ज्वल सिंग, त्या वेळचे तामिळनाडूचे राज्यपाल हे त्यावर फारच खूश झाले. आपला जन्म ज्या धर्मात झाला, त्यासाठी आपण हा उपक्रम केला, या गोष्टीचं प्रचंड मानसिक समाधान मला तेव्हा मिळालं. याखेरीज मी निर्मला मथ्थनची मैत्री संपादन केली.

निर्मलाच्या अंगी असलेल्या एका गुणवैशिष्ट्यामुळं मी अगदी थक्क झालो. वास्तविक ती स्वतः सीरियन ख्रिश्चन धर्माची, शिवाय अत्यंत धार्मिक. पण तरीही गुरुबानीमधील उतारे वाचताना तिनं त्यात अक्षरशः प्राण ओतले होते. केवळ एक काम म्हणून, यांत्रिकपणं ते तिनं सादर केलं नव्हतं. आपल्या सर्व भावभावना तिनं पणाला लावल्या होत्या.

आम्ही त्यानंतर दुपारच्या जेवणाच्या निमित्तानं भेटू लागलो. कधी तरी ती माझ्या घरी यायची, क्वचित माझ्यासोबत एखादं ड्रिंकही घ्यायची. अगदी खरं

सांगायचं, तर मला ती जराशी नीरस वाटायची. केवळ माझ्या प्रश्नांना उत्तर देण्यापलीकडं ती विशेष काही बोलत नसे. निर्मला मला फार आकर्षक भासायची. सावळी, चमकदार बदामाकृती डोळ्यांची ती नैतिक बाबींमध्ये अत्यंत काटेकोर होती. अशा आमच्या अनेक भेटी झाल्या. त्या भेटींमधून, संभाषणाच्या निमित्तानं तिच्या भूतकाळाविषयी माहिती कळत गेली. हे धागे मी एकत्र जुळवले.

जनरल आणि मिसेस् पी. टी.जोसेफ यांच्या चार अपत्यांपैकी एक म्हणजे निर्मला. ती आपल्या वडिलांची खरीखुरी भक्त होती. निर्मलाचे वडील इंडियन मेडिकल सर्व्हिसेस्‌मध्ये होते. निर्मलाचा जन्म त्रिवेंद्रमचा. पण ती फारशी कधी तिथं राहिली नाही.

वडिलांच्या बदल्या व त्यांच्याबरोबर साऱ्या कुटुंबाची या गावाहून त्या गावाला भ्रमंती चालू होती: कोहट, रावळपिंडी, पुणे, देवळाली, आग्रा आणि अखेर दिल्ली. त्यामुळं निर्मलानं एकूण नऊ शाळा बदलल्या. अखेर दिल्लीच्या जीझस अँड मेरी कॉन्व्हेन्टमधून ती सीनियर केंब्रिज उत्तीर्ण झाली. पुढं मिरांडा हाऊसमधून तिनं इंग्रजी साहित्य हा प्रमुख विषय घेऊन पदवी प्राप्त केली. त्या जोडीला तिनं फ्रेंच भाषेचा डिप्लोमा केला व त्यात दिल्ली विद्यापीठात प्रथम क्रमांक मिळवला.

अगदी लहानपणापासून संगीत व नाट्य या क्षेत्रांत निर्मलाला कायमस्वरूपी अभिरुची होती. ती चर्चमध्ये, तसंच, रंगभूमीवर गात असे. त्याशिवाय ती व्हॉयोलिनही वाजवत असे. तिच्या घरी मी एकदा जेवायला गेलो होतो, तेव्हा त्यांच्या दिवाणखान्यात मला पियानो दिसला होता.

निर्मलाच्या या दोन्ही छंदांचा तिच्या संपूर्ण करीअरवर सखोल परिणाम झाला. ती ऑल इंडिया रेडिओवर आपल्या आवाजाची चाचणी देण्यासाठी गेली होती. त्या वेळी तिचा आवाज ऐकून, या क्षेत्रातील एक मान्यवर तज्ज्ञ श्री. मेलव्हिल डिमेलो यांनी तिला सांगितलं होतं,

"तू एक अभिजात निवेदिका आहेस."

निर्मलाचं गायन, अभिनय, दिल्लीतील विविध कार्यक्रमांचं सूत्रसंचालन, इत्यादी कार्यक्रम चालूच होते. अशात एक दिवस तिच्या आई-वडिलांनी तिच्यासाठी एक स्थळ आणलं.

बालू मथ्थन हा मुंबईत राहणारा तरुण इंजिनीअर. मुंबईतील एका मोठ्या मारवाडी कंपनीत तो नोकरीला होता. बालूही अर्थात सीरियन ख्रिश्चन होता. त्याला भरपूर पगार होता. शिवाय त्याचा स्वतःचा फ्लॅट होता. दोघांनी विवाह केला.

निर्मलानं आजवर मला तिचं वय, जन्मतारीख, लग्नाचं साल वगैरे कधीही सांगितलेलं नाही. तिला स्वतःच्या सौंदर्याचा अतोनात अभिमान आहे. आणि तो सार्थच आहे. (बेहराम कॉंट्रॅक्टर ऊर्फ 'बिझी बी' यानं त्याच्या माहितीतील पाच सुंदर

स्त्रियांमध्ये निर्मलाची गणना केली आहे.) कुणी कल्पनाही करू शकणार नाही, इतकी ती सुंदर दिसते.

दोन गोष्टींच्या आधारावर मी निर्मलाच्या वयाचा मनातल्या मनात हिशेब जुळवला. एक म्हणजे, तिची दोन मोठी मुलं उदय आणि पौर्णिमा; आणि दुसरं म्हणजे, एकदा संभाषणात निर्मलानं अजाणता स्वतःच्या लग्नाला तीस वर्षांहून अधिक काळ लोटला असल्याचा उल्लेख केला होता.

माझ्या अंदाजानं तिची पन्नाशी नुकती उलटली असेल. ती आपल्या मुलीच्या मोठ्या बहिणीसारखी दिसते. निर्मला आपले केस रंगवत तर नसेल? अशी उत्सुकता वाटून मी एकदा तिचे केस नीट निरखून पाहिले होते. आजपर्यंत तिच्या डोक्यात मी एकही रुपेरी बट पाहिलेली नाही.

पुढं मी मुंबई सोडून दिल्लीला येण्यासाठी निघालो. तेव्हा निर्मलानं तिचा एक मोठा फोटो माझ्याबरोबर नेण्यासाठी मला दिला. नंतर एकदा ती दिल्लीला आली असताना मी तिला माझ्या घरी जेवणाचं निमंत्रण दिलं.

ती येणार होती, त्या दिवशी सकाळी मुद्दाम तिचा तो फोटो काढून मी माझ्या अभ्यासिकेतील टेबलाच्या काचेखाली, सहज नजरेस पडावा, अशा बेतानं लावून ठेवला. ती आल्यानंतर मी तिला अभ्यासिकेत घेऊन आलो. निर्मलाविषयी मला किती आस्था आहे, हे तिला दाखवण्यासाठी मी त्या फोटोकडं बोट दाखवून म्हणालो,

"हे बघ, निर्मला, मी तुला कुठं ठेवलंय्, ते!"

पण माझी लबाडी तिच्या लक्षात आली.

"तुम्ही थापा मारत आहात," ती म्हणाली, "तुम्ही तो फोटो आज सकाळी त्या जागी लावला आहे. मला काही तुम्ही इतक्या सहजासहजी फसवू शकणार नाही."

आमचा पत्रव्यवहार तुरळक होता. निर्मलाचे वडील फार आजारी होते, त्यांना भेटायला ती केरळला निघाली होती. तिनं मला पत्रातून तसं कळवलं. ती त्रिवेंद्रम का कोचीन जिथं कुठं गेलेली होती, तिथं फोन करून मी तिच्या वडिलांच्या प्रकृतीची चौकशी केली. काही दिवसांनंतर त्यांचं निधन झालं. निर्मला मनानं खचून गेली. तिचे वडील त्यांच्या नोकरीत अतिशय वरच्या पदाला पोहोचले होते. निवृत्त झाल्यानंतर त्यांनी गोरगरिबांसाठी मोफत दवाखाना सुरू केला होता; आणि असं असून सुद्धा प्रचारमाध्यमांनी त्यांची कधी काही दखल घेतली नव्हती, याचं तिला दुःख झालं. स्थानिक वृत्तपत्रात त्यांच्याबद्दल चार ओळी छापून आल्या होत्या, तेवढ्याच.

'तुझ्या वडिलांचा फोटो आणि त्यांची संपूर्ण माहिती माझ्याकडे पाठव,' असं मी निर्मलाला कळवलं. त्यानुसार तिनं पाठवताच मी माझ्या स्तंभात जनरल जोसेफ

यांना आदरांजली वाहिली. निर्मलाच्या बाबतीत एक गोष्ट फार सरळ आणि सोपी होती. (आणि आहे.) आपल्या वडिलांबद्दल जी व्यक्ती चांगलं बोलेल, त्या व्यक्तीवर निर्मला प्रेमाचा वर्षाव करते.

मी ज्या वेळी मुंबईला जात असे, तेव्हा मी आवर्जून निर्मलाला माझ्याबरोबर जेवणाचं निमंत्रण देत असे, मी आधी म्हटलं, त्याप्रमाणे तिला कधीही सोबत येण्याचं निमंत्रण द्यायचं, म्हणजे अवघडल्यासारखं होत असे. मी निर्मलाला लागोपाठ एकामागोमाग एक प्रश्न विचारत असे. ती त्यांची उत्तरं देऊन गप्प होई. त्यापलीकडं स्वतः होऊन ती काहीच बोलायची नाही. जर कधी माझ्याकडचे प्रश्न संपून गेले, तर मग जी काही शांतता पसरायची, त्यानं माझा जीव दडपून जात असे.

एकाच गोष्टीनं निर्मला खुलायची. ती गोष्ट म्हणजे संगीत. पाश्चात्त्य, शास्त्रोक्त संगीत व पॉप संगीत असं दोन्ही प्रकारचं. मी एअर इंडियाच्या विमानानं परदेशी गेलो आणि खुर्चीत बसल्यावर संगीताचा आस्वाद घेण्यासाठी इयरफोन कानात घातले, की आता काय ऐकायला मिळणार आहे, त्याविषयी निर्मलाचा ध्वनिमुद्रित आवाज मला सांगायचा. तो आवाज ऐकताना मला एक अनोखी जवळीक वाटत असे. तिच्यासाठी मी परदेशांतून पाश्चात्त्य संगीताच्या टेप्स आणायचो. माझी पुस्तकं तिला भेट म्हणून द्यायचो. स्त्रियांचा जिव्हाळा मिळवायचा असेल, तर त्यांना भेटवस्तूंच्या रूपानं लाच द्यावी लागते, असा माझा विश्वास आहे.

गेल्या खेपेला मी मुंबईच्या सी-रॉक हॉटेलात उतरलो होतो. मी निर्मलाला माझ्याबरोबर ड्रिंक्स व जेवण घेण्याचं निमंत्रण दिलं होतं. ठरल्याप्रमाणे ती आली. थोड्या वेळात माझे सगळे प्रश्न विचारून संपले. आता उरलेली संध्याकाळ घालवायची तरी कशी, अशी धास्ती मला मनातून वाटत होती. पण त्या दिवशी मात्र ओढून ताणून संभाषणाची गाडी पुढं ढकलण्याची वेळ माझ्यावर आली नाही. त्या उलट, ती संध्याकाळ फार उत्तम रीतीनं पार पडली.

हॉटेलात एक रेस्टॉरंट होतं. तिथं खास मासे व इतर सागरी खाद्यपदार्थांचे प्रकार मिळत. आम्ही तिथं पोचलो. ते रेस्टॉरंट रिकामंच होतं. एक गोवेकर व्हायोलिन-वादक एका जुन्या गाण्याची धून वाजवत बसला होता. त्याला कुणी श्रोता सुद्धा नव्हता. तो आमच्या टेबलापाशी आला आणि आमची काही खास फर्माईश आहे का, असं त्यानं विचारलं.

मला एका जुन्या गाण्याची धून आठवत होती : Red sails in the sunset, one day any prince will come, etc. त्यानं त्या ओळी वाजवल्या. आता निर्मलाला आवाज फुटला. मुक्त कंठानं ती त्याच्या साथीनं गाऊ लागली. आजूबाजूच्या खोल्यांमध्ये बसलेले लोक उठून आमच्यापाशी जमा झाले. थोड्या वेळात ती 'सी-फूड रूम' भरून गेली.

त्या व्हायोलिन-वादकाचा निर्मलाबरोबर फोटो घेण्यासाठी जनरल मॅनेजरनं खास फोटोग्राफर बोलावून आणला. हॉटेलतर्फे भेट म्हणून आम्हांला ड्रिंक्स पुरवण्यात आली. एकूण आमची संध्याकाळ चांगली यशस्वीरीत्या पार पडली.

निर्मलाचे पती सेवानिवृत्त झाले आणि मथ्थन कुटुंबीय बंगलोरला स्थायिक झाले. बंगलोरमध्ये रिचमंड हाऊस इथं त्यांचं वडिलोपार्जित घर आहे. मुंबईप्रमाणे मी आता कधीही बंगलोरला गेलो, तरी निर्मलाला मुद्दाम जेवणासाठी किंवा एकत्र चहा घेण्यासाठी बोलावून घेतो.

एका रविवारी निर्मलानं मला स्वतःच्या कुटुंबीयांबरोबर चर्चमध्ये येण्याचं निमंत्रण दिलं. पूर्वीही एकदा तिनं मला तिचं गाणं ऐकण्यासाठी मुंबईतील एका चर्चमध्ये नेलं होतं. त्या प्रसंगानंतर मात्र परत कधी चर्चमध्ये पाऊल ठेवण्याचा योग आलेला नव्हता, तो या वेळेस बंगलोरात आला. या खेपेला त्या चर्चमध्ये तरुण मुलामुलींना दीक्षा देण्याचा कार्यक्रम होता. एका गोष्टीचं मला खूप नवल वाटलं. निर्मलाचे पती व तिचा मुलगा आणि मुलगी या सर्वांना संगीतात तिच्याइतकाच रस होता. ते पाहून मी त्या कुटुंबाचं नाव 'गाणारे मथ्थन' असं ठेवलं होतं.

त्यांच्या कुटुंबात संगीताचा अजिबात शौक नसलेला केवळ एकच होता, तो म्हणजे त्यांचा गुबगुबीत कुत्रा ॲरिस्टॉटल ऊर्फ ॲरी. त्याला संगीताचं मुळीच प्रेम नव्हतं. पण त्याऐवजी तो आळीपाळीनं प्रत्येकाच्या मांडीवर चढून त्या व्यक्तीचं तोंड प्रेमानं चाटायचा.

निर्मलाचा मुलगा व मुलगी हे दोघंही ॲडव्हर्टायझिंग एजन्सीत नोकरीला आहेत. एका वर्षी बंगलोर ॲडव्हर्टायझिंग क्लबच्या वार्षिक स्नेहसंमेलनामध्ये मला पारितोषिक वितरणासाठी निमंत्रण आलं होतं. या समारंभाच्या वेळी मथ्थन कुटुंबीय खरेखुरे उत्साहाच्या भरात होते. त्या कार्यक्रमासाठी बरंचसं पार्श्वगायन उदय व पूर्णिमा या दोघांनी केलं होतं. त्या दोघांच्या गायनामुळं ॲडव्हर्टायझिंगच्या जगातील ती अत्यंत महत्त्वाची संध्याकाळ परिपूर्णत्वाला पोचली होती.

कार्यक्रम बराच लांबला होता. मी थकलो होतो. बोलल्यामुळं घसा सुकला होता. माझ्या वयोमानाच्या मानानं मला जरा जास्त कष्ट झाले असल्याचं निर्मलाला जाणवलं. तिनं माझ्यापाशी येऊन माझा हात पकडला आणि बँक्वेट हॉलच्या कोपऱ्यात मांडलेल्या सोफ्यावर बसण्यासाठी तिनं मला धरून नेलं. लवकरच जमलेल्या मंडळीचं लक्ष आमच्याकडं वेधलं. फोटोग्राफर्सचा, तसंच, निर्मलाच्या चाहत्यांचा आमच्या भोवती गराडा पडला. त्या सर्व कौतुकाच्या सोहळ्यात आम्हां दोघांना सोडून बालू (निर्मलाचा पती) जरा लांब उभा राहिला होता. मी एक भली मोठी बीअरची बाटली रिचवली होती. त्यावर थोडी स्कॉचही प्यायली होती. त्याचं बिल कुणी भरलं, देव जाणे.

एकंदर मी अत्यंत सुखात होतो. एवढ्यात निर्मलाची एक मैत्रीण पुढं आली. निर्मलाच्या सर्व कुटुंबीयांना ऐकू जाईल, इतक्या मोठ्या आवाजात म्हणाली,

“खूप तृप्त, समाधानात राहत असलेल्या पती-पत्नींसारखा तुम्हां दोघांचा जोडा छान शोभतोय्!”

ते उद्‌गार ऐकून निर्मलाला फार अवघडल्यासारखं झालं. ती कावरीबावरी झाली.

मी विरोध करत म्हणालो,

“ती माझ्या मुलीहूनही लहान आहे. तुम्हांला असलं काही म्हणावंसं तरी कसं वाटतं?”

पण स्त्री हट्टानं परत एकदा म्हणाली,

“वयांतला फरक काही का असेना, तरी तुम्ही दोघं पतिपत्नी असल्यासारखेच दिसता.”

मी जेवणघरातून निसटलो आणि काही न खाताच झोपी गेलो. ही इतकी स्तुती ऐकल्यानंतर जेवणाची गरजच नव्हती. मात्र नकळत त्या स्त्रीच्या हातून घडलेल्या त्या प्रमादाबद्दल निर्मलाच्या कुटुंबातील व्यक्तींचं काय मत झालं असेल, याची मला काळजी वाटत होती.

त्यांच्यापैकी कोणालाही काही वाटलं नाही. जणू काही घडलंच नसावं, अशा तऱ्हेनं आमचा पत्रव्यवहार पूर्ववत सुरू झाला.

गेल्या जुलैत परत एकदा बंगलोरला जाण्याचा योग आला. तो रविवार होता. मी हॉटेलात पोहोचताक्षणी निर्मलाला फोन केला.

“चर्च सर्व्हिस संपली, की लगेच मला भेटायला ये,” असं मी तिला सांगितलं, पण ती म्हणाली,

“मी आज चर्च सर्व्हिसला जाणार नसल्यामुळं तुम्हांला जेव्हा सवड असेल, त्या वेळी मी तुम्हांला भेटायला येईन.”

मग ती ठरल्याप्रमाणे चहाला आली.

नंतरचे दोन दिवस सुद्धा, मला जेव्हा रिकामा वेळ होता, ती वेळ साधून ती आली. मी आजवर बंगलोरमधील जी काही प्रेक्षणीय स्थळं पाहिलेली नव्हती, ती मी निर्मलाबरोबर पाहिली. त्या शिवाय दोन लेणी सुद्धा पाहिली.

देवळातून हिंडत असताना दोन वेळा कुणी तरी माझ्या हातावर तीर्थ (अमृत) दिलं. त्याच्याकडं पाहून ते आपण प्यावं, की नाही, अशी मला आरोग्याच्या दृष्टिकोनातून भीती वाटत होती. पण अत्यंत धार्मिक ख्रिश्चन असलेली निर्मला मात्र ते तीर्थ अतोनात भक्तिभावानं प्राशन करत होती. चेहऱ्याला अंगारा लावत होती. तिथं तिला अर्धं केळं आणि अर्ध्या नारळाचा प्रसाद मिळाला. तो तिनं घरी नेण्यासाठी घेतला.

लेण्यांमधील मंदिरात काळोख होता. जमीन उखीरवाखीर होती. नारळाचं पाणी तिथंच साचून राहिल्यानं निसरडं झालं होतं. निर्मला माझा हात घट्ट पकडून मला नेत होती. लटपटत्या पावलानं चालणाऱ्या वृद्धाला त्याची मुलगी जशी जपून, सांभाळून नेईल, अगदी तशीच. भोवतालच्या लोकांची आम्हां दोघांकडे पाहून वडील व मुलगी यात्रेला निघाले असावेत, अशी समजूत झाली.

मी कृतकृत्य झालो. मला खूप शांत वाटलं. समाधान वाटलं.

★

८

कामना प्रसाद

दुसऱ्याला भरभरून खूप काही देणारी, पण स्वतः मात्र कुणाकडून काही न घेणारी कामना, लोकांना स्वतःकडे आकृष्ट करून घेत असे.

विख्यात चित्रकार एम्. एफ्. हुसेन यांच्याकडं ती आकृष्ट झाली. हुसेन कामनाकडं जातीनं लक्ष पुरवत. ते तिला आवडत असे. . . पण नंतर त्यांनी तिला गृहीत धरायला सुरुवात केली. त्याची तिनं त्यांना तात्काळ अद्दल घडवली. त्यांच्याशी संभाषण बंद केलं. कामनानं आपल्याला क्षमा करावी, म्हणून मी तिचं मन वळवलं पाहिजे, अशी हुसेननं मला विनंती केली. तिनं त्यांना क्षमा केली; पण स्वतःच्या अटींवर.

तो १९८० चा सुमार असावा. नुकतीच मी 'द हिंदुस्तान टाइम्स' च्या संपादकाची सूत्रं हाती घेतली होती. आमच्या कर्मचाऱ्यांमध्ये कुमकुम चड्ढा नावाची एक मुलगी होती. ती माझी आवडती होती. एक दिवस ती माझ्याकडं आली आणि म्हणाली,

"माझी एक जिवलग मैत्रीण आहे. तिला तुम्ही भेटावं, अशी माझी इच्छा आहे. तिच्या मनात सुद्धा तुम्हांला भेटावं, असं आहे."

कुमकुमचं आणि माझं गेली चौदा वर्षं एकमेकांच्या घरी जाणं-येणं आहे. तरीही, माझ्या विरोधाला अजिबात न जुमानता, ती मला अजून 'सर' अशी हाक मारते. कामना पण तशीच. किंबहुना ती कुमकुमच्याही पलिकडची. ती तर एखाद्या त्रयस्थ व्यक्तीशी बोलताना सुद्धा माझ्या नावाचा उच्चार करत नाही.

"मला जरा सरांशी बोलायचं होतं."

दुसऱ्या दिवशी कुमकुम कामनाला माझ्याकडं घेऊन आली; आणि तिला तिथंच सोडून गेली. आम्हां दोघांची परस्परांशी नीट ओळख व्हावी, या हेतूनं. कामना त्या क्षणी मला अजंठाच्या शिल्पकृतीसारखी अद्वितीय सुंदर भासली.

ती माझ्याहून काही इंचांनी उंच असेल. तिचे लांब, चमकदार काळेभोर केस नितंबांवर रुळत होते. फार गोरी नाही, फार काळी नाही, फिक्या कॉफीसारखा वर्ण. घाटदार मान, मध्यम बांधा, अत्यंत बारीक कंबर आणि सपाट पोट. साडी जाणूनबुजून अगदी खाली नेसलेली. तिचा पार्श्वभाग विशाल होता, जणू काही पुष्कळ मुलांना जन्म देण्यासाठी तिला तो लाभला होता.

ती पाटणा येथील होती. तिच्या वडिलांना उर्दू काव्यात रुची होती. कामना सुद्धा उर्दू आणि हिंदी काव्यपंक्ती सारख्याच सहजतेनं उद्‌धृत करत असे. कामनाची आई पूर्वी बिहार सरकारात मंत्री होती. पण पुढं प्रकृतीच्या कारणानं ती राजकारणातून निवृत्त झाली. कामनाचं स्वतःच्या आई-वडिलांशी फारसं सख्य नव्हतं. मात्र धाकटा भाऊ राजू याच्यावर तिचं निरतिशय प्रेम होतं. तिच्या मोठ्या भावाचा विवाह बाबू जगजीवन राम यांच्या मुलीशी झाला होता. पण कामना त्याला विशेष कधी भेटत सुद्धा नसे.

कामना दिल्लीला एकटी राहायची. तयार कपडे, कृत्रिम हिरे, इत्यादी निर्यात करणाऱ्या एका गुजराती कंपनीत ती नोकरीला होती. कामनाविषयीची ही सगळी

माहिती आमच्या प्रथम भेटीत मला मुळीच समजली नव्हती. अनेक भेटींमध्ये, लागोपाठ प्रश्नांवर प्रश्न विचारून कामनाकडून मी ही सर्व माहिती काढून घेतली. कामना एक अबोल, अंतर्मुख व्यक्ती आहे. स्वतःच्या बाबतीत अगदी क्षुल्लक गोष्टींबद्दलही अत्यंत गुप्तता बाळगण्याची तिला सवय आहे.

मी कामनाला कुमकुमबरोबर माझ्या घरी येण्याचं निमंत्रण दिलं. कामनाची माझ्या घरी ये-जा सुरू होण्यापूर्वी ती माझ्या पत्नीच्या पसंतीला उतरणं अत्यंत आवश्यक होतं. मला ही गोष्ट चांगली ठाऊक होती. कामना घरी आली आणि अल्पावधीतच तिनं संपूर्ण कुटुंबाची, इतकंच नव्हे, तर घरातील नोकराचाकरांची मनं सुद्धा जिंकून घेतली.

तिचा विश्वास फक्त मी संपादन केला. काही दिवसांतच ती मला पित्यासमान मानू लागली. ती नेहमी माझ्या खुर्चीच्या पायाशी, जमिनीवर बसत असे. तिथं बसून ती आपलं मन माझ्यापाशी मोकळं करायची. त्या वेळी मी तिच्या नाजूक खांद्यावर हलके थोपटत असे. एवढं खरं, की तिनं आपलं मन एकाच वेळी पूर्णपणे मोकळं कधी केलं नाही. प्रत्येक वेळी पुढच्या भेटीसाठी ती नेहमी थोडं हातचं राखून ठेवत असे.

पुरुष आणि स्त्रिया यांच्याशी वागताना कामनाची एक खास हातोटी होती. त्या वागण्यामुळं ते तिच्याकडं आकर्षित होत. ती काही बाबतींत फार हळवी, संवेदनशील होती. त्यामुळंच ती विनाकारण दुखावली जात असे. आकर्षक व्यक्तिमत्त्व, थोडी आधुनिक राहणी, त्यात एकटं राहणं.. त्यामुळं अशा स्त्रीबद्दल नेहमी लोकांच्या मनात भलत्यासलत्या कल्पना येतात. या गोष्टीबाबत कामना विशेष हळवी होती.

संध्याकाळी, ड्रिंक घेण्याच्या वेळेत, ती हमखास माझ्या घरी हजर असायची. कामनानं आपलं स्कॉचचं ड्रिंक तयार करून आपल्या हाती द्यावं, यासाठी मी उत्सुक असायचो. कामना स्वतः मद्याला स्पर्शही करत नसे. मी मात्र किती प्रमाणात ड्रिंक घेणं उचित, हे तिला माहीत होतं.

एकदा माझ्याकडे काही पाहुणे आले होते. त्यांच्यासमोर मी तिच्याकडं माझ्यासाठी ड्रिंक मागितलं. त्या वेळी मी तिचा उल्लेख माझी 'साकी' (मदिरा पुरवणारी) असा केला.

माझ्या या वागण्यानं कामना अत्यंत संतापली. त्या वेळी ती काही बोलली नाही. पण दुसऱ्या दिवशी संध्याकाळी घरी येताच तिनं मला चांगलं फैलावर घेतलं. माझ्या या असल्या बोलण्यातून कामना म्हणजे एक उच्छृंखल तरुणी आहे, असं ध्वनित होत होतं, असं तिचं म्हणणं होतं. मी त्या गोष्टीला कडाडून विरोध केला. मी तो शब्द अगदी प्रेमानं वापरला होता, हे तिला पटवून द्यायचा पुष्कळ प्रयत्न केला. वारंवार मी ते तिला सांगत होतो. हरजित आणि सादिया या दोघी सुद्धा मला स्वतःच ड्रिंक तयार करण्याचे कष्ट पडू देत नसत. त्या माझी स्कॉच, सोडा वगैरे स्वतः मला आणून देत. त्या दोघींनाही मी असंच म्हणत असे.

पण कामनाची समजूत मुळीच पटेना. अखेर मी तिची क्षमा मागितली. तरी पण मी मनातून अस्वस्थ झालो होतो. माझ्या मनातील जिव्हाळ्याचा ती असा चुकीचा अर्थ लावणार असेल, माझ्याविषयी गैरसमज करून घेणार असेल, तर मग काय उपयोग? आपली मैत्री काही फार काळ टिकू शकणार नाही, असं मला वाटू लागलं. अखेर कामनानं मला क्षमा केली आणि आमच्यांत सलोखा झाला.

माझ्या स्त्री व पुरुष मित्रमंडळींच्या वर्तुळात कामना अल्पावधीतच लोकप्रिय झाली. प्रेम किरपाल हा माझा मित्र प्रत्येकाच्या नावाचा मुद्दाम काही तरी अपभ्रंश करून त्या व्यक्तीला हाक मारायचा. कामनाला तो रामनाम म्हणायचा. इतरही काही लोकांवर तिच्या व्यक्तिमत्त्वाची छाप पडली होती. त्यांत टेलिफोन्सचे जनरल मॅनेजर बी. एम्. खन्ना आणि त्यांची पत्नी रमा यांचा समावेश होता. पण काही लोक असेही होते– त्यांना कामना मुळीच आवडत नसे.

ही कामना मला इतकी कशी आवडते, ही गोष्ट अनीस जंगला कधी समजू शकली नाही. कामना फालतू आहे, फार सामान्य आहे, असं म्हणून तिला उडवून लावण्याचं अनीसनं अनेकदा प्रयत्न केला. एकदा आम्ही मुंबईला एका हॉटेलात उतरलो होतो. योगायोगानं कामना व कुमकुम आमच्या शेजारच्या खोलीत उतरल्या होत्या. सुप्रसिद्ध चित्रपट अभिनेत्री स्मिता पाटील हिचा मला त्या वेळी फोन आला. तिची मला भेटायला येण्याची इच्छा होती.

स्मिताचा पहिला वहिला चित्रपट प्रदर्शित झाला, तेव्हा मी इलस्ट्रेटेड वीकली ऑफ इंडियाचा संपादक होतो. मी त्या वेळी तिचा फोटो मुखपृष्ठावर छापला होता व तिचा चित्रपट पाहिल्यानंतर तिचा उल्लेख मी 'उद्याची खरीखुरी अभिनेत्री' असा केला होता. त्यामुळं स्वतः जातीनं भेटायला येऊन माझे आभार मानायचे, असं स्मितानं ठरवलं होतं.

तेवढ्यात अनीस माझ्याकडे आली. स्मिता येणार आहे, हे ऐकताच अनीसनं तिला भेटण्यासाठी थांबायचं ठरवलं. पण स्मिताची व माझी भेट एकांतातच व्हायला हवी, तिथं अनीसची लुडबूड नको, असं कामनानं ठाम ठरवलं होतं. दोघींच्यांत शाब्दिक द्वंद्व सुरू झालं.

अनीसनं आधी बराच वेळ कामनाकडं दुर्लक्ष केलं होतं. नंतर अचानक तिच्याकडं वळून ती म्हणाली,

"तुम्ही तुमच्या खोलीत का नाही जात?"

त्यावर कामना फट्कन् म्हणाली,

"मी कशासाठी जायचं? त्यापेक्षा तुम्ही सरांना जरा एकटं का नाही सोडत? स्मिता काही तुम्हांला भेटायला येणार नाहीये. ती सरांना भेटायला येणार आहे."

पुढं ते वाक्‌युद्ध कधी आणि कसं संपलं, ते काही आता नीट आठवत नाही. स्मिता आली, जरा वेळ थांबली आणि गेली.

काही थोड्या महिन्यांनी तिचं निधन झालं.

कामना खरोखर असाधारण सौंदर्यवती होती. इतकंच नव्हे, तर ती असामान्य बुद्धिमानही होती. त्यामुळं अनेक स्त्रीपुरुष तिच्याकडे आकृष्ट होत. स्त्रिया येत आणि जात. आधी कुमकुमची व तिची मैत्री होती. नंतर चौधरी नावाच्या एका राकट स्त्रीशी तिची मैत्री झाली आणि त्यानंतर सादियाशी.

पुरुष त्या मानानं जरा दीर्घकाळपर्यंत कामनाला चिकटून राहत. तिला लग्नाची मागणी घालणारे तर असंख्य लोक होते. ती त्यांना चार हात दूर ठेवायची. पण लग्न करण्याची कामनाची मनोमन इच्छा होती. तिला मुलंबाळं हवीहवीशी वाटत असत. कुवेतमध्ये स्थायिक असलेला एक मोना सरदार होता. एकदा त्याचा आणि कामनाचा वाङ्‌निश्चय सुद्धा झाला. पण तिचं मन काही त्यामध्ये जडलं नाही. त्यामुळं त्या वाङ्‌निश्चयातून पुढं काही निष्पन्न झालं नाही. कायम भारतातच राहायचं, असा कामनाचा ठाम निर्धार होता.

आणखी एक जर्मन होता. त्याचं लग्न झालेलं होतं, पण पत्नीशी बिनसलेलं होतं. त्याला आधीची दोन मुलं सुद्धा होती. तो जर्मन गृहस्थ कामनाच्या प्रेमात पडला. पहिल्या पत्नीला घटस्फोट देऊन कामनाशी लग्न करण्याची त्यानं तयारी दाखवली.

परत एकदा हिंदू धर्मातील पद्धत्यनुसार त्याचा व कामनाचा वाङ्‌निश्चय तिच्या फ्लॅटमध्ये पार पडला. आपण आपली Hausfrau (जर्मन गृहिणी) ची भूमिका कशी काय निभावून नेणार, हे कामनाला अजमावून बघायचं होतं. त्यासाठी काही आठवडे जर्मनीत जाऊन राहिली. ती दिल्लीला परत आली, ती मात्र अपेक्षाभंगानं– निराश होऊन आणि वाङ्‌निश्चय मोडूनच.

कामना काही काळानंतर ख्यातनाम चित्रकार एम्. एफ्. हुसेन यांच्याकडे आकृष्ट झाली. ते तिच्याकडं जातीनं लक्ष पुरवत असत. ती गोष्ट कामनाला हवीहवीशी वाटे. त्यांनी तिची किती तरी तैलचित्रं काढली. तिच्या आग्रहाखातर दोन चित्रं माझी पण काढली. त्यांनी चितारलेली कामनाची सगळी चित्रं, त्याचप्रमाणे माझं चित्र या सर्वांचा कामनाच्या घराच्या सजावटीत अंतर्भाव आहे.

पुढं मात्र हुसेन यांनी कामनाला गृहीत धरायला सुरुवात केली. मग तिनं त्यांना त्या गोष्टीची तत्काळ अद्दल घडवली. त्यांच्याशी संभाषण बंद केलं. मी कामनाचं मन वळवावं, तिनं हुसेन यांना क्षमा करण्यासाठी मी तिला भाग पाडावं, म्हणून हुसेननं मला गळ घातली. कामनानं अखेर त्यांना क्षमा केली; पण ती स्वतःच्या अटींवर. हुसेन यांनी आपलं आत्मचरित्र कामनाला अर्पण केलं आहे. त्या दोघांची मैत्री पुनःप्रस्थापित झाली आहे.

माझं कामनावर अतिशय प्रेम होतं. तिचं व्यवस्थित लग्न व्हावं, तिला मुलंबाळं व्हावी, अशी माझी मनापासून इच्छा होती.

एक दिवस माझ्या घरातील एक सुरेखसं तैलचित्र कामनाच्या नजरेस पडलं. तिनं ते माझ्याकडे मागितलं.

''ते मी तुझ्या लग्नात तुला भेट देईन,'' मी तिला सांगितलं.

पण लग्न न करताच तिनं ते माझ्याकडून काढून घेतलं.

अनुप सरकारनं मला एक मोठा, लाल मातीचा गणपती दिला होता. तिला तो आवडला. परत एकदा तो गणपती लग्नात भेट म्हणून देण्याचं मी कामनाला वचन दिलं. परत एकदा लग्न न करताच कामनानं तो आपलासा केला.

अखेर एक दिवस अचानक लग्न करण्याचा निर्णय घेऊन कामनानं आम्हांला मोठा धक्का दिला. अलीकडं तिची एका खास व्यक्तीशी दोस्ती झाली होती. त्या व्यक्तीशी ओळख करून देण्याच्या उद्देशानं कामनानं मला जेवणाचं निमंत्रण दिलं. ती व्यक्ती म्हणजेच रॉयटर्स कंपनीत अधिकारी असलेला उमदा, उंचापुरा, दाढीवाला मायकेल बेटे.

कामना आणि मायकेल परस्परांच्या प्रेमात अगदी आकंठ बुडालेले होते, हे तर मला डोळे मिटून सुद्धा सांगता आलं असतं. त्या दोघांच्या विवाहाबद्दल माझ्या मनात मात्र जरा शंका होती. मायकेलची पार्श्वभूमी, त्याची करीअर, नोकरीमध्ये त्याला मिळू शकणाऱ्या संधी यांपैकी कोणत्याही गोष्टीची कामनाला अजिबात माहिती नव्हती. तो भाग तिनं पूर्णपणे माझ्यावर सोपवला. मी मायकेलला भेटायला बोलावलं. कोणताही पिता आपल्या मुलीशी विवाह करू इच्छिणाऱ्या तरुणाला जे प्रश्न विचारील, ते सगळं काही मी त्याला विचारलं.

मायकेलची खाजगी मालमत्ता फारशी नव्हती. रोकड पैसाही नव्हता. मात्र रॉयटर्स कंपनीत अत्युच्च पदापर्यंत पोचण्याची संधी त्याला उपलब्ध होती. त्याचबरोबर भारत सोडून इतरत्र दूरदूरच्या ठिकाणी त्याच्या बदल्या होणार होत्या व अखेर त्याला इंग्लंडमध्ये स्थायिक व्हावं लागणार होतं.

कामना म्हणजे कोणत्याही पार्टीत यजमानीणबाईचं पद उत्कृष्टपणे निभावून नेणारी स्त्री. ही अशी कामना इंग्लंडमधील कुठल्या तरी उपनगरात स्वयंपाक करते आहे, भांडी विसळते आहे, ही कल्पनाच मला सहन होईना. खरं म्हणजे, भावी सासरेबुवा या नात्यानं मी माझ्या भावी जावयाकडे त्याच्या प्रकृतीचा दाखला मागणं सुद्धा गरजेचं होतं. परंतु हा विषय होता फार नाजूक. शिवाय मायकेल इतका देखणा, दणकट होता, की शारीरिक स्वास्थ्याच्याबाबत शंकेला कुठं काही जागाच नव्हती.

मला मायकेल पसंत आहे, असं मी कामनाला सांगितलं. कामनानं कायमचं इंग्लंडमध्ये जाऊन राहण्याच्या बाबतीत मी जरासा साशंक होतो. तरी पण लग्नाची

तारीख ठरली. मी कन्यादान करण्याची तयारी दाखवली. नेमकं त्याच वेळी आसामातील शिवसागर येथे साक्षरता परिषदेचा अध्यक्ष म्हणून मला जावं लागलं. लग्नाच्या वेळेत मला दिल्लीला परत पोचता येईल, असं ठाम आश्वासन मुख्यमंत्री हितेश्वर सैकिया यांनी मला दिलं होतं. कलकत्त्याहून दिल्लीला निघालेलं माझं विमान तब्बल सहा तास उशिरा सुटलं.

मी घरी पोचलो, तोपर्यंत कामना आणि मायकेल हिंदू पारंपरिक पद्धतीनं विवाहबद्ध झालेले होते. आपल्या मुलीला इंग्रज पतीच्या हाती सुपूर्द करण्याच्या कामासाठी कामनाचे आई-वडील मुद्दाम पाटण्याहून आले होते.

यानंतर बरोबर एक आठवड्यानं माझ्या फ्लॅटमध्ये मायकेलच्या आई-वडिलांच्या उपस्थितीत परत एकदा दोघांचा विवाह नोंदणी पद्धतीनं पार पडला. साक्षीदार म्हणून राणी जेठमलानी आणि मी सह्या केल्या.

आपला भला मोठा फ्लॅट सोडून कामना मायकेलला रॉयटर्स कंपनीनं भाड्यानं घेऊन दिलेल्या आणखी मोठ्या बंगल्यात राहण्यास गेली. त्यानंतर ती इंग्लंडला गेली. मायकेलचे आई-वडील आणि बहीण यांच्या समवेत तिनं काही दिवस घालवले. नंतर यथावकाश मायकेलनं लंडनच्या उत्तरभागातील बेलसाईझ पार्कमध्ये फ्लॅटही घेतला.

कामना ही दिल्ली सोडून इतरत्र कुठं तरी राहते आहे. ती माझ्या आयुष्यातून कायमची गेली आहे, ही गोष्ट माझ्या मनाला पटेना.

कामनाबद्दल माझ्या मनात जो काही जिव्हाळा, जे काही प्रेम आहे, त्याचं बारकाईनं विश्लेषण करणं मला जमणार नाही. नुसतं रूपच नव्हे, तर त्यापलिकडचं काही तरी तिच्यात आहे. कामना देणारी आहे, घेणारी नव्हे. मी तिला जे काही थोडं-फार दिलं (किंवा तिनं माझ्याकडून वसूल केलं), त्याच्या दामदुपटीनं तिनं ते वेळोवेळी परतही केलेलं आहे. माझी पत्नी, मुलगी आणि नात यांच्यावर तिनं भेटींचा वर्षाव केलेला आहे. माझ्या पत्नीला एखादं काम पूर्ण करून हवं असलं, की ती ते कामनावर सोपवून मोकळी होत असे. शिवाय त्या कामासाठी कामनाला जर काही खर्च पडलाच असेल, तर ते पैसे चुकते करणं ही फार कठीण गोष्ट असायची. कामनाचा माझ्याठायी असलेला प्रगाढ विश्वास, तिची माझ्यावरील अपार श्रद्धा या गोष्टी फार महत्त्वाच्या होत्या. त्यामुळं तर माझ्या मनात तिच्याविषयी ममता जागृत झाली. मायकेलची दुसऱ्या एखाद्या दूरदेशी बदली झाली आहे, असा हुकूम एक ना एक दिवस त्याच्या हाती पडेल, अशी मला मनातून सारखी धास्ती वाटत असते.

कामनाशिवाय दिल्ली ही दिल्लीच नसेल.

★

१

प्रेमा सुब्रमण्यम्

प्रेमा ही माझी मानलेली बहीण. माझ्या आयुष्यात आलेली सर्वांत प्रेमळ स्त्री आणि सर्वांत प्रेम करण्याजोगी स्त्री.

प्रेमाचं एक वैशिष्ट्य असं, की कुणालाही तिचा रागराग करणं शक्य नाही. ती अत्यंत सुस्वभावी आहे. कायम आनंदात असते. एखादा उणादुणा शब्द कुणाच्या तोंडून बाहेर पडला, तरी ती दुखावली जाईल.

माझ्या आयुष्यात काही स्त्रिया आलेल्या आहेत. पण या स्त्रियांना मी प्रत्यक्ष कधीही भेटलेलो नाही. प्रत्येक रक्षाबंधनाला मला त्या राखी पाठवत. मी त्यांना उत्तर लिहीत असे. कधी तरी एखादं नुकतंच प्रसिद्ध झालेलं माझं पुस्तक त्यांना भेट म्हणून पाठवीत असे. त्यांतील काही पंजाबी होत्या, तर काही गुजराती, काही बंगाली. अशीच एक तामीळ स्त्री होती, प्रेमा सुब्रमण्यम. तिचा पती इंजिनीअर होता. दोघं कोईमतूरला राहत असत.

एकदा राखीसोबत तिनं एक चिठ्ठी पाठवली. तिच्या पतीची बंगलोरला बदली झाली होती. 'बंगलोरला आलात, तर आमच्याकडे नक्की या,' असं तिनं आग्रहाचं निमंत्रण दिलं होतं.

ही प्रेमा नक्की काय वयाची होती, तिला मुलंबाळं होती, की नाही, आपल्या बायकोच्या मानलेल्या भावाला पाहून प्रेमाच्या नवऱ्याची काय प्रतिक्रिया होईल, वगैरे कोणत्याही गोष्टीची मला कल्पना नव्हती.

म्हैसूरला माझं काम निघालं. एका आठवड्यानं निघायचं होतं. मी आधी विमानानं बंगलोरला जाणार होतो. विमानतळावर मला न्यायला गाडी येणार होती. मी ताबडतोब प्रेमाला पत्र लिहून माझा फ्लाईट क्रमांक आणि बंगलोरला पोहोचण्याची वेळ कळवली.

आमच्या फ्लाईटमध्ये बरेच शीख होते. त्यांतला एक तर चांगला उंचापुरा, गणवेशधारी होता. विमान बंगलोरला पोहोचलं. विमानातून उतरून विमानतळाच्या अंतर्भागात जाण्यासाठी रांग लागलेली होती. त्या रांगेत माझ्यापुढं तीन शीख उभे होते. इतक्यात एक ठेंगणी, जराशी जाडसर, तिशी उलटलेली स्त्री माझ्या नजरेस पडलेली. तिच्या काळ्या केसांत मधूनच एखादी पांढरी बट चमकत होती. प्रथम ती मिलिटरीचा गणवेश घातलेल्या माणसाकडं गेली. त्यानं नकारार्थी मान हलवली आणि स्वतःच्या पाठीमागे उभ्या लोकांकडे बोट दाखवलं. नंतर ती पुढच्या सरदारजीकडं गेली. त्यानंही नकारार्थी खांदे उडवले.

ही आपल्याला शोधत असावी, असं माझ्या लक्षात आलं, मी तिच्याजवळ जाऊन म्हणालो,

"तू नक्की प्रेमा सुब्रमण्यम् असणार."

माझे शब्द ऐकताच ती तिथंच तत्काळ गुडघे टेकवून जमिनीवर बसली आणि दाक्षिणात्य पद्धतीनं माझ्या पाया पडली.

मी तिचे खांदे पकडून तिला उठवलं आणि तिच्या दोन्ही गालांवर पुसटसे ओठ टेकून म्हणालो,

"आम्ही उत्तर भारतीय लोक एकमेकांचं स्वागत हे असं करतो."

आमची पहिली भेट तशी जुजबी होती. फार तर दहा मिनिटं असेल. मात्र म्हैसूरहून परत येऊन दिल्लीला जाण्यापूर्वी नक्की फोन करेन, असं आश्वासन मी तिला दिलं आणि निघालो.

दोन दिवसांनंतर काम संपवून मी ठरल्याप्रमाणे बंगलोरला परत आलो आणि स्टेट गेस्ट हाऊसमध्ये उतरलो. तिथून प्रेमाला फोन केला. तिच्याकडे गाडी नव्हती, शिवाय तिचं घरही बरंच लांब, एका उपनगरात होतं. मी तिच्यासाठी गाडी पाठवली. ती आली. आम्ही काही थोडे तास एकमेकांशी गप्पा मारत एकत्र घालवले. एकमेकांची माहिती विचारली.

प्रेमा ही आर्. एस्. मणी यांची मुलगी. ते जेव्हा राजदूत होते, तेव्हा माझी आणि त्यांची एकदा ओझरती भेट झाली होती. प्रेमाची आई मद्रासमध्ये राहायची. तिचे भाऊ अमेरिकेला स्थायिक झालेले होते. प्रेमाला मूलबाळ नव्हतं, कधी होण्याची शक्यता पण नव्हती. स्त्रीरोगतज्ज्ञांनीच तिला तसं सांगितलं होतं. मात्र प्रेमा ह्या गोष्टीमुळं खचून गेल्यासारखी मुळीच वाटली नाही. ती उत्साहानं अक्षरशः सळसळत होती. खळाळून हसत होती.

तिला पहिल्या प्रथम पाहिलं. तेव्हा सर्वांत आधी डोळ्यांत भरली ती तिची काळीभोर, ब्राँझसारखी तुकतुकीत कांती. दात मोत्यांसारखे चमकत होते. अंगाला भरपूर ओ द कोलन चोपडलेलं होतं. आणि बोलताना प्रत्येक वाक्याच्या शेवटी-'मग काय?' असं जोरजोरात विचारायची तिची लकब होती.

आमच्यांत अधूनमधून तुरळक पत्रव्यवहार सुरू झाला. मी कधीही बंगलोरला गेलो, की तिच्याकडे हमखास जेवणाचं निमंत्रण ठरलेलं. क्वचित ती मला खरेदीसाठी बाहेर घेऊन जायची. मग आम्ही बाहेर कुठं तरी एकत्र जेवायचो. प्रेमा साक्षात अन्नपूर्णा होती. तिनं मला नानाविध चवदार दाक्षिणात्य पाककृती (उदा., थायीर सादम्) खाऊ घातल्या. इडलीच्या नवनवीन प्रकारांची ओळख करून दिली.

प्रेमाचा पती अत्यंत सौम्य स्वभावाचा होता. रविवारी सकाळी बीअरचा आस्वाद घेत बसणं आणि टी. व्ही. बघणं एवढे दोनच शौक त्याला होते. तो उच्चशिक्षित इंजिनीअर असूनही, त्याच्या पात्रतेला साजेशी भरपूर पगाराची नोकरी त्याला अजून तरी मिळाली नव्हती. प्रेमा मात्र अत्यंत खर्चीक होती. महिन्याच्या खर्चासाठी नवरा जो काही पैसा द्यायचा, तो सगळा प्रेमा महिन्याचा दुसरा आठवडा उजाडायच्या

आतच खर्च करून टाके. तिला सुवर्णालंकारांचा फार शौक होता. प्रेमा आणि मी एकत्र जेवायला बाहेर गेलो, की तिला मांसाहारी भोजन आवडायचं. ड्रिंक्समध्ये तिचं अत्यंत आवडतं ड्रिंक म्हणजे कॉन्यॅक.

एकदा मी तिच्यासाठी ओ द कोलनची बाटली आणि त्यांच्या घरासाठी कॉन्यॅकच्या दोन बाटल्या भेटीदाखल घेऊन गेलो. त्याची परतफेड म्हणून तिनं माझ्याजवळ माझ्यासाठी आणि माझ्या कुटुंबीयांसाठी अक्षरशः भारंभार भेटवस्तू दिल्या. भरतकाम केलेले रुमाल, उशीचे अभ्रे, चांदी व अक्रोडाच्या लाकडाची कोरीव भांडी, इत्यादी. प्रेमा अतोनात खर्चीक होती.

एकदा मुख्यमंत्री रामकृष्ण हेगडे यांनी मला बोलावणं पाठवलं.

"तुम्हांला माझ्या राज्यातलं जे काही प्रेक्षणीय स्थळ बघण्याची इच्छा असेल, ते बघा..." असं त्यांनी मला सांगितलं.

मला जंगलातील विश्रामधामं आणि जुने भग्नावशेष पाहण्याची फार इच्छा होती.

प्रेमा आपल्या नवऱ्याची परवानगी घेऊन माझ्याबरोबर आली.

आमच्या सोबत काही लोक खास पाठवले होते. त्यांना घेऊन आम्ही मोटारीनं नागरहोळ अभयारण्यात कूच केलं. सूर्यास्ताच्या सुमाराला अरण्यातून प्रवास करत असताना आम्हांला गवे आणि हरणांचे कळप दिसले. आम्ही ऑब्झर्व्हेशन पोस्टवर जाऊन उभे राहिलो. एक महाकाय गजराज आपल्या हत्तिणींचा जनानखाना आणि त्यांची छोटी बाळं यांच्याबरोबर तळ्यापाशी मुक्त जलक्रीडा करताना आम्हांला दिसले.

त्यानंतर आम्ही सर्वजण आमच्या बंगलेवजा होस्टेलवर परत आलो. रात्री प्रेमानं जेवणाखाणाचा आणि ड्रिंक्सचा इतका अतिरेक केला, की तिला मळमळणं, उलट्या वगैरे त्रास सुरू झाला. आता उरलेल्या प्रवासाचा बेत रद्द करून हिला घरी न्यावं लागतं, की काय, अशी धास्ती मला वाटू लागली. पण दुसऱ्या दिवशी सकाळी उठून पाहतो, तर काय. . . प्रेमा परत पूर्ववत उत्साहानं सळसळत होती. बागडत होती. . . नाचत होती. . . गात होती.

हॉस्टेलमधील इतर प्रवाशांशी एव्हाना तिची मैत्री झाली होती. त्या सर्वांची एकमेकांची नावं आणि पत्ते यांची देवाण-घेवाण चालू होती. थोड्याच वेळात आम्ही हसनच्या दिशेनं कूच केलं. प्रेमानं आपला टेपरेकॉर्डर प्रचंड मोठ्या आवाजात लावून ठेवला व त्या बरोबरीनं तीही गाऊ लागली. मध्येच कधी तरी टेपरेकॉर्डरच्या आवाजाच्या वर आपला आवाज काढून तारस्वरात ती बोलत होती. माझं डोकं थोड्याच वेळात अक्षरशः चक्रावून गेलं. प्रेमाच्या बिचाऱ्या नवऱ्याबद्दल मला सहानुभूती वाटली. या धांगडधिंग्याचा रोजच्या रोज तो कसा काय सामना करत असेल?

नशीब म्हणजे हसनला वीजकपात चालू होती. प्रेमाच्या कॅसेट-प्लेअरच्या बॅटऱ्या संपल्या होत्या. वीज नाही, एअरकंडिशनर, फॅन काही नाही. उकाड्यानं नुसता वैताग आला होता. मेणबत्त्यांच्या प्रकाशात आम्ही निवून गेलेलं जेवण जेवलो आणि दारं-खिडक्या उघड्या टाकून झोपलो.

मी थकलो होतो. प्रेमा मात्र चक्क जागी होती. इतर मंडळींबरोबर तिच्या गप्पा गोष्टी, हसणं-खिदळणं चालू होतं. त्यांचा गोंगाट मध्यरात्रीपर्यंत कानांवर येत होता.

प्रेमा ही व्यक्ती कोणत्याही अडचणीतून मार्ग काढण्यात किती तरबेज होती, या गोष्टीचा मला त्या वेळी नीटसा अंदाज आलेला नव्हता. मी सकाळचा नाश्ता घेत होतो, तेवढ्यात ती बाजारात गेली आणि आपल्या नव्या कॅसेट-प्लेअरसाठी बॅटऱ्या घेऊन आली.

प्रेमाजवळ मेहदी हसन आणि गुलामअलीच्या गझलांचा फार मोठा साठा होता. तिनं त्या कॅसेट्स खास माझ्यासाठी विकत घेतल्या होत्या. त्या तिनं जबरदस्तीनं मला ऐकवल्या. प्रेमाला स्वतःला उर्दू भाषेचा गंधही नव्हता. पण तिनं मला सर्व काही स्पष्ट करून, समजावून सांगायला भाग पाडलं आणि त्या महान गायकांच्या बरोबरीनं ती स्वतः सुद्धा गायली.

प्रेमाच्या सहवासात मी कोणतंही प्रेक्षणीय स्थळ नीट पाहू शकलो नाही. जे काही भग्नावशेष खास पाहण्यासाठी आम्ही गेलो होतो, ते सुद्धा नाही. प्रेमाच्या मते मी फक्त तिच्याकडं लक्ष पुरवणं महत्त्वाचं होतं; आणि तसंच झालं.

काही दिवसांनी प्रेमा आणि तिचा नवरा मद्रासला गेले. मद्रासला बसंतनगरमध्ये प्रेमाच्या आईचा छोटासा बंगला होता. भोवती नारळीची झाडं होती. मद्रासला गेल्यावर प्रेमाला हिगिनबोथम्सच्या दुकानात सेल्स असिस्टंट म्हणून नोकरी मिळाली. तिची आपल्या वरिष्ठांशी तत्काळ मैत्री सुद्धा झाली. प्रेमा आता अत्यंत आनंदात होती.

पुढं प्रेमाच्या पतीला कॅलिफोर्नियात नोकरी मिळाली. प्रेमाला मी मद्रासमध्ये काही थोड्याच वेळा भेटलो. आता ती त्या पुस्तकांच्या दुकानात काम करण्यात व्यग्र होती. तिच्या इतर सहकाऱ्यांपेक्षा ती रोज किती तरी जास्त पुस्तकं विकत असे. पण तिला जो काही पगार मिळत असेल, त्याचा निम्मा हिस्सा स्कूटरचं पेट्रोल, बसभाडं यांतच खर्च होई. पण तरी सुद्धा प्रेमाचा उत्साह मुळीच कमी होत नव्हता. एव्हाना त्या उत्साहानं कागदावर मूर्त स्वरूप घेण्यास सुरुवात केली होती.

प्रेमाची पत्रं अनेक वेळा प्रचंड लांब, तीस पानी असत. शिवाय तिनं त्यातही गिचमिड करून समासातही लिहिलेलं असायचं. पाकिटावर माझं नाव लिहिलेलं असायचं, एवढाच काय तो माझा त्या पत्राशी संबंध. पत्रात खरडलेल्या भाराभार मजकुरामधील बराचसा मजकूर मला उद्देशून लिहिलेलाच नसायचा. शिवाय प्रेमाचं सध्या कसं काय चाललंय्, याविषयी सुद्धा त्यात काहीही लिहिलेलं नसायचं. काव्य

आणि काव्यात्म गद्य मजकुरानं तावचे ताव भरलेले. त्यांपैकी बराच मजकूर वेगवेगळ्या पुस्तकांतून उतरवून काढलेला असे. प्रेमा माझ्या उत्तराची वाटही बघत नसे. दर आठवड्याला माझं तिला मोजक्या परिच्छेदाचं एखादं पत्र जाई. उत्तरादाखल तिची एखाद्या आठवड्यात चार-पाच पत्रंदेखील येत असत.

प्रत्येक वेळी मी मद्रासला पोहोचलो, की माझं आवडतं शहाळ्याचं थंडगार पाणी थर्मासमध्ये भरून प्रेमा विमानतळावर हजर होणार, हे ठरलेलं. त्या वेळी मी सनी मल्हनकडे उतरत असे. तिथं प्रेमा सुद्धा माझ्याबरोबर यायची. तो संपूर्ण दिवस ती माझ्याबरोबर घालवायची. तिच्या बागेसाठी ती मला बी-बियाणं, मुळ्या, इ. गोष्टी विकत घ्यायला लावायची. क्वचित कधी मी माझ्या मुलीसाठी एखादी साडी खरेदी केली, तर त्याबरोबरीनं मी तिच्यासाठी सुद्धा साडी घेतलीच पाहिजे, असा तिचा आग्रह असायचा.

स्वतःच्या नवऱ्याप्रमाणेच माझ्या खिशातून खर्च करताना सुद्धा प्रेमा तो अगदी मुक्त हस्तानं करत असे. तिचा नवरा तिला दर महिन्याला भल्या मोठ्या रकमेचा चेक पाठवत असे. मात्र दर महिन्याच्या शेवटी स्वतःच्या खात्यात काहीही शिल्लक उरणार नाही, अशी खबरदारी प्रेमा घेत असे.

महाबलीपुरम्‌च्या रस्त्यावर एक सर्पगृह आहे. एक दिवस प्रेमा आणि मी ते पाहण्यासाठी निघालो. परत एकदा प्रेमाला तिचा तो कॅसेट-प्लेअर आणि फराळाचा डबा बरोबर घेऊ देण्याची मोठीच चूक मी केली. दिवसभर नुसता संगीताचा प्रचंड गोंगाट चालू होता.

वाटेत रस्त्यात थांबून झाडाच्या सावलीत बसावं आणि फराळ करावा, असा प्रेमानं आग्रह केला. पण आम्ही बसलो मात्र. काही क्षणांतच गावातील पोरट्यांनी आम्हांला घेरलं. कितीही घालवायचा प्रयत्न केला, तरी ती काही जाईनात. शेवटी प्रेमानं घरून भरून आणलेल्या डब्यातील बरंचसं अन्न आम्ही त्यांनाच देऊन टाकलं आणि मद्रासला परत आलो.

प्रेमाच्या बाबतीत आणखी एक गोष्ट म्हणजे, तिच्यावर रागावणं कुणाला कधी जमलं नाही. ती फारच सुस्वभावी होती. सदासर्वदा इतकी आनंदात असायची. तिच्याशी एखादा कठोर शब्द बोलणं कठीण जायचं. लगेच ही दुखावण्याचा धोका.

स्वतः प्रेमा जितकी घाईगडबडीत, गोंधळात असायची, तितकाच तिचा धर्माच्या बाबतीत सुद्धा सावळा गोंधळ होता. देवळं, चर्च, दर्गे सर्व ठिकाणी ती जायची. तिच्या स्वतःच्या घरी, पूजेसाठी जे देवघर होतं, त्यात विविध धर्मांच्या विविध देवतांना स्थान होतं. हिंदू धर्ममंदिरांमधील वेगवेगळ्या देवदेवता, जैन महावीर, बुद्ध, येशू ख्रिस्त. पुढं माझ्याशी नीट परिचय झाल्यानंतर गुरू नानकांचाही त्यात समावेश झाला.

प्रेमा एकदा मद्रासमधील एका शीख प्रार्थनामंदिरात गेली. तेथील भिंतीमध्ये तिनं स्वखर्चानं एक संगमरवरी चिरा खास माझ्यासाठी बसवून घेतला. गुरूंचं कृपाछत्र माझ्यावर असावं, हाच तिचा त्यात उद्देश होता.

एकदा अमेरिकेला जाण्यापूर्वी प्रेमा आम्हांला भेटण्यासाठी दिल्लीला आली होती. आल्यावर तिनं सर्वांत प्रथम गालिच्यावर पडून माझ्या पत्नीच्या पायांवर लोटांगण घातलं. प्रेक्षणीय स्थळांना भेटी देण्यात प्रेमाला मुळीच रस नव्हता. त्याऐवजी तिनं संपूर्ण दुपार हनुमान मंदिरात घालवली.

प्रेमाला अमेरिकेला घेऊन जाण्याचे तिच्या नवऱ्याचे सगळे प्रयत्न तिनं यशस्वीरीत्या बरेच दिवस परतवून लावले. पण अखेर तिचं ग्रीनकार्डच रद्द होण्याची वेळ आली. नवऱ्याचा आग्रह, अमेरिकेत स्थायिक झालेल्या इतर काही नातलगांचा आग्रह मोडणं दिवसेंदिवस तिला कठीण होऊ लागलं.

गेल्या वर्षी प्रेमानं हिगिनबोथम्समधील आपल्या नोकरीचा राजीनामा दिला आणि ती न्यूयॉर्कला रवाना झाली. आता येती काही वर्षं तरी तिची आणि माझी गाठभेट होणं कठीण आहे. अलीकडे तिची पत्रं पूर्वीइतकी मोठी नसतात, कारण तिला आता एरोग्रामवर लिहावं लागतं. अजून सुद्धा प्रेमा आम्हांला भेटी पाठवते. पण मला वाटतं, अजून काही वर्षं लोटली, की तेही कमी होत जाईल.

अजून चार वर्षांनंतर प्रेमाला अमेरिकेचं नागरिकत्व मिळेल. अमेरिकन राहणीमानाशी अगदी व्यवस्थित मिळतं जुळतं घेऊन ही दोनशे टक्के शुद्ध तामीळ ब्राह्मण मुलगी राहत आहे. माझ्या माहितीत तरी अशी आणखी कुणी दुसरी नाही. प्रेमा माझ्या आयुष्यात आली तरी कशी, हेही एक नवलच. पण आता मात्र तिला माझ्या आयुष्यात एक खास स्थान प्राप्त झालं आहे.

★

१०

अमृता शेरगिल

अमृतानं मला मोहात पाडण्याची, म्हणे, शपथ वाहिली होती. पण तो दिवस. . . कधी उजाडलाच नाही.

अमृता, म्हणे, आपल्या वेगवेगळ्या प्रियकरांना दोन दोन तासांच्या अंतरानं भेटीसाठी बोलवत असे. कधी कधी तर एकेका दिवशी लागोपाठ सहा किंवा सात प्रियकरांना. त्यानंतरच ती रात्रीची झोपायला जायची. ही ऐकीव माहिती जर खरी असली, (स्त्रियांइतक्या पुरुषांच्या गावगप्पा विश्वासार्ह नसतात–) तर मग 'प्रेम' या संकल्पनेला अमृताच्या आयुष्यात फारसं स्थान नसावं. अमृताच्या दृष्टीनं शृंगार हेच सर्व काही असावं.

अमृता हे निम्फोमॅनियाचं-- अनैसर्गिक वैषयिक भावनेचं-- चालतं बोलतं उदाहरण होतं.

अमृता शेरगिलचा उल्लेख 'माझ्या आयुष्यात आलेली स्त्री' असा करणं, खरं म्हणजे, योग्य होणार नाही. मी तिला केवळ दोन वेळा भेटलो. पण या दोन्ही भेटी माझ्या स्मरणात जशा काही कोरून राहिलेल्या आहेत. एक कलावंत म्हणून अमृताला लाभलेली कीर्ती, तिच्या नावाभोवती असणारं तिच्या सौंदर्याचं वलय. . . (अमृतानं तिची स्वतःचीच काही तैलचित्रं काढलेली आहेत, ती पाहून तिच्या सौंदर्याची खात्री पटते) आणि त्याचबरोबर तिच्या सामाजिक वर्तणुकीबद्दल तिला मिळालेली प्रसिद्धी या सर्वांचा मिळून एक हिमप्रपात तयार झाला आहे. त्याचा ओघ अजूनही संपलेला नाही; आणि त्याचमुळं तिच्या नावाचा मी माझ्या यादीत समावेश केलेला आहे.

तो उन्हाळा अमृताच्या आयुष्यातला अखेरचा उन्हाळा होता. त्या वेळी मी अमृताविषयी ऐकलं. तिनं आणि तिच्या हंगेरियन पतीनं लाहोरमध्ये एक फ्लॅट घेतला होता. तिचा पती हा तिचा मामेभाऊ होता. लाहोरात, माझ्या घरासमोरच्या बाजूला, रस्त्यापलीकडं त्यांचा हा फ्लॅट होता. अमृताच्या पतीची त्या जागेत दवाखाना काढायची इच्छा होती, तर तिला त्या ठिकाणी आपला पेंटिंग स्टूडिओ उभारायचा होता. त्या पति-पत्नींनी लाहोरात स्थायिक होण्याचं का ठरवलं होतं, देव जाणे. एक खरं, लाहोरमध्ये अमृताचे बरेच मित्र आणि चाहते होते. अमृताचे वडील शीख होते. त्यांच्या बाजूचे बरेच नातेवाईक होते. ते चांगले श्रीमंत, जमीनजुमला असणारे होते. त्यांच्या लाहोरला अनेकदा खेपा होत. त्यामुळं आपल्या वैवाहिक जीवनाची सुरुवात लाहोरला करणं किंवा इतर कोणत्याही भारतातील शहरात करणं या दोन्ही गोष्टी अमृता व तिच्या पतीच्या दृष्टीनं सारख्याच होत्या.

तो १९४१ सालचा जून महिना असेल. माझी पत्नी आमच्या सात महिन्यांच्या मुलाला– राहुलला– घेऊन माझ्या आई-वडिलांकडे गेलेली होती. ते मशोब्रा येथील सुंदरबन येथे राहत असत. हे ठिकाण सिमल्यापासून सात मैलांवर होतं. इकडं मी माझा सकाळचा वेळ हायकोर्टाच्या वकिलांबरोबर घालवायचो. आम्ही चहा-कॉफी पीत गप्पागोष्टी करायचो. कोर्टापुढं सुनावणीसाठी आलेल्या खटल्यांची चर्चा करायचो. किती तरी वेळेला माझ्याकडं एकही खटला चालवायला आलेला नसे. तरी पण मी माझा वकिलाचा कोट, कॉलर घालून, काळा डगला बरोबर घेऊन जायचो. मुद्दामच

आपण फार कामात आहोत, असं दाखवायचो. मी नेहमी दुपारी जेवणासाठी घरी येत असे. जेवण झाल्यावर एखादी डुलकी घेणं आणि सायंकाळी कॉस्मॉपॉलिटन क्लबमध्ये खेळायला जाणं हा नित्यक्रम होता.

एक दिवस दुपारच्या जेवणासाठी मी घरी आलो. घरात पाऊल टाकलं, तर सर्वत्र उंची फ्रेंच सुगंधाची उधळण झाल्यासारखं वाटलं. मी तसाच बैठकीच्या खोलीत गेलो. इथंच माझी लहानशी लायब्ररी होती. मला बैठकीच्या खोलीत थंडगार बीअरनं भरलेला चांदीचा मोठा जग दिसला. मी हलक्या पावलानं स्वयंपाकघरात गेलो.

"आपल्याकडं कोणी पाहुणे तर नाही आले?" अशी स्वयंपाक्याकडे चौकशी केली.

"साडी नेसलेल्या एक मेमसाब आल्या आहेत..." त्यानं माहिती पुरविली.

"साहेब कोणत्याही क्षणी जेवणासाठी घरी येतील," असं त्यानं त्या 'मेमसाब'ला सांगितलं होतं. त्यानंतर त्या स्त्रीनं स्वतःहून माझा फ्रीज उघडून त्यातून स्वतःसाठी बीअरची बाटली काढली होती. आत्ता या क्षणी ती बाथरूममध्ये तोंड हातपाय धुण्यासाठी गेलेली होती.

हे सर्व वर्णन ऐकल्यानंतर ही आगंतुक पाहुणी म्हणजे अमृता शेरगिल असणार, याविषयी माझ्या मनात शंकेला काहीही जागा उरली नाही.

अमृता लाहोरला येण्यापूर्वी कित्येक दिवस आधीपासूनच तिच्याविषयीचे विविध किस्से माझ्या कानांवर आलेले होते. अमृतानं तिच्या मामेभावाशी लग्न करण्याआधीही अनेकदा ती लाहोरला येऊन गेली होती. त्या असंख्य भेटींच्या वेळी तिनं इथं जे काही पराक्रम केले होते, त्यांबद्दलचे हे सर्व किस्से होते. अमृता नेहमी फालेटीच्या हॉटेलात उतरायची. ती, म्हणे, दोन-दोन तासांच्या अंतरानं तिच्या निरनिराळ्या प्रियकरांना बोलावून घ्यायची. त्या प्रियकरांची संख्या एकेका दिवशी सहा, सात इतकी सुद्धा असायची. ही गोष्ट जर खरी असली (पुरुषांच्या गावगप्पा स्त्रियांइतक्या विश्वासार्ह नसतात.), तर मग 'प्रेम' या संकल्पनेला अमृताच्या आयुष्यात विशेष महत्त्व नसावं. निम्फोमॅनिया किंवा अनैसर्गिक वैषयिक भावनेचं अमृता हे चालतं बोलतं उदाहरण होतं.

अमृताचा पुतण्या व्हिव्हियन सुंदरम् यानं तिच्याबद्दलच्या काही आठवणी प्रसिद्ध केल्या आहेत. त्यांमध्ये अमृता ही लेस्बियन असल्याचा उल्लेख आहे. (लेस्बियन = स्त्री-सहवासाचं विकृत आकर्षण बाळगणारी स्त्री) बद्रुद्दीन तय्यबजी यानं सुद्धा अमृताविषयी काही आठवणी प्रसिद्ध केल्या आहेत. त्यांत त्यानं अमृताच्या वागण्याचं अगदी तंतोतंत वर्णन केलं आहे. हिवाळ्याचे दिवस होते. तो स्वतः त्या वेळी सिमल्याला राहत असे. त्यानं एक दिवस अमृताला रात्रीच्या जेवणासाठी घरी

बोलावलं होतं. कडाक्याची थंडी होती. त्यामुळं त्यानं दिवाणखान्यात शेकोटी पेटवलेली होती. आपल्या ग्रामोफोनवर मुद्दाम पाश्चात्त्य संगीत मंद आवाजात लावून ठेवलं होतं. अमृता आली. तिच्यासमवेत ती पहिलीवहिली संध्याकाळ त्यानं साहित्य, कला, इ. विषयांवर गप्पा मारण्यात वाया घालवली. त्यानं परत एकदा अमृताला जेवायला बोलावलं. परत एकदा तशीच शेकोटी. . . तसंच पाश्चात्त्य संगीत. त्याला काय होतंय्, हे काही समजण्यापूर्वी अमृतानं सरळ आपल्या अंगावरचे कपडे उतरवले आणि ती विवस्त्रावस्थेत गालिचावर झोपली. फालतू गोष्टींमध्ये वेळ वाया घालवण्यावर मुळी तिचा विश्वासच नव्हता. बद्रुद्दीनसारख्या सज्जन, सभ्य, सरळमार्गी गृहस्थाला सुद्धा यानंतर पुढं काय करायला हवं, ते ताबडतोब कळलं.

त्यानंतर काही वर्षांनी सुप्रसिद्ध लेखक माल्कम मगरब्रिज मला भेटला. तो एकदा अमृताच्या आई-वडिलांच्या घरात समरहिल सिमला इथं एक आठवडाभर राहिला होता. तो त्या वेळी तारुण्याच्या ऐन भरात होता. विशी नुकती उलटलेली. पण अमृतानं एका आठवड्यात त्याचा पार चोळामोळा करून टाकला.

"तिला पुरं पडणं, मला काही जमलं नाही. . ." असं त्यानं स्वतःच्या तोंडानं कबूल केलं, "मी अगदी अधीरतेनं कलकत्त्याला निघून गेलो."

अमृतासारख्या स्त्रीची जी काही प्रसिद्धी झालेली होती, तीमुळं लोखंडाचा कीस लोहचुंबकाकडे आकर्षित व्हावा, तसे पुरुष तिच्याकडं आकृष्ट होत असत. याला मीही अपवाद नव्हतो. त्या दिवशी अमृता हातपाय तोंड धुऊन बाथरूममधून खोलीत परत येताच मी तिच्या स्वागतासाठी उठून उभा राहिलो.

"तू नक्की अमृता शेरगिल असणार!" मी म्हणालो.

तिनं होकारार्थी मान हलवली.

माझ्या घरची बीअर तिनं मला न विचारता घेऊन प्यायली होती. परंतु त्याबद्दल माझी क्षमा मागण्याच्या भानगडीत मुळीच न पडता तिनं तिच्या येण्याचं कारण सांगण्यास सुरुवात केली. आमची, खरं तर, ती पहिली भेट होती. पण दैनंदिन गोष्टींच्या कंटाळवाण्या चर्चेच्या ओघात त्या पहिल्यावहिल्या भेटीतलं आकर्षण संपून गेलं. जवळपास कुणी प्लंबर, धोबी, सुतार, स्वयंपाकी, इत्यादी माणसं कामासाठी मिळू शकतील का, या अशा तऱ्हेच्या गोष्टींच्या चौकशीसाठी अमृता माझ्या घरी आली होती. ती माझ्याशी बोलत असताना मी तीचं नीट, बारकाईनं निरीक्षण केलं.

ती ठेंगणी, फिक्या पीत वर्णाची होती. तिनं काळ्याभोर केसांचा मधोमध भांग पाडलेला होता. जाडसर मादक ओठ, लालभडक लिपस्टिकनं रंगवले होते. तिचं नाक अपरं होतं. त्यावर सूक्ष्म काळे ठिपके होते. ती तशी दिसायला बरी होती. पण फार अप्रतिम सुंदर वगैरे मुळीच नव्हती.

अमृतानं स्वतःच स्वतःची काही तैलचित्रं रंगवलेली आहेत. ती चित्रं म्हणजे

तर नार्सिसिझमचा, आत्मप्रेमाचा उत्कृष्ट नमुना आहे. अमृतानं तिची स्वतःची काही नग्न चित्रंही रेखाटली आहेत. ती मला पाहायला मिळाली होती. त्या चित्रांमधून तिनं स्वतःचं शरीर अत्यंत बांधेसूद रेखाटलं होतं. प्रत्यक्षात खरोखर काय परिस्थिती होती, हे कळायला काही मार्ग नव्हता. कारण तिनं आता साडी नेसली होती. अमृताच्या स्वभावातला उद्धटपणा मात्र माझ्या कायमचा लक्षात राहिला आहे.

अमृताचं बोलणं संपल्यावर तिनं आमच्या बैठकीच्या खोलीत चौफेर नजर फिरवली. मी खोलीत टांगलेल्या काही तैलचित्रांकडं बोट दाखवून म्हणालो,

"ही माझ्या पत्नीनं रेखाटली आहेत. ती हौशी चित्रकार आहे."

त्या चित्रांवर ओझरता दृष्टिक्षेप टाकून अमृता तुच्छतेनं म्हणाली,

"ते तर उघडच आहे."

तिच्या त्या तुच्छतापूर्ण बोलण्या-वागण्यानं मी स्तंभित झालो. पण त्यावर तिला काय प्रत्युत्तर करावं, हे काही मला समजेना. आणखी कहर तर पुढंच होता.

काही आठवड्यांनी मी मशोब्राला माझ्या कुटुंबीयांकडं परतलो. माझ्या वडिलांच्या घराच्या वरच्या मजल्यावर चमनलाल नावाच्या गृहस्थाचं बिऱ्हाड होतं. अमृता त्याच्याकडं उतरली होती. मी त्या सर्वांना जेवणाचं निमंत्रण दिलं. दुपारी बाराच्या सुमाराला चमनलाल, त्याची पत्नी हेलन आणि अमृता आले. आम्ही बाहेरच्या बाजूला एका झाडाखाली जेवणाचं टेबल मांडलं होतं. तेथून खालच्या दरीचं सुंदर दृश्य दिसत होतं. माझा सात महिन्यांचा मुलगा जवळच प्ले-पेनमध्ये–पाळण्यात खेळत पहुडला होता. तो आतल्या आत धरून उभं राहण्याचा प्रयत्न करीत होता. कुरळं तपकिरी जावळ, मोठे बोलके डोळे, यांमुळं तो फारच गोंडस दिसत होता. आलेले पाहुणे त्याच्याजवळ जाऊन त्याच्याशी बोलत होते. नंतर माझ्या पत्नीकडं वळून त्याचं कौतुक करीत होते. अमृता मात्र असलं काहीही न करता हातातील बीअरच्या प्याल्याकडं टक लावून बघत बसली होती. जमलेल्या सर्वांनी बाळाचं कौतुक केल्यानंतर मात्र ती थोडा वेळ त्याला निरखून पाहत राहिली आणि नंतर उद्गारली,

"शीः! काय कुरूप, घाणेरडा मुलगा आहे!"

जमलेले सर्वजण अक्षरशः थिजल्यासारखे उभे राहिले. पण अमृता मात्र निर्विकारपणं बीअर पीत राहिली. आमचे पाहुणे परत गेल्यावर माझी पत्नी अत्यंत संतापून ठामपणं म्हणाली,

"त्या कुत्तरडीला मी परत आपल्या घरी पाऊलही टाकून देणार नाही."

लवकरच अमृताचं असलं दुष्ट वागणं हा सिमल्याच्या उच्चभ्रू लोकांच्या वर्तुळात चर्चेचा विषय झाला. शिवाय माझ्या पत्नीचे उद्गारही लोकांच्या चर्चेचा विषय बनले. हे उद्गार अमृताच्या कानांवर पडले. त्यावर तिनं लोकांना सांगितलं,

'मी त्या बयेला (म्हणजे माझ्या पत्नीला) असा काही धडा शिकवीन. मी तिच्या नवऱ्यालाच मोहपाशात अडकवीन.'

अमृता मला कधी मोहपाशात पकडते, याची मी अगदी अधीरतेनं वाट पाहू लागलो. पण तो दिवस कधी उजाडला नाही. शरद ऋतूत, सप्टेंबरच्या सुमाराला आम्ही लाहोरला परत गेलो. अमृता व तिचा पती हे दोघंही परत येऊन लाहोरला आमच्या समोरच्या घरात, रस्त्यापलीकडं राहू लागले. अमृताचा चुलत भाऊ गुरुचरणसिंग (चन्नी) याची गुजरानवालाच्या जवळ एक मोठी संत्र्यांची बाग होती. तो एका रात्री अचानक आमच्या घरी आला. त्या रात्रीपुरती आमच्या घरी त्याची सोय होऊ शकेल का, असं त्यानं विचारलं. अमृतानं शनिवार-रविवारच्या सुट्टीसाठी त्याला मुद्दाम बोलावून घेतलं होतं. पण तो जेव्हा तिच्या घरी गेला, तेव्हा ती इतकी आजारी झालेली होती, की त्याची त्या घरात सोय होणं शक्य नव्हतं. त्यानंतर दुसऱ्या दिवशी अमृताची आणखी काही मित्रमंडळी आली. त्यांच्याकडून बातमी आली, अमृता कोमात गेली होती. तिचे आई-वडील समरहिलहून येण्यासाठी निघाले होते. अमृता पट्टीची ब्रिज खेळणारी होती. त्या अर्धवट बेशुद्धावस्थेत देखील ती ब्रिजविषयीच बरळत होती. दुसऱ्या दिवशी तिच्या निधनाची बातमी कळली. मी ती ऐकून तत्काळ तिच्या घरी गेलो. तिथं अमृताचे वडील सरदार उमराव सिंग शेरगिल, दरवाज्यात मती कुंठित झाल्यासारखे उभे होते. तोंडानं ते देवाची प्रार्थना करत होते. तिची हंगेरियन आई सारखी खोलीच्या आत-बाहेर करत होती. मधूनच आपल्या मुलीच्या मृतदेहापाशी जात होती. काय झालं, कसं झालं. . . तिला काही केल्या कळत नव्हतं.

दुपारच्या वेळी अमृताची अंत्ययात्रा निघाली. अंत्ययात्रेला डझनभर स्त्री-पुरुष निघाले होते. अमृताच्या पतीनं तिच्या शवाला अग्नी दिला. आम्ही स्मशानभूमीतून परत तिच्या घरी आलो, तर पोलिस तिच्या पतीची वाटच पाहत होते. हंगेरी हे त्या वेळी जर्मनीचं मित्रराष्ट्र होतं. या कारणानं ब्रिटननं हंगेरीशी युद्ध पुकारलं होतं. अमृताचा पती शत्रुराष्ट्राचा नागरिक होता. त्याची तुरुंगात रवानगी होणार होती.

खरं म्हणजे, पोलिसांनी त्याला कोठडीत ठेवलं, हे त्याचं भाग्यच म्हणायचं. काही थोड्याच दिवसांनंतर त्याच्या सासूनं, म्हणजे अमृताच्या आईनं त्याच्याविरुद्ध प्रचार सुरू केला. त्यानंच अमृताचा खून केला, असा! तिनं ओळखीच्या अनेक लोकांना पत्रं पाठवली. अमृताचा असा अचानक मृत्यू कसा काय ओढवला, याची चौकशी झालीच पाहिजे, अशी मागणी केली. तिचं मलाही पत्र आलं होतं. पण अमृताचा खून नक्कीच झाला नव्हता. फार तर त्याला निष्काळजीपणानं आलेला मृत्यू म्हणता येईल. आमचे फॅमिली डॉक्टर रघुवीर सिंग यांच्याकडून मला नंतर अमृताच्या मृत्यूचे सगळे तपशील समजले. अमृताला जिवंतपणी शेवटचं त्यांनीच

पाहिलं होतं. त्यांच्या म्हणण्याप्रमाणे त्यांना मध्यरात्रीच्या सुमाराला अमृताच्या घरून बोलावणं आलं. त्याप्रमाणे ते गेले. चुकीच्या, अशास्त्रीय पद्धतीच्या गर्भपातामुळं अमृताला peritonitis झाला असावा. तिला अतिरक्तस्रावाचा त्रास झाला होता. अमृताला ताबडतोब ब्लड ट्रान्सफ्यूजन द्यायला हवं, असं तिच्या नवऱ्यानं डॉक्टर रघुवीर सिंगांना सुचवलं. परंतु रुग्णाला व्यवस्थित तपासल्याशिवाय आपण असलं काही करणार नाही, असं डॉक्टरांनी त्याला ठामपणे सांगितलं. दोघां डॉक्टरांची आपापसांत वादावादी चालू असतानाच अमृता हलकेच हे जग सोडून गेली. लोक म्हणतात, तशी तिची कीर्ती मात्र कायमस्वरूपी राहील.

★

११ रीता देवी वर्मा

हिचं वर्णन करताना माझी सध्याची दिलकी धडकन असे शब्द वापरण्यास मला जराही संकोच वाटत नाही.

तिनं सफेद रंगाची साडी परिधान केली होती. अनेक पौर्वात्य लोकांप्रमाणे तिच्या गालाची हाडं जरा उंचसर होती. चेहऱ्यावर मेकपचा स्पर्श नाही, अंगावर दागिने नाहीत. गोरा रंग, उंच, सडपातळ आणि प्रमाणबद्ध शरीर, उंच मान, भरदार छाती, नाजूक कंबर आणि उंच पाय. रीता मध्यमवर्गीय वस्तीत राहणारी गृहिणी म्हणून शोभतच नसे. ती एखाद्या फॅशन मॉडेलसारखी दिसे.

माझ्या घरचे लोक तिचं वर्णन 'पपांची सध्याची' असं करतात. मी सुद्धा निःसंकोचपणे तिचं वर्णन माझी हल्लीची 'दिलकी धडकन' असं करतो. तिचा पती एक उच्चकुलीन, उमदा माणूस आहे. ती अगदी सुखात संसार करते आहे. तिचा पती कुचबिहार कुटुंबातील असून तो जयपूरच्या राजमाता गायत्रीदेवींचा पुतण्या. अर्थात खरं बोलायचं, तर स्त्रियांच्या बाबतीतल्या असल्या बारीक तपशिलांशी मला काही देणं-घेणं नाही. मला देणं-घेणं आहे, ते केवळ त्या स्त्रियांच्या व्यक्तिमत्त्वाशी; आणि या तरुणीच्या ठायी पार्श्वभूमी व व्यक्तिमत्त्व अशा दोन्ही गोष्टी विपुल प्रमाणात आढळतात.

त्या वेळी एल्. के. अडवानींची रथयात्रा सोमनाथपासून अयोध्येला निघाली होती. ती मिरवणूक पाहण्यासाठी सुजनसिंग पार्कच्या द्वारापाशी एक लहानसा घोळका जमला होता. त्या घोळक्यात ती सुद्धा उभी होती. तेव्हा मी तिला पाहिलं. माझ्या मनात अडवानींविषयी कितीही आदर असला, तरी त्यांनी चालू केलेला हा सर्व प्रकार मात्र मला अजिबात पसंत नव्हता. पण दिल्लीकरांची या रथयात्रेबद्दल नक्की काय प्रतिक्रिया होते, ते जाणून घेण्यासाठी म्हणून केवळ मी त्या ठिकाणी गेलो होतो. अगदी खालच्या स्तरातील दोन-पाचशे लोकांनी काढलेली मिरवणूक होती. बाकी काही नाही. सर्वजण घोषणा देत चालले होते. अडवानींच्या रथामध्ये उभ्या असलेल्या एका कार्यकर्त्यानं मला त्या जमावामध्ये उभं राहिलेलं पाहिलं आणि ताबडतोब एक हितचिंतक म्हणून माझ्या नावाची ध्वनिक्षेपकावरून घोषणा करून टाकली.

अडवानींनी माझ्याकडं पाहून हात हलवला. मीही त्यांच्याकडं पाहून हात हलवला. परंतु त्या सर्व यात्रेच्या प्रकाराविषयी माझ्या मनात चीड आली. तिरस्कारानं मी घरी परतलो. घराच्या खिडकीत उभा राहिलो. रस्त्यावरून एक शुभ्र साडीतील स्त्री चालली होती. मी तिला नीट निरखून पाहिलं.

अनेक पौर्वात्य लोकांप्रमाणे तिचे गाल जरासे उंचसर होते. चेहऱ्यावर रंगरंगोटी नाही, अंगात दागिने नाहीत. गोरा रंग, उंच सडपातळ आणि प्रमाणबद्ध बांधा. उंच मान, भरदार छाती, नाजूक कंबर आणि उंच पाय. सुजनसिंगसारख्या असल्या मध्यमवर्गीय वस्तीत राहणारी गृहिणी म्हणून काही ती शोभत नव्हती. त्याऐवजी ती तर एखाद्या फॅशन मॉडेलसारखी दिसत होती.

दुसऱ्या दिवशी सकाळी परत ती मला रस्त्यात भेटली. आधी आपण होऊन तीच माझ्याशी बोलली.

"सर, मी तुमच्या घरी येऊन तुमच्या काही पुस्तकांवर तुमची स्वाक्षरी घेतली, तर चालेल का?"

"जरूर. केव्हाही ये. पाहिजे तेव्हा. एखाद्या लेखकाच्या दृष्टीनं कुणी त्याची स्वाक्षरी त्याच्याच पुस्तकांवर मागतंय्, याहून दुसरी आनंदाची गोष्ट नसेल," मी म्हणालो आणि तिला विचारलं, "तू कुठं राहतेस?"

"सर, मी तुमच्या शेजारच्याच ब्लॉकमध्ये राहते. आपण शेजारी आहोत." ती म्हणाली. "तुमची मुलगी, जावई, तुमचा पुतण्या तेजबीर आणि त्याची बायको माला या सर्वांना मी ओळखते. फक्त तुम्हांला आपणहून माझी स्वतःची ओळख करून देण्याचं धाडस आजवर मला झालं नव्हतं." असं म्हणून ती अलगद उठली आणि शेजारच्या ब्लॉकमध्ये अदृश्य झाली.

ती होती तरी कोण? इतक्या दिवसांत माझं लक्ष तिच्याकडं कसं काय गेलं नाही?

सुजनसिंग पार्कच्या कर्मचाऱ्यांकडं मी तिची चौकशी सुरू केली. ते सर्व तिला 'कुत्तेवाली मेमसाहिब' म्हणूनच ओळखत होते. तिनं रस्त्यावर फिरणाऱ्या सहा-सात भटक्या कुत्र्यांना स्वतःच्या घरी आणून ठेवलं होतं. ही गोष्ट नंतर कळली. कुत्र्यांवर प्रेम करणाऱ्या लोकांविषयी मला आदर आहे. विशेषतः, काही लोक प्राण्यांची जात, कूळ, खानदान वगैरे गोष्टींची पर्वा न करता त्यांच्यावर प्रेम करताना दिसतात, अगदी लंगड्या, एका डोळ्यानं आंधळ्या असलेल्या प्राण्यांवर सुद्धा. अशांबद्दल तर मला फारच आदर वाटतो. रीता देवीचा पती सुद्धा असंच, तिच्याएवढंच मनापासून प्राण्यांवर प्रेम करणारा होता. अर्थात ही गोष्ट मला नंतर कळली. मी तर ऐकलं, की रोज सकाळी उठून तो बाहेर जायचा. बरोबर आपल्या बायकोनं खास कुत्र्यांना खाऊ घालण्यासाठी शिजवून दिलेला मटण-पोळ्यांचा डबा घेऊन तो जवळपास फिरणाऱ्या कुत्र्यांना गोळा करायचा आणि त्यांना खाऊ घालायचा. त्यामुळं कर्मचाऱ्यांना रीता देवीचं नाव काही माहीत नव्हतं. नुसतं 'कुत्तेवाली' इतकंच माहीत होतं.

काही दिवसांनंतर ती खरंच माझ्या पुस्तकांवर सह्या घेण्यासाठी आली. तिच्याच सांगण्यावरून, मी पुस्तकावर आधी तिचं नाव लिहून मग खाली माझी स्वाक्षरी करावी, म्हणून तिचं नाव विचारलं. तिचं नाव रीता होतं.

"रीता काय?" मी विचारलं.

"फक्त 'रीता' पुरे. पण तुमच्या माहितीसाठी हवं असलं, तर सांगते, मी रीता देवी वर्मा. माझ्या पतीचं नाव भीम. त्यांचा स्वतःचा व्यवसाय आहे."

याहून जास्त काहीही सांगण्याची तिची तयारी नव्हती.

मला तिच्या कुटुंबाविषयी आणखी जास्त माहिती हवी होती. रीताचं शिक्षण कुठं झालं, ती 'कुत्तेवाली' होण्याआधी ती काय करत असे, कुत्र्यांची काळजी घेण्याव्यतिरिक्त तिला आणखी काय छंद होते... शिवाय तिच्याएवढी सुंदर स्त्री चित्रपटात, नाही तर मॉडेलिंग करायला कशी काय गेली नाही, इत्यादी.

रीताचं आणखी एक गुणवैशिष्ट्य माझ्या लक्षात आलं. साधारणपणे सुंदर स्त्रिया स्वतःच्या रूपसंपदेचं इतरांकडून कौतुक करून घेण्याची संधीच शोधत असतात. पण इथं रीता मात्र स्वतःविषयी बोलणं हेतुपुरःसर टाळत असे. ती एके काळी खरोखरीच मॉडेल होती, त्यानंतर एअर इंडियाची अत्यंत लोकप्रिय हवाई सुंदरी होती, इ. गोष्टी मला इतरांकडून समजल्या. इंदिरा गांधींच्या परदेश दौऱ्याच्या वेळी त्यांची देखभाल करण्यासाठी रीताची खास नियुक्ती होत असे. बॉंबे डाईंगचा देखणा उद्योगपती नसली वाडिया हाही तिच्या चाहत्यांपैकी एक होता.

सुप्रसिद्ध आसामी गायक भूपेन हजारिका यानं मला रीताच्या बालपणाविषयी माहिती पुरवली. गौहत्तीच्या कॉटन कॉलेजमध्ये रीताची आई बारा वर्षं प्राचार्या म्हणून काम करत होती. रीताची आई म्हणजेच विख्यात वनस्पतिशास्त्रज्ञ श्रीमती रॉय. हजारिकांच्या म्हणण्याप्रमाणे केवळ श्रीमती रॉय यांच्या वर्गात बसून नेत्रसुख घेता यावं, म्हणून वनस्पतिशास्त्र हा विषय निवडणारे अनेक विद्यार्थी असत. त्या होत्याच तशा अप्रतिम सुंदर. रीता जन्मानं बंगाली-आसामी होती. आईच्या बाजूनं गोस्वामी. आपलं रूपही तिनं आईकडूनच उचललं होतं. तिचे आई-वडील बऱ्याच वर्षांपूर्वी विभक्त झालेले होते. किती तरी वर्षं कलकत्त्याच्या उच्चभ्रू लोकांच्या वर्तुळात रीताच्या नावाची चर्चा होत असे.

रीताला, खरं म्हणजे, कोणत्याही तरुणाशी लग्न करणं शक्य होतं. तिनं भीम वर्माची निवड केली. कुचबिहार घराण्याचा हा सुपुत्र. सध्या त्याचा चहाचा व्यवसाय होता. रीतानं आपल्या वागण्या-बोलण्यांतील आदब व रीतभात उच्चकुलीन राजपूत घराण्यातून उचलली होती. मी तिला कधी तरी संध्याकाळी स्कॉच ड्रिंक घेण्यासाठी बोलावत असे. ती यायची; पण नेहमी स्कॉच घ्यायला नकार द्यायची. स्कॉच महाग असते, शिवाय ती सहजासहजी उपलब्ध होत नाही, याची तिला जाणीव होती. त्याऐवजी ती स्वतःपुरता भारतीय रमचा ग्लास भरून घेत असे. मला माझं ड्रिंक तयार करून देणं हे रीताचं आवडतं काम होतं. ती ड्रिंकचा ग्लास स्वतःच्या दोन्ही हातांनी पकडून अशा काही अदबीनं माझ्यापुढं धरायची, की जसं काही महाराजांना नजराणा पेश करावा. तिनं ड्रिंकचा ग्लास सरळ साधेपणानं एका हातात पकडून मला द्यावा, हे तिला पटवून देण्यास मला किती तरी दिवस लागले. आग्रह करावा लागला. आमची ओळख झाल्याच्या दिवसापासून ते आजपर्यंत ती मला 'सर' म्हणून हाक मारते. तिनं स्वतःच्या तोंडून माझं नाव कधीही उच्चारलेलं नाही.

रीतापाशी गप्पागोष्टींची कमतरता अजिबात नाही. ती तासचे तास गप्पा मारू शकते. मात्र तिचे विषय अगदी मर्यादित असतात. ती गेले कित्येक वर्षं मदर टेरेसांबरोबर काम करते आहे. मिशनऱ्यांनी चालवलेल्या धर्मार्थ संस्थांना ती नियमितपणे जाऊन भेटते. उच्चभ्रू समाजातील स्त्रिया भिशी आणि कॉकटेल (मद्य) पार्ट्यांमध्ये आपली संपत्ती आणि शक्ती वाया घालवताना दिसतात. अशा स्त्रियांवर रीता नेहमी ताशेरे झोडते. परंतु एकीकडं तिला स्वतःला मात्र लोकांना बोलावण्याची, पार्टी देण्याची हौस आहे. रीता साक्षात अन्नपूर्णा आहे. तिच्या पार्ट्या पहाटेपर्यंत चालतात. मात्र हाही एक प्रकारे पैशाचा आणि शक्तीचा अपव्यय आहे, हे तिच्या गावीही नसतं.

रीताला गेल्या काही वर्षांपासून राजकारणात रस उत्पन्न झाला आहे. आसाम व तेथील मुख्यमंत्री हितेश्वर सैकिया या दोन्हींची जणू काही रीता प्रवक्तीच आहे. तिच्यामुळं मीही निम्मा आसामी बनलो आहे. महिन्याकाठी एकदा मी आसामला जातो. गौहत्ती येथे एडस् आणि टी. बी. रुग्णांसाठी पुनर्वसन केंद्राची स्थापना करायची होती. मदर टेरेसांतर्फे हा प्रकल्प राबवण्यात येणार होता. या कार्यक्रमाला रीतानं माझ्यासाठी निमंत्रण मिळवून आणलं. सैकियांवर दडपण आणून तिनं विमानतळाजवळची चौदा एकर जमीन मंजूर करून घेतली. मदर टेरेसांच्या नावे त्याचं खरेदीखत करून घेतलं. शिवाय हा उपक्रम राबवण्यासाठी पाच लाख रुपयांचं अनुदान मिळवलं. त्यानंतर माझ्या ओळखीच्या वेगवेगळ्या उद्योगपतींना मी पत्रं लिहून त्यांना देणग्या देण्याची विनंती करावी, म्हणून तिनं माझ्यामागे कटकट सुरू केली.

रीताचा स्वभाव कसा रागीट आहे, याची हकीगत मला एकदा तिच्याच तोंडून ऐकायला मिळाली. रीता स्वतः चांगली उंचीपुरी आहे. एखादा पुरुष तिची दडपणूक करू पाहील, तर ती ते कधीच सहन करीत नाही. उलट, त्याचीच दडपणूक करते. रीताचा शेजारी एक सरदार होता. त्याची बायको अमेरिकन होती. रीताचे कुत्रे सारखे भुंकून फार कटकट करायचे. या सततच्या कटकटीला तो कंटाळला. त्यानं चिडून त्यांतील एका कुत्र्याला काठीनं मारलं. हे कळताच रीता त्याच्या अंगावर धावून गेली. तिनं त्याला भरपूर शिवीगाळ केली, इतकंच नव्हे, तर त्याच्याविरुद्ध पोलिसात तक्रार केली. बिचारा सरदारजी, शेपूट घालून स्वतःच्या घरी पळाला. ही रीता एखाद्या दिवशी माझ्यावरही चिडणार आहे, अशी मला भीती वाटते. मला चिडखोर, तापट माणसं अजिबात सहन होत नाहीत. मी त्यांच्याशी ताबडतोब संबंध तोडून टाकतो. एकदा माझ्या वागण्याबाबत तिनं नाराजी दाखवण्याचा प्रसंग घडला आहे. एक दिवस मी एका व्यक्तीचं निमंत्रण स्वीकारलं. त्या व्यक्तीबद्दल रीताला चीड होती. तिनं नाराजी तर व्यक्त केलीच, पण सुमारे तासभर माझ्याशी वादही

घातला. इतर अनेक स्त्रियांप्रमाणे रीताची सुद्धा आपल्या मित्रमंडळींबद्दल मालकी हक्काची भावना असते. त्यामुळं त्या दिवशी रीताच्या जवळचा सर्व युक्तिवाद संपुष्टात येईपर्यंत मी तिला वाद घालू दिला.

मी जेव्हा रीताबरोबर असतो, तेव्हा सर्वांनी आम्हां दोघांना एकत्र पाहावं, अशी मनातून इच्छा असते. माझं नीतिधैर्य त्यामुळं वाढतं. कधी तरी लोक तिला माझी नात समजतात. पण मला त्याचं विशेष काही वाटत नाही. कारण मला खरोखरीची एक सुरेखशी नात आहे. अलीकडे लोक माझ्या या नवीन वेडाबद्दल (म्हणजे रीताशी असलेल्या मैत्रीबद्दल) बोलू लागले आहेत. हे काही फार काळ टिकणार नाही. रीताला माझ्यापेक्षा जास्त काळ ओळखणारी एक स्त्री म्हणाली,

"बरेच लोक प्रथमदर्शनी रीताकडे आकृष्ट होतात. काही काळानंतर मात्र ते कंटाळून तिला सोडून देतात. तिच्यापाशी बोलण्यासारखं फार काही नसतं. ती त्याच त्याच गोष्टी परत बोलत राहते."

रीताला सोडण्याचा विचार माझा मात्र मुळीच नाही. मी तिच्या बाजूचा आहे. माझं प्राण्यांवर प्रेम आहे. तिला त्यांच्याबद्दल ममता वाटते. मला जातीयवादी राजकारणी लोक पसंत नाहीत. रीताला तर त्यांचा इतका तिटकारा वाटतो, की ती त्यांच्याशी भांडण उकरून काढते. मुस्लिमांविरुद्ध, ख्रिश्चनांविरुद्ध जे कुणी लिहितात, त्यांना ती शिवीगाळ करते. जे लोक गरिबांसाठी काम करतात, त्यांच्याबद्दल मला फार आदर वाटतो आणि ती ते करते.

जंगपुरा येथे निराधार अपंग बालकांसाठी मिशनऱ्यांनी एक आश्रम चालवलेला आहे. रीता मला एकदा तिथं घेऊन गेली. तिथं गेल्यावर एका लहानशा अंध मुलीनं माझ्या पायांना विळखा घातला. मी तिच्या डोक्यावर थोपटू लागलो. रीतानं सुमारे एक वर्षाच्या छोट्या बालकाला उचलून कडेवर घेतलं. त्याला त्याचा इतका आनंद झाला, की त्यानं तिच्या हातावर शू केली. तिची साडी खराब झाली. पण रीतानं जराही कच खाल्ली नाही. त्या मुलाचा कार्यक्रम पूर्ण होईपर्यंत तिनं त्याला तसंच धरून ठेवलं; आणि नंतर त्याला स्वच्छ करून झोपवण्यासाठी तिथल्या नोकराच्या ताब्यात दिलं. केवळ त्या एका प्रसंगामुळं माझ्या आयुष्यात आलेल्या इतर स्त्रियांपेक्षा रीता देवी वर्मा किती मोठ्या मनाची, किती निराळी आहे, याची मला जाणीव झाली.

★

१२

भिकारीण

पावसाच्या पाण्यातून अवतीर्ण होणारी एक प्रतिमा.

गोरीपान, प्रमाणबद्ध शरीरयष्टी, विस्कटलेले केस, चेहऱ्याभोवती विखुरलेले. कळकट पांढरं धोतर अंगाभोवती कसं तरी लपेटलेलं.

मी थोडा वेळ तिच्याकडं निरखून पाहत राहिलो.

दुर्गुणांची खाण असणाऱ्या या शहरात इतक्या तरुण, आकर्षक मुलीचं काय काम, असा विचार माझ्या मनात आला.

रात्रभर मी जागा होतो, तिचाच विचार करीत राहिलो होतो.

मी 'द इलस्ट्रेटेड वीकली ऑफ इंडिया' चा संपादक म्हणून मुंबईला आलो. त्यानंतर चर्चगेटजवळच्या एका फ्लॅटमध्ये एका पार्शी कुटुंबात पेइंगगेस्ट म्हणून राहू लागलो. माझी विशेष कुणाशी ओळख नव्हती. फारसं कुठं येणं जाणं नव्हतं. येण्या-जाण्यासाठी मला गाडी, ड्रायव्हर वगैरे सोयी उपलब्ध होत्या. पण मी मात्र मुद्दाम सकाळी पायी चालत ऑफिसला जात असे आणि संध्याकाळी परतही चालतच येत असे.

त्या वेळी सुरुवातीच्या काही दिवसांतच माझी ए. जी. नूरानी याच्याशी छान मैत्री झाली. तो पत्रकार तर होताच. शिवाय वकिली सुद्धा करत असे. त्या वेळी तो अविवाहित होता व अजूनही तसाच आहे. आम्ही रोज संध्याकाळचा वेळ एकत्र घालवू लागलो. आधी मरीन ड्राईव्हपर्यंत फेरफटका मारायला जायचं आणि नंतर माझ्या फ्लॅटवर परत यायचं, असा आमचा नित्यक्रम ठरून गेला.

मी रोजचा ठरावीक व्हिस्कीचा पेग संपवायचो. नूरानी मात्र मद्याला स्पर्शही करत नसे. तो सोडावॉटर घेई. नंतर आम्ही बाहेर पडायचो आणि आसपासच्या परिसरातल्या नवीन नवीन हॉटेलांमध्ये जेवायला जायचो. जेवण झालं, की रोज एका नवीन पानाच्या ठेल्यापाशी जाऊन नवीन पानवाल्याच्या हातच्या पानाची चव घ्यायची, आणि मगच एकमेकांचा निरोप घ्यायचा. मुंबईचा पावसाळा सुरू झाला आणि आमच्या या रोजच्या कार्यक्रमात खंड पडला. त्याच सुमाराला ती बाई एक दिवस माझ्या नजरेस पडली. आत्ता मी तिच्याबद्दलच लिहिणार आहे.

पाऊस नुकताच थांबला होता. मी एकटा होतो. रात्रीचं जेवून रेस्टॉरंटमधून बाहेर पडलो होतो. घराच्या वाटेवर एक पेट्रोलपंप आणि काही दुकानं होती. मी एका ठिकाणी पान घेण्यासाठी थांबलो. जवळच एका भेळपुरीवाल्याचं छोटंसं दुकान होतं. मी सहज त्या भेळपुरीवाल्याशी गप्पा मारायला सुरुवात केली. या पावसाळ्यात भेळेचा धंदा कसा काय चालतो वगैरे चौकशी केली.

"फारसा चालत नाही," त्यानं सांगितलं. "मगर इसकी किस्मत जाग जाती है. . ." (तिचं नशीब उजाडतं), जवळच्या दुकानाच्या पायरीवर बसलेल्या भिकारणीकडं बोट दाखवत तो म्हणाला, "जो माल विकला जात नाही, तो मी तिला देऊन टाकतो. ती भिकारीण आहे. थोडी वेडसर आहे."

त्याच्या शब्दांमुळं माझं लक्ष त्या अधाशीपणानं भेळ खाणाऱ्या बाईकडं वेधलं.

ती वयानं पंचविशीची असेल. अत्यंत आकर्षक होती.

गोरीपान, प्रमाणबद्ध शरीर, विस्कटलेले केस चेहऱ्याभोवती हवे तसे विखुरले होते. एक कळकट धोतर अंगाभोवती जमेल तसं लपेटलेलं होतं.

मी काही काळ तिच्याकडं निरखून पाहत राहिलो. दुर्गुणांची खाण असलेल्या या शहरात तिच्यासारख्या आकर्षक तरुणीचं काय काम होतं?

मी रात्रभर तिचाच विचार करत, तिची स्वप्नं बघत पडून राहिलो.

त्यानंतर रोज रात्री जेवण झाल्यानंतर त्याच पानवाल्याकडून पान घेण्याची प्रथा मी सुरू केली. एकीकडे त्या भेळपुरीवाल्याशी बोलता बोलता मी बंद दुकानाच्या पायरीवर बसलेल्या त्या भिकारणीकडं टक लावून बघत असे. ती बरेचदा स्वतःशीच बोलत असायची. मी एकदा भेळ विकत घेऊन तिला द्यायचा सुद्धा प्रयत्न केला. पण भेळवाल्यानं माझं ऐकलं नाही. त्याच्याकडं पुष्कळ भेळ शिल्लक राहत असे. शिवाय त्या पोरीला खायला घालणं ही जणू त्याचीच मक्तेदारी होती.

एक दिवस मी रात्रीचं जेवण घेत असताना ढगांचा प्रचंड गडगडाट होऊन मुसळधार पावसाला सुरुवात झाली. चर्चगेटच्या जवळपासचे सर्व रस्ते पावसाच्या पाण्यानं भरून गेले. मी माझी पँट गुडघ्यांपर्यंत दुमडली, पायांतले सँडल काढून हातात घेतले, डोक्याचा फेटा भिजू नये, म्हणून छत्री उघडली आणि त्या चिखलाच्या पाण्यातून जपून चालू लागलो. पानवाला आणि भेळपुरीवाला, दोघंही आपापली दुकानं बंद करून घरी गेले होते. ती भिकारीण संगमरवरी पायऱ्यांवर पसरली होती. वाहणारं पाणी तिच्या पायापासून जेमतेम इंचावर होतं. आज रात्री हिला खायला मिळालेलं नसणार. . . हिला थोडे पैसे द्यावे का. . . असा विचार मनात आला. पण मग वाटलं, हिची प्रतिक्रिया काय होईल, कोण जाणे.

मी तिच्याबद्दल विचार करत घरी गेलो. रात्री उशिरापर्यंत मी जागाच होतो, तिचाच विचार करत होतो.

रात्रभर पाऊस चालू होता. मी उठून खिडकीपाशी जाऊन बाहेरचं दृश्य बघत उभा राहिलो. खिडकीबाहेर मैदान होतं. मैदानापलीकडं राजाभाई टॉवर. अजून सुद्धा मधूनच पावसाची एखादी सर येत होती. मैदान पाण्यानं भरून गेलं होतं. मैदानाच्या पलीकडं एका स्त्रीची धुरकट आकृती हातात पत्र्याचा डबा घेऊन उभी होती. तिनं आपलं वस्त्र दूर सारून स्वतःला धुण्यास सुरुवात गेली. मी माझी छोटीशी दुर्बीण डोळ्यांना लावली. कुणी जवळपास तर नाही, अशी खात्री करून घेण्यासाठी तिनं एकवार मागं वळून पाहिलं. कुणी आपल्याला पाहिलं नाही, अशी खात्री पटताच तिनं ते कळकट धोतर बाजूला टाकलं आणि ती पावसात चिंब भिजत उभी राहिली.

ती माझीच भिकारीण होती. तिनं तसल्या घाण पाण्यानंच अंग धुण्यास सुरुवात केली. . . छाती, कंबर, हात, पाय. . .

'अंघोळ' झाल्यावर तिनं परत ते ओलंचिंब धोतर अंगाभोवती गुंडाळलं आणि चिखल तुडवत ती चर्चगेट स्टेशनच्या दिशेनं निघून गेली.

सागरातून अवतरणाऱ्या व्हीनस देवतेची प्रतिमा मुंबईच्या त्या भिकारणीच्या रूपात समूर्त साकार झाली होती.

पुढं मी दिल्लीला निघून गेलो. पण तरी सुद्धा, किती तरी दिवस तिनं माझ्या मनात घर केलं होतं.

मुंबईला परतल्यानंतर जेवण झाल्यावर एकदा मी मुद्दाम फिरत फिरत चर्चगेटपाशी गेलो. पानवाला आणि भेळपुरीवाला अजून तिथंच होते. पण भिकारीण मात्र नव्हती.

"त्या पोरीचं काय झालं?" असं मी भेळपुरीवाल्याला विचारताच त्याच्या डोळ्यांत पाणी आलं. गहिवरल्या आवाजात तो म्हणाला,

"साले भडवे उठाके ले गये." (हलकट दलालांनी तिला पळवून नेलं.)

★

भाग दोन

पुरुष

१

चेतन आनंद

वाढलेल्या दाढीचे खुंट आणि हातात गुलाबाचं एक फूल अशा अवतारात तो सर्व सुंदर स्त्रियांचं प्रियाराधन करत असे.

लोक दोन प्रकारचे असतात, देणारे आणि घेणारे, शोषण करणारे, परोपजीवी. . . चेतन आनंद हा मला भेटलेला सर्वांत मोठा परोपजीवी व घेणारा माणूस होता.

मी तेव्हा लाहोरच्या गव्हर्नमेंट कॉलेजात शिकत होतो. त्या दोन वर्षांत माझी अनेक लोकांशी ओळख झाली. त्यांच्यापैकी किती तरी लोकांनी चित्रपटसृष्टीत पुढं मानाचं स्थान प्राप्त केलं.

बलराज सहानी हा माझ्या दोन वर्षं पुढं होता. त्याचाच धाकटा भाऊ भीमसेन, बी. आर्. चोप्रा आणि चेतन आनंद हे तिघंही माझ्याच वर्गात होते. देव आनंद आणि उमा कश्यप हे माझ्या काही वर्षं मागे होते. उमा कश्यप ही पुढं कामिनी कौशल म्हणून प्रसिद्धीस आली. माझ्या थोडासा मागे असणारा माझा आणखी एक समकालीन म्हणजे आय्.एस्.जोहर. हा फॉर्मन ख्रिश्चन कॉलेजात होता. यांच्यापैकी किती तरी स्त्रिया आणि पुरुष नंतर परत माझ्या आयुष्यात आले. पण त्या वेळी, लाहोरला माझा सर्वांत जवळचा मित्र मात्र चेतन आनंद हाच होता.

चेतन आनंद हा कुरळ्या केसांचा, भावुक डोळ्यांचा गोरापान मुलगा होता. काही रासवट, दांडग्या मुलांना अशी जराशी बायकी, नाजूक मुलं आवडायची. अशा दांडग्या मुलांमध्ये चेतन फार लोकप्रिय होता.

चेतन मात्र असल्या मुलांना टाळत असे. त्यानं माझ्याशी मैत्री केली होती. तेव्हा आम्हां दोघांविषयी लोक काय मनाला येईल ते बोलत असत. परंतु आम्हां दोघांची मैत्री अगदी शुद्ध स्वरूपाची होती, कोणत्याही प्रकारच्या विकृत संबंधांवर आधारलेली नव्हती. आम्ही दोघं होस्टेलवरून कॉलेजात जाताना बरोबर जात असू. वर्गातही शेजारी बसायचो, टेनिस खेळायचो आणि सिनेमे बघायला जायचो.

माझ्याप्रमाणेच चेतनची सुद्धा आय्.सी.एस्.ला जाण्याची महत्त्वाकांक्षा होती. तो सुद्धा परीक्षेला बसण्यासाठी इंग्लंडला आला. आम्हां दोघांपैकी कुणीच पास झालं नाही.

मी कायद्याची पदवी घेऊन लाहोरला परतलो. चेतनजवळ मात्र पंजाब विद्यापीठातून प्राप्त केलेल्या बी. ए. च्या पदवीखेरीज काही नव्हतं. तो नोकरीच्या निकडीनं शोधात होता.

त्यानं संपूर्ण उन्हाळा माझ्या फ्लॅटमध्ये घालवला. त्याच वेळी पहिल्यांदा चेतनच्या स्वभावाची दुसरी बाजू माझ्या लक्षात आली. स्त्रियांना चेतनविषयी प्रचंड आकर्षण वाटायचं. स्त्रियांची मर्जी संपादन करण्याची चेतनची स्वतःची खास शैली होती.

जून महिन्यातील एखाद्या उकाड्याच्या दिवशी तो अंगात ओव्हरकोट घालून, वाढलेल्या दाढीचे खुंट चेहऱ्यावर मिरवत, हातात एकुलतं एक गुलाबाचं फूल घेऊन आपल्या मैत्रिणीला भेटायला जाई. संभाषणाची सुरुवात काय असणार, हे तर सांगायलाच नको.

अर्थातच ती मुलगी त्याला विचारायची,

"इतक्या उकाड्याचा ओव्हरकोट कशासाठी घातलाय्?"

त्यावर याचं उत्तरही ठरलेलं,

"या जगात माझी स्वतःची अशी ही एवढी एकच तर गोष्ट आहे..." आणि आपल्या हातातलं गुलाबाचं फूल तो तिला द्यायचा.

–चेतनला प्रचंड यश मिळत असे.

काही थोड्या कालावधीतच आमच्या विद्यापीठातील सर्वांत सुंदर तरुणीचं मनं जिंकण्यात त्याला यश मिळालं. ही तरुणी म्हणजे उमा चॅटर्जी. ती स्वतः ख्रिश्चन होती. तिच्या आई-वडिलांना चेतन पसंत नव्हता. पण त्यांच्या विरोधाला न जुमानता या नोकरी नसलेल्या, बेकार हिंदू तरुणाशी विवाह करण्याची तिची तयारी होती.

त्या दोघांच्या वाङ्‌निश्चयानिमित्त मी एक मोठी पार्टी आयोजित केली. त्या पार्टीच्या वेळी चेतनच्या स्वभावातील चंचल वृत्ती उघडकीला आली. त्या पार्टीत तो खुशाल इतर मुलींच्या मागे लागला होता. त्यांच्याशी प्रेमचेष्टा करत होता. त्याबद्दल मी दुसऱ्या दिवशी सकाळी चेतनची चांगलीच कानउघाडणी केली. त्याला 'हरामी' अशी शिवी सुद्धा दिली. पण त्यावर चक्क त्यानं आपलं ते ठेवणीतलं मोहक हास्य केलं आणि माझा विरोध साफ धुडकावून लावला.

पुढं उमा चॅटर्जी आणि चेतन यांचं लग्न झालं. त्यांना दोन मुलंही झाली. मग मात्र काही दिवसांनी चेतनच्या थापेबाजीला कंटाळून अल्काझीच्या प्रेमाखातर उमानं चेतनला सोडून दिलं. स्वतःची मुलगी शोभावी, इतक्या लहान वयाच्या शीख मुलीबरोबर चेतन राहू लागला.

आम्ही क्वचित एकमेकांना भेटत असू. चेतनच्या चित्रपटांबद्दल मी आवर्जून त्याला पत्रातून लिहीत असे. त्यानं फक्त एकच चांगला चित्रपट निर्माण केला.

चेतननं दिल्लीच्या लालकिल्ल्याच्या आत एक ध्वनिप्रकाश देखावा (Sonet lumiere) तयार केला होता. त्याचं संपूर्ण लेखन मी केलं होतं. परंतु चेतन सर्वांना त्या कार्यक्रमाचं लेखन त्यानं स्वतः केलं असल्याचं सांगत असे. ते माझ्या कानांवर आलं, तेव्हा मी त्याच्याकडं त्याबद्दल विचारणा केली. पण चेतननं चक्क कानांवर हात ठेवले. (नंतर अशाच प्रकारचा दावा इतरही अनेक लोकांनी केल्याचं मला समजलं.

पुढं मी 'द इलस्ट्रेटड वीकली ऑफ इंडिया'चा संपादक म्हणून मुंबईला गेलो. लाहोरमधील काही पूर्वीच्या मित्रांनी एव्हाना हिंदी चित्रपटसृष्टीत बरंच नाव कमावलेलं

होतं. त्या सर्वांबरोबर जुने संबंध पुनःप्रस्थापित करण्याची उत्सुकता माझ्या मनात होती. पण त्यापेक्षाही जास्त उत्सुकता होती चेतनशी मैत्री प्रस्थापित करण्याची. या चेतननं पूर्वी अनेक वेळेला माझ्या पाहुणचाराचा मनमुराद उपभोग घेतला होता. शिवाय तो माझा खरोखरच फार जवळचा मित्र होता.

पूर्वीच्या मित्रांपैकी एक म्हणजे बलराज सहानी. त्याच्या निमंत्रणावरून त्याच्या जुहू येथील बंगल्यात आठवड्यातील सुट्टीचे दोन दिवस राहण्यासाठी मी अनेक वेळा गेलो. बी. आर्. चोप्रा आणि कामिनी कौशल यांनीही कित्येक वेळी मला घरी जेवायला बोलावलं. त्याचप्रमाणं आय्. एस्. जोहर व त्याची पूर्वाश्रमीची पत्नी रमा बन्स या दोघांबरोबर आठवड्यातून एकदा तरी मी एकत्र जेवत असे. देव आनंदनं देखील त्याच्या मोठमोठ्या कॉकटेल पार्ट्यांसाठी मला निमंत्रण दिलं होतं. आता चेतन आनंदला आपण वारंवार भेटलं पाहिजे, अशी मनात इच्छा होती. पण तो मात्र गप्पच होता. हे एक गूढच होतं.

चेतनचा कधी तरी मला फोन यायचा. पण त्या वेळी त्याला कोणत्या तरी गोष्टीबद्दल प्रसिद्धी हवी असायची. संभाषण संपलं, की तो नेहमीप्रमाणं तोंडदेखलं म्हणायचा,

'कभी हमारे घर आना...'

माझी त्यानं निराशा केली. मला त्याचा रागही आला.

मला मुंबई सोडून परत जायला काही थोडेच महिने बाकी उरले होते, तेव्हाची गोष्ट.

चेतन आणि त्याची मैत्रीण अचानक एका पार्टीत भेटले. तिनं मला विचारलं,

"तुम्ही आमच्या घरी अजून कधी आला कसे नाहीत?"

ते ऐकून माझ्या संतापाचा उद्रेक झाला,

"कारण तुमच्या या कमीन्या मित्रानं मला कधी बोलावलेलं नाही." मी म्हणालो.

चेतननं सर्व काही हसण्यावारी न्यायचा प्रयत्न केला.

"सरदार, अरे, तू तर माझ्यावर रागावलास. बोल, कधी येतोस?'

आता मात्र माझ्या सहनशक्तीची हद्द झाली.

"कधीच नाही!" मी ओरडून म्हणालो, "तू तर अगदी बेशरम, मतलबी (निर्लज्ज, संधिसाधू) आहेस, तू इतके महिने माझा पाहुणचार उपभोगलास, त्याची परतफेड कधी करावीशी वाटली नाही तुला?"

लोक दोन प्रकारचे असतात : देणारे आणि घेणारे, फुकटे, परोपजीवी. चेतन आनंद हा माझ्या आयुष्यात मला भेटलेला सर्वांत मोठा परोपजीवी व फुकट्या माणूस होय.

★

२

रोमेश चंदर

आयुष्यभराच्या परिचयानंतर देखील या 'चार्ली बॉय'ला कुणीही पुरं ओळखलं नाही.

त्याचं प्रियाराधन चालू असताना आमची त्याच्याशी अनेकदा भेट व्हायची. त्याच्या प्रेमप्रकरणाची प्रगती कशी काय चालू आहे, याची सविस्तर हकीगत आम्हांला कळायची. पण ते सी-सॉच्या फळीसारखं असायचं. एखाद्या दिवशी तो अगदी स्वर्गात विहार करत असायचा, तर दुसऱ्या दिवशी खड्ड्यात पडल्यासारखा रडत सुटायचा.

मी रोमेश चंदर ऊर्फ 'चार्ली' वर एक कथा लिहिली होती. (आम्ही लाहोरच्या गव्हर्नमेंट कॉलेजात असताना त्याला 'चार्ली' म्हणायचो) हा माझा पहिलाच कथासंग्रह होता. त्याचं शीर्षक होतं 'द मार्क ऑफ विष्णु.' त्यातील चार्लीवर लिहिलेल्या त्या विशिष्ट कथेचं नाव होतं 'द बटरफ्लाय.' सुरवंटाचं पूर्ण वाढ झालेल्या फुलपाखरात स्थित्यंतर होत असताना त्याच्या ठायी जे विविध बदल होतात, तसेच बदल रमेशच्याही व्यक्तिमत्त्वात होत गेले होते. स्वतःवर लिहिलेली ती कथा वाचून सुरुवातीला रोमेश अतिशय संतापला. त्यानं मला कोर्टात खेचण्याची धमकी सुद्धा दिली. पण नंतर त्यानं आपला विचार बदलला. याचं कारणं बहुधा वेगळं असावं. त्या कथेत मी रोमेशचं व्यक्तिचित्र रंगवताना त्याचं जरा उदात्तीकरण करून त्याला हीरो बनवलेलं होतं. मात्र प्रत्यक्षात तो 'हीरो' मुळीच नव्हता.

सिमल्याच्या बिशप कॉटन स्कूलमधून चार्लस आमच्या गव्हर्नमेंट कॉलेजात आला. बिशप कॉटन ही संस्था मुख्यत्वेकरून अँग्लो इंडियन लोकांसाठी होती.

चार्लस नीटनेटकेपणानं राहत असे. राहणी तशी झकपक होती. अंगकाठी बारीक, उंची केवळ पाच फूट चार इंच. आता एवढ्या उंचीच्या माणसाला जेवढं शक्य आहे, तेवढ्या साहेबी थाटामाटात तो राहत असे. डोक्यावर गवती हॅट, ती सुद्धा तिरकं पीस खोवलेली, हनुवटीला पट्टा. ती हॅटही तो मुद्दाम थेट अँग्लो इंडियन तरुणाप्रमाणे तिरकी घालायचा. त्यांच्यासारखे तोही बोलताना 'येस्, मॅन्,' 'नो, मॅन' असे शब्द पुनः पुन्हा वापरायचा. आमच्यासारख्या 'देशी' माणसांमध्ये तो विशेष मिसळत नसे. गव्हर्नमेंट कॉलेजातील मूठभर अँग्लोइंडियन मुलांमध्ये त्याची ऊठबस असायची. लाहोरमध्ये रेल्वे कॉलनीच्या जवळपास या अँग्लोइंडियन लोकांची वस्ती होती. त्यांच्या समाजात शिरकाव करण्याची रोमेशची धडपड चालू होती.

पण फक्त बोलण्याची लकब सोडली, तर आपल्यात बाकी अँग्लोइंडियन काहीच नाही, हे लवकरच त्याला कळून चुकलं. आता मात्र स्वतःसारखी भाषा बोलणाऱ्या मूठभर देशी मुलांमध्ये मिसळण्याखेरीज रोमेशकडं दुसरा काही पर्याय शिल्लक नव्हता. अशा देशी मुलांपैकी मी एक होतो. रोमेशला सुरुवातीला चार्लस किंवा चार्ली म्हणवून घ्यायची हौस होती. पण अँग्लोइंडियन लोकांनी त्याला धुडकावून लावल्यानंतर त्यानं आपलं हे इंग्रजी नाव टाकून द्यायचं ठरवलं. त्यानंतर

कुणीही त्याची ओळख चार्ली किंवा 'चार्लस' अशी करून दिली, की तो मुद्दाम ठामपणं म्हणायचा, माझं नाव रोमेश चंदर. अर्थात आपलं व्यक्तित्व पूर्णपणं बदलून टाकणं त्याला जमलं नाही. लोक त्याला 'रोमेश चंदर चार्ली' याच नावानं ओळखू लागले. रोमेश पंजाबी आणि हिंदी या दोन्ही भाषा आमच्या इतक्याच उत्कृष्ट रीतीनं बोलत असे, असा आम्हांला पुढं शोध लागला. एव्हाना रोमेशची साहेबी टोपी अदृश्य झाली होती. अलीकडं तो कुर्ता पायजमा असा पोशाख करत असे. रोमेशचा हा दुसरा अवतार होता.

थोड्याच दिवसांत रोमेश त्याचा तिसरा अवतार धारण करणार होता. रोमेशला एक दूरची बहीण होती, दमयंती बात्रा. ती तरुण होती, आकर्षक होती. ती सफेद रंगाची साडी नेसायची व ती गांधीवादी विचारसरणीची होती. दमयंतीला भेटलेला प्रत्येक तरुण तिच्या प्रेमात पडायचा. या गोष्टीला चार्लस तरी अपवाद कसा असणार? लगेच त्यानंही खादीचे कपडे वापरायला सुरुवात केली. मोठ्या तोऱ्यात तो स्वातंत्र्याची भाषा बोलू लागला. त्यानं स्वतःला कामगार चळवळीत झोकून दिलं. तो शोषित आणि पीडित टांगेवाल्यांचा नेता व प्रवक्ता झाला. त्याला आणखी एक नाव प्राप्त झालं, 'टांगेवाला चार्ली' किंवा 'चार्ली टांगेवाला'. त्यानं काही दिवस पोलीस कोठडीत काढले. नंतर भारताची फाळणी झाली. चार्लीच्या अवतारात आणखी एकदा बदल घडून आला. त्याच्या कुटुंबातील काही लोक वारसाहक्कानं मिळालेल्या मालमत्तेची देखरेख करण्यासाठी पाकिस्तानात स्थायिक झाले. त्यांनी इस्लाम धर्म स्वीकारला आणि ते कट्टर पाकिस्तानी बनले. चार्ली भारतात आला. आपल्या डाव्या विचारसरणीच्या कोशातून बाहेर येऊन तो एक सन्मान्य नागरिक व नोकरदार झाला. त्यानं ऑल इंडिया रेडिओत नोकरी धरली. त्याची परदेशी काम करण्यासाठी सुद्धा निवड झाली होती. पण काही गूढ कारणांमुळं (कदाचित त्याच्या भूतकाळात घडलेल्या काही घटनांमुळं) परदेशी काम करणाऱ्या लोकांच्या यादीतून त्याचं नाव वगळण्यात आलं आणि तो ऑल इंडिया रेडिओतच राहिला.

चार्लीचं लहान मुलांशी फार सख्य होतं. त्याचं मुलांवर प्रेम होतं आणि मुलांचं त्याच्यावर. ऑल इंडिया रेडिओवरून तो खास मुलांसाठी एक कार्यक्रम सादर करत असे. त्या कार्यक्रमाला साऱ्या देशभर लोकप्रियता लाभली होती. रोमेश अत्यंत भावनाप्रधान होता. पंडित जवाहरलाल नेहरूंच्या निधनानंतर त्यांची अंत्ययात्रा निघणार होती. त्या अंत्ययात्रेचा धावता वृतान्त रेडिओवरून सादर करण्याचं रोमेशनं ठरवलं; पण प्रत्यक्ष सादर करण्याची वेळ आली, तेव्हा रोमेश इतका गहिवरला होता, त्याचा आवाज इतका दाटून आला होता, की त्याच्या हुंदक्यांमध्ये काही बोलणं ऐकूच येत नव्हतं. अशा प्रकारे त्या धावत्या वृतान्ताचा संपूर्णपणे विचका झाला.

चार्लीच्या आयुष्यातील प्रेमप्रकरणांची मला विशेष माहिती नाही. आपली दूरची बहीण दमयंती बात्रा हिच्याविषयी त्याला अतिशय आकर्षण होतं, हे माहीत आहे. दमयंतीनं पुढं माहिती आणि प्रसारण खात्यातील वरिष्ठ अधिकारी एम्.एल्.चावला यांच्याशी विवाह केला. त्यानंतर बऱ्याच दिवसांनी रोमेशची पद्माशी गाठ पडली. तो लगेच तिच्या प्रेमात आकंठ बुडून गेला. पद्माला मात्र त्याच्यात विशेष रस नव्हता. तिनं त्याला दूर ठेवण्याचा बराच प्रयत्न केला. पण चार्लीनं तिचा पिच्छाच पुरवला. त्याचं प्रियाराधन चालू असताना तो आम्हांला अनेकदा भेटायचा. त्यांच्या प्रेमप्रकरणाची प्रगती कशी काय चालू आहे, याची आम्हांला साद्यंत हकीगत कळायची. मात्र, त्याची मनःस्थिती सी-सॉच्या फळीसारखी असायची. एक दिवस तो स्वर्गात विहार करत असायचा, तर दुसऱ्या दिवशी अगदी दुःखाच्या खाईत पडल्यासारखा वागायचा आणि मग रडायचा.

अखेर त्यानं सतत पाठपुरावा करून पद्माचा सर्व विरोध मोडून काढला. तिनं त्याच्याशी लग्न करण्यास मान्यता दिली. चार्लीचा स्वतःच्या नशिबावर विश्वास बसेना. तो कधी कधी पद्माला घेऊन आमच्याकडे येत असे. त्या वेळी तो सरळ तिच्या तोंडावर तिच्या सौंदर्याची आणि बुद्धिमत्तेची स्तुतिस्तोत्रं गायचा.

एकदा त्यानं तिला आमच्या घरी गाणं म्हणण्याचा आग्रह केला. ती गाणं म्हणू लागल्यावर चार्ली आश्चर्यचकित होऊन, आऽ वासून, टक लावून तिच्याकडं कौतुकाच्या नजरेनं बघत राहिला. जणू काही लता मंगेशकर आणि आशा भोसले या दोघींच्या गाण्याचा अर्क काढून तिच्या गळ्यात भरला आहे. नंतर आम्ही दोघं एकटे असताना त्यानं पद्माच्या गाण्याबद्दल माझं मत विचारलं.

'बिल्कुल बेसुरा गाती है...' (अगदी बेसूर गाते) मी प्रांजळपणे सांगितलं.

मला गाण्याचा इतकाही गंध नसावा, हे पाहून तो अगदी थक्क झाला. एवढंच नव्हे, तर त्यानं माझं ते वक्तव्य सरळ पद्माला जाऊन सांगितलं.

एखादी गोष्ट स्वतःच्या मनात ठेवणं चार्लीला कधी जमलंच नाही. त्याला आपण एखादी गोष्ट अगदी विश्वासानं सांगावी आणि दुसऱ्या दिवशी ती गोष्ट गावभर व्हावी, हे अगदी ठरलेलं.

गावगप्पा करणं, लोकांच्या पाठीमागे त्यांची निंदानालस्ती करणं हे चार्लीचं अत्यंत आवडतं काम. थोड्या दिवसांत त्याच्या मित्रमंडळींचा त्याच्यावरचा विश्वास पार उडाला. पण याच चार्लीचं आणखी एक वैशिष्ट्य सुद्धा होतं. चार्ली या माणसाला कटवणं, त्याची मैत्री तोडून टाकणं, त्याला सोडणं, कुणालाही, कधीही जमलं नाही. जेव्हा त्याला गरज पडेल, तेव्हा तो प्रत्येकाचा व्यवस्थित वापर करून घेई.

मला अलीकडे चार्ली किती तरी महिन्यांत भेटत नाही. पण तो आपल्या

बायकोमुलांसमवेत साऊथ दिल्लीमधील सर्व प्रिया विहार येथे अत्यंत सुखात संसार करत आहे, हे मला माहीत आहे. सेवानिवृत्त झाल्यावर सुद्धा तो रेडिओसाठी, दूरदर्शनसाठी कार्यक्रम करण्यात व्यग्र असतो. कधी त्याला स्कॉच हवी असेल किंवा काही मतलब असेल, तेव्हा तो आमच्या घरी निमंत्रण लावून घेतो. माझ्या कुटुंबीयांशी, इतकंच नव्हे, तर घरातल्या नोकरमाणसांशी सुद्धा त्याची विचारपूस करतो. चार्ली प्रेमळ आहे, सर्वांचा आवडता आहे. तो असला, की वातावरणात कसलाही ताण नसतो. पण तो निघून गेला, की मात्र मला त्याच्याविषयी अस्वस्थता वाटू लागते. गेली पन्नास वर्षांहून अधिक काळ मी त्याला ओळखतो आहे. पण तरीही मला तो नीट समजलेला नाही.

★

३

बलवंत गार्गी

आपण 'किंग सॉलोमन'ची 'क्वीन ऑफ शीबा' आहोत, असं स्वतःच्या सहवासात येणाऱ्या प्रत्येक स्त्रीला वाटायला लावण्याचं कौशल्य त्याच्याजवळ होतं.

तो बुटका, बेढब आणि कुरूप आहे. कसे तरी अस्ताव्यस्त कपडे घालतो. चालताना पार्श्वभाग हलवण्याची त्याला सवय आहे. त्याचे हावभाव बायकी असतात. कुठल्या तरी अदृश्य साबणानं तो जणू काही स्वतःचे हात सारखे चोळून धूत असतो.

ब लवंत गार्गीला सर्वांत प्रथम मी कुठं आणि कधी पाहिलं, ते काही आठवत नाही. १९४० ते ४७च्या दरम्यान, मी लाहोरात असताना केव्हा तरी आमची भेट झाली. मी पंजाबी भाषेचा थोडासा सराव करत होतो. मी आमच्या खेडेगावात, हदाली इथं पंजाबी शिकलो होतो. माझ्या आईला पंजाबीखेरीज दुसरी कुठलीही भाषा येत नसे. त्यामुळं निदान आईला पत्र लिहिता यावं किंवा तिनं लिहिलेलं पत्र वाचता यावं, इतका पंजाबीचा सराव मी ठेवला होता. पण पंजाबी साहित्याचा मला गंधही नव्हता. लहानपणी आम्हांला प्रार्थना म्हणण्याची सक्ती होती. तेव्हा घरी आमच्याकडून काही पोथ्या पाठ करून घेतल्या होत्या. तेवढाच काय तो माझा पंजाबी साहित्याशी संबंध. अर्थात त्या वेळी मी जी काही स्तोत्रं म्हणत असे, त्याचा अर्थ सुद्धा मला कळत नसे. आता भारतात परत आल्यानंतर प्रथमच मी भाई वीरसिंग यांचं काव्य वाचण्याचा प्रयत्न केला.

त्या वेळी त्यांच्या काही छोट्या कवितांनी मला खरोखर मंत्रमुग्ध केलं. परंतु भाई वीरसिंगानं मुक्त छंदात जे महाकाव्य लिहिलेलं आहे, त्यावर पंजाबी साहित्यिकांचं अपार प्रेम आहे. पण खरं सांगायचं, तर त्या महाकाव्यात इतकं काय आहे, लोकांना ते इतकं का आवडतं, ते मला कधी कळलं नाही. सुप्रसिद्ध नानक सिंग (आणि अकाली दल नेते मास्टर तारा सिंग) हे दोघंही मला अगदी सारखेच दुय्यम दर्जाचे वाटत. पण एक खरं होतं, पंजाबी साहित्य काही एवढंच मर्यादित नसणार, एवढं होतं. त्यात अधिक चांगलं नक्की असणार होतं.

त्या वेळी माझ्या हातात कायदेविषयक काहीही काम नव्हतं. त्यामुळं कायद्याच्या पुस्तकांची पारायणं करण्याऐवजी मी बराच काळ इंग्रजी, उर्दू आणि पंजाबी कवींचं, साहित्यिकांचं चिरंतन साहित्य वाचण्यात घालवू लागलो. पंजाबी साहित्यातील सुप्रसिद्ध कवी मोहनसिंग यांचं काव्य वाचण्यास मी सुरुवात केली. ते त्या काळी नवीन निघालेल्या शीखांच्या कॉलेजात प्राध्यापक होते.

एकदा मी त्यांना घरी बोलावलं. कालांतरानं त्यांचं माझ्याकडे येणं-जाणं सुरू झालं. पुढं त्यांनी माझी ओळख प्रोफेसर तेजासिंग यांच्याशी करून दिली. तेजासिंग इंग्रजी व गुरुमुखी भाषेत पुस्तकं लिहीत. त्या सुमाराला अशाच प्रकारे माझी ओळख कर्तारसिंग दुग्गल यांच्याशी झाली. या दोघांपैकी कुणी तरी एकानं एकदा माझी

आणि बलवंत गार्गीची ओळख करून दिली. तो एक नवोदित नाटककार आणि लेखक होता. त्या काळी गुरुमुखी लिपीत लेखन करणारे विशेष कुणीही हिंदू लेखक नव्हते. गार्गीचा जन्म भटिंडा येथील एका बनिया कुटुंबात झाला. तो जाट समाजात व अगदी खालच्या मध्यमवर्गीय स्तरातील शहरी लोकांमध्ये बराच वावरलेला होता. त्या समाजाला चांगलं ओळखत होता. इतर अनेक लेखकांपेक्षा गार्गी पंजाबी भाषेची हाताळणी फार चांगल्या पद्धतीनं करत असे. त्याच्या लेखनाला विनोद, उपरोध, व्यंग यांची झालर होती. कदाचित गार्गीची आणि माझी भेट लाहोरातील डाव्या विचारसरणीच्या लोकांच्या वर्तुळात सुद्धा झाली असेल. मला नीटसं आठवत नाही. त्याचे कम्युनिस्ट पक्षाशी फार घनिष्ठ संबंध होते. तो कदाचित त्यांचा 'कार्ड होल्डर' सुद्धा असेल. मी मात्र नुसताच 'फेलो ट्रॅव्हलर' होतो. परंतु मी गार्गीच्या आधीच कम्युनिस्टांशी संबंध तोडून टाकले. मी कम्युनिस्टांवर कडाडून टीका करू लागलो. मात्र कम्युनिझम नाकारायला गार्गीला बरेच दिवस लागले.

फाळणीनंतर माझी व गार्गीची परत एकदा भेट झाली. आता आम्ही एकमेकांच्या जास्त जवळ आलो. पण गार्गीचा माझ्या कुटुंबात प्रवेश झाला, तो मात्र माझ्या आईच्या मार्फत. माझ्या आईला फक्त गुरुमुखीच वाचता यायचं. गार्गीनं एक दिवस स्वतःचं 'लोहाकुट' (लोहार) हे नाटक वाचायला दिलं. ते गुरुमुखीत लिहिलेलं होतं. नंतर तो तिला ते नाटक बघण्यासाठीही घेऊन गेला. त्यामुळं आईला गार्गी फारच आवडला. माझ्या वडिलांची मित्रमंडळी किंवा आम्हां मुलांची मित्रमंडळी आमच्या आईकडं इतकं लक्ष कधीच पुरवत नसत. त्यामुळं गार्गीची आणि आईची मैत्री झाली. आई त्याला मुद्दाम कॉफी पिण्यासाठी, गप्पागोष्टी करण्यासाठी निमंत्रण देत असे. गार्गी चांगला गप्पीदास होता. श्रोत्यांचं लक्ष स्वतःवर खिळवून ठेवण्यात पटाईत होता. स्त्रीवर्गात तो फारच लोकप्रिय होता. त्याचं कारणही कदाचित हेच असावं. गार्गीच्याभोवती नेहमी स्त्रियांचा घोळका असायचा. त्यांच्यापैकी किती तरी स्त्रिया तरुण, सुंदर असायच्या.

"गार्गीत एवढं काय आहे?" लोक विचारत, "तो तर किती बुटका, बेढब आणि कुरूप आहे. अजागळासारखे कपडे घालतो, चालताना पार्श्वभाग हलवत चालतो, बायकी हावभाव करतो आणि कुठल्या तरी अदृश्य साबणानं हात सारखे चोळून चोळून धूत असतो."

लोकांना पडलेल्या त्या प्रश्नाचं उत्तर असं होतं : गार्गी एक उत्कृष्ट श्रोता होता. तो कोणत्याही व्यक्तीचं बोलणं सहानुभूतीनं ऐकून घेत असे. बायकांशी बोलताना तर त्यांची स्तुती करण्यासाठी तो फावडं घेऊन बसायचा. शब्द उकरून उकरून स्तुती करायचा. जणू काही याच्या 'किंग सॉलोमन'ची आपण स्वतः 'क्वीन ऑफ शीबा' आहोत, असा त्यांच्यांतील प्रत्येकीला भास व्हावा.

पुढं गार्गीची आणि माझी फार व्यवस्थित ओळख झाली. त्या सुमाराला गार्गीची एका शीख मित्राच्या पत्नीशी जास्त प्रमाणात घसट होती. गार्गीला शीख स्त्रिया फार आवडत. कॅनॉट प्लेसमधील सिंदिया हाऊसच्या पाठीमागे एका अरुंद बोळात गार्गीची एक खोली होती. त्याला लागून एक लहानसं अंगण होतं. गार्गीच्या घरी मला अनेक सुंदर तरुणी भेटल्या. त्यांच्यापैकी काही चित्रपटांत तर काही नाटकांत काम करण्याची इच्छा मनात बाळगून गार्गीकडं येत. अशा तरुणींमध्ये परवीन बाबी सुद्धा होती. एकदा तो तिला माझ्या घरी जेवायला घेऊन आला होता. त्याचप्रमाणे अमृता प्रीतम, अजीत कौर आणि उमा वासुदेव यांसारख्या साहित्यिकांनाही त्यानं आपल्याबरोबर माझ्या घरी आणलं.

गार्गीचा मुक्काम परदेशांत बरेच वेळा असायचा. सिएॅटल युनिव्हर्सिटीत नाट्यशास्त्र शिकवणं, ग्लासगोमध्ये नाट्यनिर्मिती करणं असले त्याचे उद्योग चालायचे. मी सुद्धा बराच काळ परदेशी असायचो.

सिएॅटलमध्ये असताना गार्गीनं एका अमेरिकन स्त्रीशी विवाह केला. ती गार्गीपेक्षा काही इंच उंच होती आणि अप्रतिम सौंदर्यवती होती. मी तिच्या सौंदर्यानं अगदी मोहित होऊन गेलो. त्या दोघांना अनेकदा आम्ही आमच्याकडे जेवणाचं निमंत्रण देत असू. जेनी अत्यंत निरागस होती. कुणाचा विश्वास बसणार नाही, इतकी. तिला खाण्यापिण्याची अतिशय आवड होती. ती डोळ्याची पापणीही न हलवता तीन माणसांचं जेवण एकटी फस्त करायची. तिचं ते खाणं पाहून गार्गीला अवघडल्यासारखं होत असे. तो कुरकुर करत म्हणायचा,

"लोकांना वाटेल, हिला घरी काही खायला प्यायला मिळतच नाही."

गार्गीला आणखी एका गोष्टीचा फार खेद वाटायचा. जेनीनं कधीही पंजाबी भाषा शिकण्याचा प्रयत्न केला नाही. गार्गीला एक नाटककार म्हणून किती मानसन्मान होता, ते समजून घेण्याच्या दृष्टिकोनातून सुद्धा नाही.

जेनी आणि गार्गीला एक मुलगा व एक मुलगी झाली. परंतु थोड्या दिवसांनी दोघांमध्ये बेबनाव सुरू झाला. गार्गीला चंदीगढ विद्यापीठात नाट्यशास्त्राचा प्राध्यापक म्हणून नोकरी मिळाली होती. तिथंच ते राहत होते. गार्गी तेथे एका विद्यार्थिनीच्या प्रेमात पडला. ती तरुण होती, आकर्षक होती, घटस्फोटिता होती आणि अर्थात शीख होती, हे तर सांगायलाच नको. गार्गीनं एक आत्मचरित्रात्मक कादंबरी लिहिली आहे, त्यात तो स्वतः आणि ती विद्यार्थिनी एकमेकांच्या मोहात कसे पडले, याचं सविस्तर वर्णन लिहिलं आहे. कादंबरीचं नाव आहे : The Naked Triangle. हिवाळ्याचे दिवस होते. रात्रीची वेळ. तो त्या मुलीला घरी सोडण्यासाठी गाडी घेऊन निघणार होता. परंतु गाडी काढण्यासाठी गॅरेजमध्ये शिरताच त्या दोघांना कामवासनेनं झपाटून टाकलं. दोघंही तिथल्या तिथं, पुढचा-मागचा विचार न करता, गॅरेजच्या

फरशीवरच कामाला लागले. त्याच वेळी घरात जेनी आपल्या मुलांना पियानो वाजवून दाखवत होती. ते दृश्य या दोघांना गॅरेजच्या खिडकीतून दिसत होतं. जेनीनं या भयंकर विश्वासघाताबद्दल गार्गीला कधीही क्षमा केली नाही. त्याच्यापाशी घटस्फोट मागितला.

गार्गी आपल्या नव्या मैत्रिणीला घेऊन माझ्या मुंबईच्या ऑफिसात भेटीला आला. ती गार्गीच्या व्यक्तिमत्त्वामुळं फारच भारून गेल्यासारखी दिसत होती. मात्र आपण जे काही वर्तन केलं, ते बरोबर, की चूक, याविषयी गार्गीला स्वतःलाच खात्री वाटत नव्हती. मी जेनीची बाजू घेतली. गार्गीची खूप निर्भर्त्सना केली.

गार्गीच्या त्या नवीन वेडाचा अस्त होण्यासही जास्त वेळ लागला नाही. त्या मुलीला आणखी चाहते मिळाले. लवकरच गार्गीचं ते 'द नेकेड ट्रँगल' नामक पुस्तक प्रकाशित झालं. त्या दोघांचे संबंध तुटायला आणखी सबळ कारण मिळालं. त्या कादंबरीतील त्या मुलीची व्यक्तिरेखा वाचकांना सहज ओळखता येण्यासारखी होती. वास्तविक ती तरुणी दोन मुलांची आई होती. पण गार्गीनं आपल्या कादंबरीत तिचं व्यक्तिचित्र एक बदफैली स्त्री असं रंगवलं होतं. तशी ती खरोखर नव्हती. गार्गीच्या त्या कादंबरीचं समीक्षण मी लिहिलं. एका अत्यंत जवळच्या व्यक्तीनं त्याच्यावर टाकलेल्या विश्वासाचा त्यानं भंग केला आहे, अशी टीका मी गार्गीवर त्या समीक्षेत केली. नंतर मी, गार्गी व त्याची ती प्रेयसी या दोघांविषयी बरंच काही ऐकलं. ती तरुणी दिल्लीला गेली, गार्गीच्या घरी गेली आणि त्याच्या घराच्या अंगणात उभं राहून तिनं त्याला शिव्यांची लाखोली वाहिली. आणखी बरंच काही...

या सर्व कसोट्यांमधून गार्गी निखालसपणे पार पडून बाहेर आला. त्याची तर मजल बरीच पुढं गेली होती. त्यानं आपल्या या वादग्रस्त कादंबरीवर चर्चा घडून यावी, म्हणून 'इंडिया इंटरनॅशनल सेंटर'मध्ये खास विद्वान मंडळींची सभा आयोजित केली. या सभेचा अध्यक्ष होण्यासाठी गार्गीनं मला निमंत्रित केलं. गार्गीला नाही म्हणणं आजवर मला कधीही जमलं नाही. या सभेत गार्गीची सर्व श्रोत्यांकडून, विशेषतः, त्यातील स्त्री– वर्गाकडून चांगलीच कानउघाडणी होणार होती. अर्थात गार्गीला या गोष्टीची पूर्ण कल्पना होती. हे युद्ध खेळायला तो एकांडा शिलेदार तयारच होता. त्यानं आपल्या जोडीला आपला सेनापती म्हणून शिल्पकार, चित्रकार आणि स्थापत्यविद्याविशारद सतीश गुजराल याची नेमणूक केली. गार्गी जेव्हा समारोपाचं भाषण करण्यास उठला, तेव्हा थोडा आत्मसन्मान दाखवून म्हणाला,

"ज्या स्त्रीच्या सहवासाचं पूर्ण सुख मी अनुभवलं, त्या अनुभवाबद्दल मी लिहिलं. वाचकांना त्यासाठी माझ्यावर जी टीका करायची असेल, ती त्यांनी जरूर करावी. मला त्याची पर्वा नाही. पण आणखी पन्नास नाही तर शंभर वर्षांनंतर या लोकांना कोण ओळखणार आहे? पुढील पिढ्या माझं आणि माझ्या साहित्यिक

कलागुणांचं मोजमाप करणार आहेत.''

गार्गीनं इंग्रजी भाषेत लेखन सुरू करावं, म्हणून त्याचं मन वळवलं, ते मी. ते श्रेय केवळ माझं आहे.

''गार्गी, तू डबक्यात डराव डराव करणाऱ्या बेडकासारखा आहेस,'' मी त्याला सांगितलं, ''तुझी गुरुमुखी भाषेत लिहिलेली पुस्तकं वाचणारे असे किती वाचक असतील? पाचशे? हजार? त्याहून अधिक तर नसतील. त्यापेक्षा तू इंग्रजीत लिही. देशभरातील भारतीय तुझं साहित्य वाचतील. संपूर्ण जगाची खिडकी तुला खुली होईल.''

गार्गीला ती गोष्ट पटली. 'भारतीय नाट्य' या विषयावरील त्याचं पुस्तक अमेरिकेत प्रसिद्ध झालं. त्यानंतरचं पुस्तक होतं 'द पर्पल मूनलाईट'. यात गार्गीच्या त्या छोट्याशा घराच्या आणि अंगणाच्या आठवणी आहेत. त्यावरून गार्गी आता काळाच्या ओघात कसा सुज्ञ, सौम्य बनला आहे त्याची प्रचीती येते. त्यानं पूर्वी आपल्या मित्रांची काही व्यक्तिचित्रं लिहिली होती. त्या प्रत्येक व्यक्तिचित्राचं एक वैशिष्ट्य होतं. विंचवाचा डंख जसा त्याच्या शेपटात असतो, तसाच या व्यक्तिचित्राच्या शेवटच्या परिच्छेदात डंख असायचा. त्यानं घायाळ झालेली ती व्यक्ती नंतरची कित्येक वर्षं तडफडत राही. अलीकडं मात्र कोणाविषयी इतकं निर्दय लिहिणं किंवा बोलणं गार्गीला जड जातं. त्याला सर्वांकडून कौतुकाची, प्रेमाची अपेक्षा असते.

गार्गीच्या नशिबाचा सतत सी-सॉचा खेळ चालू असायचा. जेव्हा तो परदेशातून भारतात येई, तेव्हा त्याच्याजवळ मुबलक डॉलर्स खर्चासाठी उपलब्ध असायचे. मग तो तत्काळ गाडी खरेदी करायचा. अशीच एकदा त्यानं एक जुनी 'जालोपी' बनावटीची गाडी विकत घेतली होती. तिला छतच नव्हतं. मग गार्गीकडून मित्रमंडळींना आग्रहाची निमंत्रणं जायची. कधी तरी तो नवीन कॅमेरा विकत घ्यायचा. (गार्गी स्वतः अतिशय उत्तम फोटाग्राफर सुद्धा होता.) या सर्व सुखांचा गार्गी मनमुराद उपभोग घेण्यात मग्न होत असे.

मग अगदी थोड्या दिवसांत जवळचा सर्व पैसा संपुष्टात यायचा. गाडी विकणं भाग पडायचं. टेलिफोनचं बिल थकल्यामुळं टेलिफोनचं कनेक्शन तोडलं जायचं. कधी तरी त्याच्या खिशात अथवा बँकेच्या खात्यात एक पैसाही शिल्लक नसण्याची सुद्धा वेळ आलेली होती. पण अशा वेळी गार्गीचे मित्र मदतीला धावून येत.

भारतीय परंपरेला अनुसरून यथावकाश गार्गी त्यांपैकी प्रत्येकाचं कर्ज चुकतं मात्र करत असे. तो जन्मानं बनिया होता. अंदाजपत्रकाचा ताळमेळ जुळवणं त्याच्या रक्तातच होतं. तो तत्काळ दूरदर्शनसाठी एखादी मालिका बनवण्याचं काम हाती घेऊन त्याबद्दल प्रचंड ॲडव्हान्सही खिशात घालायचा. मग परत नवी गाडी, नवी स्टीरिओ सिस्टिम, नवा कॅमेरा, मित्रमंडळींना स्कॉच, भरपेट भोजन. एव्हाना

गार्गीच्या अवतीभवती एखादी नवी तरुण मैत्रीण घुटमळताना दिसायची. साधारणपणे ती सरदारनी असणार, हे ठरलेलं.

गार्गीच्या स्वभावाशी जुळवून घेणं हे कठीण काम आहे. बऱ्याच कलावंतांचं त्याच्याशी हमखास भांडण होई. एकदा गार्गीनं खूप मेहनत घेऊन यामिनी कृष्णमूर्तीवर एक माहितीपट तयार केला. तो यामिनीला त्यानं दाखवला. तीही पडली कलावंत, चमत्कारिक स्वभावाची. इतके परिश्रम आणि इतका पैसा खर्च करून गार्गीनं बनवलेल्या त्या माहितीपटावर यामिनीनं कडाडून टीका केली. गार्गीचं मन दुखावलं. पुढं त्यांचं भांडण मिटलं. त्यानंतर मात्र खुद्द यामिनीनंच मला तिच्या स्वतःच्या घरी बोलावून ती फिल्म दाखवली.

आमच्या दोघांच्या भेटींमध्ये बराच काळ जातो. अनेक महिन्यांत मला गार्गीची वार्ता कळत नाही. मग कधी तरी त्याचा फोन येतो. तो हक्कानं माझ्या घरी कॉफी प्यायला यायचं बोलावणं लावून घेतो. अर्थात त्या वेळी त्याचा त्यामागे काही तरी हेतू असतोच. आपल्या नव्या पुस्तकाची माझ्याकडून समीक्षा करून घेणं, किंवा एखाद्या नवोदित अभिनेत्याला, नाही तर अभिनेत्रीला संधी मिळवून देणं वगैरे. गार्गी थोडासा मतलबी आहे, हे मला चांगलं ठाऊक आहे. पण तरीही बलवंत गार्गीच्या भेटीला मी जेवढा आतुर असतो, तेवढा इतर कोणाच्याही भेटीसाठी आतुर असत नाही. मी त्याच्यासमोर ठेवलेल्या कॉफी मगमधील अर्धी कॉफी तो तशीच टाकतो. पण माझी स्तुतिस्तोत्रं गाऊन तो त्याच वेळी मला हरबऱ्याच्या झाडावर चढवत असतो.

★

४

इंदर सेन जोहर

सेक्स, खोटेपणा आणि व्हीडिओटेप : आय्. एस्. जोहरची जीवनकथा.

दोन बहिणी आणि त्यांची आई या प्रत्येकीशी त्यानं कशी शय्यासोबत केली, त्याची कथा तर अधिकच विलक्षण आहे.

त्यांच्यापैकी एक बहीण अनेक वर्षं आय्. एस्. जोहरची रखेल म्हणून त्याच्या घरी राहत होती. पुढं तिनं जोहरला सोडलं आणि दुसऱ्याशी लग्न केलं. जाण्यापूर्वी तिनं जोहरची ओळख आपल्या धाकट्या बहिणीशी करून दिली. आपल्या बहिणीला चित्रपटसृष्टीत प्रवेश मिळवण्यासाठी मदत कर, अशीही तिनं जोहरला विनंती केली.

अशीच एक संध्याकाळ होती.

'तुला गरमगरम चहा करून देऊ का?' असं जोहरनं त्या धाकट्या बहिणीला विचारलं.

त्यावर ती उद्गारली,

'मला आत्ता सर्वांत जास्त कोणती गोष्ट आवडेल, सांगू? मला छानपैकी समागम हवा आहे.'

पुढं ती मुलगी चित्रपटात स्टार होण्यासाठी जोहरला सोडून गेली.

त्या मुलीची आई अशीच एका रात्री जोहरच्या बिछान्यापाशी आली. पूर्णपणे अनावृत अवस्थेत. 'बिचाऱ्या म्हातारीच्या भावना मला दुखवायच्या नव्हत्या... जोहरनं लिहिलं आहे.

इंदरसेन जोहर माझ्यापेक्षा थोड्याच वर्षांनी लहान होता. तो लाहोरच्या फॉर्मन ख्रिश्चन कॉलेजात शिकत होता. हौशी कलावंतांची जी रंगभूमी होती, तीवर एक विनोदवीर म्हणून त्याचे बरेच उद्योग चालू असायचे. आमची दोघांची एकमेकांशी जुजबी ओळख होती. भेटल्यावर 'शेकहँड' करण्यापुरती. पण आम्ही एकमेकांना खऱ्या अर्थानं ओळखत नव्हतो. उन्हाळ्याचे दिवस होते. मी त्या वेळी हायकोर्टात वकिली करीत असे. त्या काळी हायकोर्टाच्याच समोर एका लहानशा फ्लॅटमध्ये मी राहत असे. एक दिवस रस्त्यावरून बँडबाजा ऐकू आला. काय चाललं आहे, ते पाहावं, म्हणून मी बाल्कनीत गेलो. रस्त्यावरून लग्नाची मिरवणूक चालली होती. आय्.एस्. जोहर नवरदेवाच्या पोशाखात पांढऱ्या शुभ्र घोड्यावर स्वार झाला होता. त्याचं रमा बन्सशी लग्न होतं. रमा फार सुंदर होती. ती कॉलेजच्या नाटकातून कामं करत असे. लग्न झालं आणि दोघं मुंबईला गेले– नशीब अजमावण्यासाठी. त्यानंतर आमचा संपर्क तुटला. जोहर व रमाला दोन मुलं झाली, एक मुलगा व एक मुलगी.

आय्. एस्. जोहरची भूमिका असलेले काही चित्रपट मी पाहिले होते. त्यांच्यांत हॉलिवूडची निर्मिती असलेल्या काही इंग्रजी चित्रपटांचाही समावेश होता. खरं सांगायचं, तर एक अभिनेता म्हणून आय्. एस्. जोहर काही विशेष नव्हता. पुढं तो अभिनयाकडून दिग्दर्शनाकडं वळला. स्वतः दिग्दर्शित केलेल्या प्रत्येक चित्रपटात नायकाची भूमिकाही स्वतःच करण्याचा अट्टहास त्यानं केला. ते पाहता तर जोहरच्या अभिनयकौशल्याबद्दल माझं मन अधिकच वाईट झालं. जोहरच्या जवळ असलेल्या नव्या नव्या कल्पना एक एक करत संपुष्टात आल्यानंतर त्यानं प्रेक्षकांना धक्का देण्याचं तंत्र सुरू केलं. एका चित्रपटात तर (मला वाटतं, बहुतेक 'फाईव्ह रायफल्स'मध्ये) त्यानं खुद्द स्वतःच्याच मुलीला वक्षभाग उघडा टाकून पडद्यावर दाखवलं. सेन्सॉरच्या कात्रीतून त्याची कशी काय सुटका झाली, ते काही आठवत नाही. पण त्याची पत्नी रमा हिची मात्र त्याच्या बाबतीत घोर निराशा झाली. तिनं जोहरला सोडून आपल्या स्वतःच्या हरबन्स नामक चुलत भावाशी लग्न केलं. म्हणून तर तिचं नाव 'रमा बन्स'. रमानं पुढं दिल्लीत हेल्थ क्लब कम् ब्यूटी पार्लर उघडलं. रमाच्या दुसऱ्या नवऱ्यानं तर तिची आणखी निराशा केली. तिनं अखेर आपला व्यवसाय विकून टाकला व ती मुंबईला परत आली. एव्हाना तिचा मुलगा मादक द्रव्याच्या आहारी गेला होता. तिच्या मुलीनं

एका इंग्रज माणसाशी लग्न केलं होतं. पण त्या लग्नाचाही खेळखंडोबा झाला होता. त्या इंग्रज माणसानं आपल्या एकुलत्या एक अपत्याला पळवून इंग्लंडला नेलं होतं. दरम्यान इकडे आय्. एस्. जोहरची अनेक लफडी झाली होती.

रमानं ताज हेल्थ क्लबच्या मॅनेजरची नोकरी पत्करली. तिनं अतोनात परिश्रम घेऊन आपलं तारुण्य आणि रूप प्राप्त केलं. मी रोज क्लबमध्ये व्यायाम करण्यासाठी व सौना बाथ घेण्यासाठी जात असे. त्यामुळं थोड्याच दिवसांत माझी व तिची चांगली मैत्री झाली. तिनं एकदा फेशियल मसाज (चेहऱ्याचा मसाज) करून घेण्यासाठी माझं मन वळवलं. तो मसाज मला अत्यंत नाजूक, सुखकर वाटला. या वेळेपर्यंत रमानं आपल्या पहिल्या पतीबरोबर, म्हणजे जोहरबरोबर मैत्री वाढवली होती. त्याच्या घरी जाणं, येणं सुरू केलं होतं, पण दोघांचे संबंध अनिश्चित स्वरूपाचे होते.

प्रसिद्धी कशी मिळवावी, हे जोहरला चांगलं ठाऊक होतं. रमा आठवड्यातून एकदा त्याला भेटायला जात असे. रमाची आणि माझी चांगली मैत्री झाली आहे, असं जोहरला नुसतं कळायचाच अवकाश, 'खुशवंतसिंगांना माझ्या लोटस कोर्टमधील फ्लॅटवर घेऊन ये,' असं त्यानं रमाला सांगितलं. त्या वेळी मी 'द इलेस्ट्रेटेड वीकली' चा संपादक म्हणून काम करत होतो. नंतरचे कित्येक महिने मला जोहरकडे जेवायला बोलावणं असे.

माझा 'सौना बाथ' घेऊन होताच मी आणि रमा लोटस कोर्टमध्ये जायचो. त्या वेळी जोहर क्रिकेट क्लब ऑफ इंडियामध्ये ब्रिज खेळत असायचा. रमा त्याला फोन करायची. क्लबच्या रेस्टॉरंटमधून चायनीज् जेवण घेऊन यायला सांगायची. जोहरकडे एक छोटीशी पेकिंगीज् कुत्री होती. तिचं नाव फीनो. फीनो याचा अर्थ चपट्या नाकाची. फीनो खरोखरच चपट्या नाकाची होती, आणि अतिशय गोंडस. जोहरच्या बिछान्याजवळ त्याचं एक लहानसं कपाट होतं. कधी तरी रमा त्या कपाटाचे खण उघडून बघायची. (जोहर नेहमी जमिनीवर झोपत असे.) त्या खणातून ती सुंदर तरुणींच्या फोटोंचे गठ्ठे उपसून बाहेर काढायची. या तरुणी बिकिनी किंवा त्याहूनही कमी वस्त्रांत असायच्या. त्या पोरी चित्रपटात कामं मिळवण्याच्या धडपडीत असायच्या. थोड्या वेळानंतर जोहर चायनीज् जेवणानं भरलेले डबे घेऊन उगवायचा. तो माझ्यासाठी खास ठेवणीतील प्रीमियर स्कॉचची बाटली काढायचा. रमा किंवा स्वतः जोहर मद्याला स्पर्शही करत नसत. मी माझा नेहमीचा तीन पेगचा हिशेब संपवला, की आम्ही तिघं जेवायचो. जेवणानंतर रमा तिच्या गाडीतून मला घरी सोडायची आणि मग स्वतःच्या घरी जायची. ती नक्की कुठं राहायची, ते मला कधीही समजलं नाही. तिनं आपल्या दुसऱ्या पतीला सोडलं होतं, एवढंच मला समजलं. पण जोहरशी तिचे किती मर्यादेपर्यंत संबंध होते, त्यांची नुसती मैत्री होती किंवा कसं,

ते कळायला काही मार्ग नव्हता. मी रमाची नेहमी चेष्टा करत असे. 'एकाच वेळी दोन दोन पती असणारी माझ्या माहितीतली तू एकमेव भारतीय स्त्री आहेस,' असं मी तिला चिडवत असे.

'द इलस्ट्रेटेड वीकली'त टप्प्याटप्प्यानं प्रसिद्ध करण्याच्या उद्देशानं जोहरनं त्याच्या स्वतःच्या आत्मचरित्राचं हस्तलिखित एक दिवस माझ्याकडं आणून दिलं. त्या आत्मचरित्रात लिहिलेल्या किती गोष्टी खऱ्या होत्या आणि किती जोहरच्या विकृत मनोकल्पना होत्या, ते सांगणं मोठं कठीण होतं. ते काहीही असो. परंतु त्या काळी नियतकालिकांमध्ये शृंगारिकता किती मर्यादेपर्यंत असावी, याचेही काही संकेत होते. काही नैतिक बंधनं पाळावी लागत. जोहरचं ते आत्मचरित्र इतकं अश्लील आणि प्रक्षोभक होतं, की ते प्रसिद्ध करणं केवळ अशक्य होतं.

जोहरचं म्हणणं खरं मानायचं ठरवलं, तर त्यानं आपल्या शृंगारिक साहसाला वयाच्या बाराव्या वर्षापासून सुरुवात केली होती. एकदा एका सुट्टीत तो त्याच्या चुलत्याकडं राहण्यासाठी गेला होता. त्या जोडप्याला मूलबाळ नव्हतं. तिथं असताना एका रात्री जोहरला भीतिदायक स्वप्न पडलं. (किंवा त्यानं तसा बहाणा केला.) तो भीतीनं झोपेत कण्हू लागला. त्याच्या चुलतीनं त्याला आपल्याजवळ झोपवलं. जोहरच्या म्हणण्याप्रमाणं तो तिच्या अगदी कुशीत शिरला, बिलगून झोपला आणि लगेच उद्दीपित झाला. त्यानं तिच्यावर बळजबरी करण्याचा प्रयत्न केला. त्यावर तिनं त्याच्या श्रीमुखात ठेवून दिली व 'नीट वाग' असं बजावलं. दुसरा दिवस उजाडला. आता आपल्याला बोलणी बसणार व आपली घरी हकालपट्टी होणार, अशी जोहरला मनातून भीती वाटू लागली. पण झालं उलटंच. आता सकाळी त्याच्या काकूच्या बोलण्यातून जसा काही मध पाझरत होता. तिचा नवरा ऑफिसला गेल्यावर तिनं जोहरला बोलावलं व त्याला अंघोळ घालण्याची तयारी दाखवली. ती त्याच्या अंगाला चोळून चोळून साबण लावू लागली. परत एकदा तो उद्दीपित झाला. त्यानंतर मात्र त्याविषयी काय करायचं, ते तिनं त्याला व्यवस्थित शिकवलं. मग रोज सकाळचा हा नित्यक्रम होऊन बसला. मात्र पौगंडावस्थेत असताना आपल्याहून वडील अशा मुलांनी त्याच्याशी केलेला पार्श्वसंभोग जोहरला सर्वांत जास्त आवडायचा, असंही त्यानं स्वतःच कबूल केलं आहे.

जोहरच्या आत्मचरित्रात रमाचा उल्लेख सुद्धा नाही. पण त्या दोघांचा बेबनाव झाल्यानंतर काही वर्षं जोहरनं एका चित्रपट-तारकेला मलबार हिलच्या एका फ्लॅटमध्ये रखेल म्हणून ठेवलं होतं. तिच्याविषयी त्यानं आपल्या आत्मचरित्रात सविस्तर लिहिलं आहे. (ती तारका आता मोठी स्टार आहे. तिचं नाव मी सांगू इच्छीत नाही.) जोहरला जेव्हा कधी इच्छा होईल, तेव्हा तो तिच्या फ्लॅटवर जात असे. एक दोन ड्रिंक्स घ्यायची व नंतर तिच्या बिछान्यात शिरायचं, असा त्याचा

नेम होता. एका संध्याकाळी तिचा उपभोग घेण्याची त्याला जबरदस्त इच्छा झाली व तो तिच्या घरी गेला. तिच्या गोवेकर तरुण मोलकरणीनं त्याला आत घेतलं आणि सांगितलं, 'मेमसाब बाहिर गया.' 'कब आएगा?' 'क्या मालूम? बहुत लेट होएगा.' यावर जोहरनं सरळ त्या पोरीला बिछान्यात ओढलं व तो तिच्यावर जबरदस्ती करू लागला. ती विरोध करत म्हणाली, 'मेमसाहिब आएगा तो हम बोलेगा'. परंतु असं म्हणत असतानाच तिनं आपल्या मालकिणीच्या प्रियकराला उतावीळपणे प्रतिसाद दिला.

जोहरनं दोन बहिणी व त्यांची आई यांच्यापैकी प्रत्येकीचा उपभोग कसा घेतला, याची चित्तरकथा तर आणखी विलक्षण आहे. त्या बहिणींपैकी मोठी अनेक वर्षं जोहरची रखेल होती. पुढं तिनं त्याला सोडून दुसऱ्याशी लग्न केलं. जाण्यापूर्वी तिनं आपल्या लहान बहिणीची जोहरशी ओळख करून दिली. तिला चित्रपटात कामं मिळवून देण्यासाठी मदत करा, अशी जोहरला तिनं गळही घातली. जोहरनं त्या लहान बहिणीला थोड्या-फार फुटकळ भूमिका मिळवून तर दिल्याच, पण तिला आपल्या स्वतःच्याच फ्लॅटमध्ये ठेवून घेतलं. एका संध्याकाळी ती स्टूडिओमधून थकून भागून घरी परतली. जोहरनं तिला 'गरमागरम चहा करू का? की आणखी जोरदार काही हवं आहे? असा प्रश्न करताच ती म्हणाली, 'मला आता सगळ्यांत काय आवडेल, ठाऊक आहे?' मला छानपैकी समागम हवाय्.

पुढं ती मुलगी जोहरला सोडून गेली व मोठी स्टार झाली. काही दिवसांनी तिच्या आईनं जोहरला पत्र लिहिलं. तिनं त्या पत्रात जोहरचे आभार मानले होते. जोहरनं तिच्या मुलीसाठी जे काही केलं होतं, त्याबद्दल. त्या आईची आता मुंबईला यायची इच्छा होती. जोहरच्या घरी तिची थोडे दिवस राहण्याची सोय झाली असती, तर बरं होतं, असा त्या पत्राचा सारांश होता. जोहरनं तिचीही सोय केली. एका रात्री उठून ती अचानक जोहरच्या बिछान्यापाशी आली. पूर्णपणे अनावृत अवस्थेत. 'मला बिचाऱ्या बुढ्ढीच्या भावना दुखवायच्या नव्हत्या...' जोहरनं लिहिलंय्, 'त्यामुळं तिच्या मुलींप्रमाणेच मी तिलाही तत्परतेनं मदत केली.'

जोहरच्या आयुष्यातील या असल्या आठवणी मी कशा काय प्रसिद्ध करणार होतो? आमच्या मालकांना ते चाललं तरी असतं का?

जोहरनं मात्र त्याबद्दल माझ्यावर भेकडपणाचा आरोप केला. त्याउलट, मी जोहरवर कपोलकल्पित कथा लिहिल्याचा आरोप केला. जोहरला मिळणारं काम जसजसं कमी होऊ लागलं, तशा त्याच्या या कपोलकल्पित सनसनाटी कथा वाढीस लागल्या. एक दिवस त्यानं मुद्दाम मला फोन करून घरी बोलावलं. 'सोबत कॅमेरामनला नक्की आणा,' अशीही त्यानं विनंती केली. 'आज माझा वाङ्निश्चय आहे,' तो म्हणाला. 'कुणाशी?' 'प्रोतिमा बेदीशी. नंतर काही दिवसांनी आम्ही लग्न करणार आहोत.' तो म्हणाला. प्रोतिमा ही कबीर बेदीची पत्नी. त्यांना चांगली दोन

मोठी मुलं होती. त्या वेळी तिचं ओडिसी नृत्यांगना म्हणून विशेष नाव झालेलं नव्हतं. परंतु जुहू समुद्रकिनाऱ्यावरील रेतीत विवस्त्रावस्थेत पळून प्रोतिमा बेदीनं अतिशय खळबळ निर्माण केली होती. अंगावर बोटभर चिंधी सुद्धा नाही, अशा अवस्थेत पळत असतानाचे प्रोतिमाचे फोटो अनेक वृत्तपत्रांमधून प्रसिद्ध झाले होते. तिचा बांधा रेखीव, प्रमाणबद्ध होता. जोहर प्रोतिमापेक्षा वयानं तीस वर्षांनी मोठा होता. तो आजोबा झालेला होता. शिवाय आपली पहिली पत्नी रमा हिचं रोजचं त्याच्याकडं येणं-जाणं होतं. मी फोटोग्राफरला घेऊन त्याच्या घरी गेलो. तिथं डझनभर फोटोग्राफर आणि वार्ताहर आधीच उपस्थित होते. जोहर करड्या रंगाचा रेशमी कुर्ता-पायजमा असा पोशाख करून बसला होता. डोक्याचे केस काळे कुळकुळीत रंगवलेले होते. प्रोतिमानं खास वधूचा पोशाख, म्हणजे लाल रंगाची साडी नेसली होती. अनेक सुवर्णालंकार घातले होते. त्या दोघांच्या दृष्टीनं ही जाहिरातबाजीची मोठीच सुवर्णसंधी होती. दुसऱ्या दिवशी दोघांचा फोटो वृत्तपत्रात पहिल्या पानावर झळकला.

नंतरही त्या दोघांविषयी बातम्या छापून येतच राहिल्या. त्यांचं लग्न मात्र झालं नाही. काही दिवसांनंतर जोहरनं प्रोतिमाचं नाव उच्चारणं सुद्धा बंद केलं.

मी मुंबई सोडून निघालो. माझ्या निरोप-समारंभाच्या निमित्तानं एकत्र जेवणासाठी परत एकदा आम्ही जमलो. फार दिवसांपूर्वी जमायचो, तसेच. रमा, फीनो, मी... जोहर पूर्वीसारखा चायनीज् जेवणाचा डबा घेऊन आला. एव्हाना फीनो माझ्या मांडीवर, उबेत पहुडली होती. प्रेमानं गुरगुरत होती.

"फीनोला माझ्यापेक्षा तुम्हीच जास्त आवडता, असं दिसतंय्..." जोहर म्हणाला. "तुम्हांला ती कायमची हवी आहे का?"

फीनोला माझ्याकडे ठेवून घेण्याचं मी मान्य केलं. तिला दिल्लीला घरी घेऊन जायचं ठरवलं. आमच्या घरी सर्वांनाच प्राण्यांचं वेड होतं. पण जेव्हा खरोखर तिला नेण्याची वेळ आली, तेव्हा जोहरनं आपलं वचन मोडलं.

"फीनोला देणं म्हणजे माझ्या मुलीलाच देऊन टाकण्यासारखं आहे, मला ते काही जमणार नाही." जोहरनं स्पष्टीकरण दिलं.

मी त्याच्या भावना जाणल्या.

जोहर माझ्या आयुष्यातून गेला. रमाचा आणि माझा पत्रव्यवहार मात्र चालू होता. खरं तर, जोहरपेक्षा तीच माझी जास्त आवडती होती.

जोहरचं मुंबईत निधन झाल्याचं कळलं. ती बातमी ऐकून मला अतोनात दुःख झालं. फीनोचं काय बरं झालं असेल? असा पण विचार माझ्या मनात आला.

★

५

गोपाल दास खोसला

जी.डी.च्या अंगी जो आत्मविध्वंसाचा दुर्गुण होता, त्यामुळंच त्याच्या यशाला ग्रहण लागलं.

'मी तुझी 'दिल्ली' ही कादंबरी वाचली. माझ्या मते ती अगदी गलिच्छ आहे. 'गलिच्छ' या शब्दाखेरीज इतर कोणत्याही शब्दात मला तिचं वर्णन करता येणार नाही.' त्याचं हे म्हणणं खरं असेलही. पण मी ज्या गोपाल दास खोसलाला ओळखत होतो, तो हा नक्कीच नव्हता. तो अंतर्यामी निश्चित एक सल वागवत असावा.

मा झ्या माहितीची काही विवाहित जोडपी होती. त्यांच्यांतील पतीशी तर माझी मैत्री होतीच. पण किती तरी जोडप्यांपैकी पत्नीशी माझी त्याहूनही अधिक मैत्री होती. गोपाल दास खोसला व त्याची पत्नी शकुंतला, या जोडप्याच्या बाबतीत मात्र माझं असं काही नव्हतं. त्या दोघांबद्दलही माझ्या मनात अगदी सारखीच आत्मीयता आणि सारखाच जिव्हाळा होता. त्या दोघांचं परस्परांशी अतूट नातं होतं. त्यामुळं त्या दोघांपैकी केवळ एकाशी मैत्री करणं आणि दुसऱ्याला दूर ठेवणं कुणालाही कधीही शक्य झालं नसतं.

गोपाल दास खोसला, त्याच्या मित्रांच्या शब्दांत सांगायचं, तर जी. डी., आय्.सी.एस्.मध्ये होता. तो ज्या काळी माझ्या आयुष्यात आला, त्या वेळचे सर्वच भारतीय आय्.सी.एस्. ऑफिसर माझ्या माहितीचे होते. विशेषतः, आमच्याच राज्यात नियुक्ती झालेले अधिकारी तर चांगले परिचयाचे होते. कारण असे लोक अक्षरशः हाताच्या बोटांवर मोजण्याइतकेच होते. त्या काळी आय्.सी.एस्.ची नोकरी मिळाली, तर माणसाला स्वर्ग दोन बोटं उरावा, अशी परिस्थिती होती. त्यामुळं अशा तरुणांच्या पाठीमागे होतकरू मुलींचे आईबाप हात धुऊन लागत. एखाद्या देवाप्रमाणे त्यांची पूजा होत असे. त्या अधिकाऱ्यांच्या हातांत प्रचंड सत्ता होती. अधिकार होते.

जी. डी.नं केंब्रिज विद्यापीठात प्रवेश घेतला व तिथूनच तो पुढं आय्.सी.एस्.मध्ये गेला. परंतु तत्पूर्वी त्याचं शालेय शिक्षणही इंग्लंडलाच झालं होता. जी.डी.नं नोकरी स्वीकारल्यावर एक जगावेगळी मागणी केली. त्याचा जन्म ज्या राज्यात झाला होता, त्याच राज्यात त्याला स्वतःची नेमणूक हवी होती. शिवाय त्याला शासकीय प्रशासनाऐवजी न्याय खात्यात काम करायची इच्छा होती. त्याचे जे काही समकालीन होते, त्यांच्यापैकी कोणीही असली मुलुखावेगळी मागणी केलेली नव्हती. त्यानं जेव्हा लग्नाचा विचार केला, तेव्हा सधन हिंदू व शीख घराण्यांतील किती तरी मुलींमधून त्यानं पत्नी म्हणून शकुंतलाची निवड केली. तिचं अर्धं कुटुंब शीख, तर अर्धं हिंदू होतं. केशो राम नावाच्या आय्.सी.एस्.मध्ये गेलेल्या तरुणानं तिच्या धाकट्या बहिणीला पसंत केलं. या दोघी बहिणी रूपानं सुंदर तर होत्याच, पण त्याचबरोबर त्या दोघींच्याही नावावर थोडी-फार मालमत्ताही होती. जी. डी. हा माझ्या

ओळखीच्या इतर कुणाही व्यक्तीपेक्षा जास्त पक्का 'भारतीय साहेब' होता. पंजाबातील दूरवरच्या जिल्ह्याच्या ठिकाणी बदली झाली, तंबूवजा घरात आपलं बिऱ्हाड मांडावं लागलं, तरी सुद्धा या महाशयांना स्नानासाठी (गुसल) बाथटब लागत असे. त्यानंतर अंगात डिनर जॅकेट घालायचं. मग त्याचा नोकर (आबदार) त्याला अत्यंत आदबीनं स्कॉच आणि सोडा तयार करून द्यायचा. मग हे साहेब व त्यांच्या मेमसाहेब टेबलापाशी बसून सूप, पुडिंग, इत्यादी 'थ्री कोर्स डिनर' घेत असत. अर्थात ही सर्व माहिती ऐकीव होती. पुढं माझी आणि जी. डी.ची ओळख नीट झाल्यावर मी त्याला त्याबाबत छेडलं. जी. डी. त्यावर प्रांजळपणे म्हणाला,

'हो. त्यात गैर ते काय?'

पुढं आमची आणखी दृढ मैत्री झाली. एव्हाना त्यानं आपला हा साहेबी अवतार टाकून दिला होता व तो जरा भारतीय वळणाचा झाला होता. पण त्याच्या त्या जुन्या साहेबी वागण्याबद्दल, जुन्या साहेबी पद्धतीबद्दल मी आणि त्याची पत्नी शकुंतला त्याची किती तरी दिवस चेष्टा करत असू.

नोकरीत जी.डी.ची प्रगती फार वेगानं झाली. त्याचे विचार तर्कशुद्ध होते. इंग्रजी भाषेवर त्याचं उत्कृष्ट प्रभुत्व होतं. तो आधी सेशन जज्ज झाला. नंतर लाहोर हायकोर्टाचा जज्ज झाला. न्यायमंडळात तो सर्वांत लहान वयाचा न्यायाधीश होता. जी.डी.ची आता अगदी अल्प काळातच चीफ जस्टिस म्हणून नेमणूक होणार किंवा तो सुप्रीम कोर्टाचा जज्ज होणार, यात कुणालाच शंका नव्हती. न्यायमंडळात आय्.सी.एस्.मधील आणखीही थोडे-फार भारतीय होते. पण त्यांपैकी जी.डी.ची बरोबरी करू शकतील, अशा पात्रतेचे फक्त जस्टिस ए. एन्. भंडारी एवढेच काय ते होते. अर्थात तरी सुद्धा ते जस्टिस खोसला (जी.डी.) इतक्या कुशाग्र बुद्धिमत्तेचे नव्हते.

जी.डी.च्या व माझ्या मैत्रीची सुरुवात जरा अवघडल्यासारखी झाली. जी. डी. एक जज्ज, तर मी वकील. जज्जांनी वकील मंडळींपासून चार हात लांबच राहावं, असा संकेत होता. परंतु या असल्या प्रथांना जी. डी. भीक घालत नसे. बिशन नारायण आणि त्याची सुस्वरूप पत्नी शांति (सुप्रसिद्ध क्रांतिकारी हरदयाल यांची एकुलती एक कन्या) या दोघांची व जी.डीं.ची इंग्लंडमध्ये असताना मैत्री झाली होती.

जी.डी., मी आणि माझी पत्नी यांची अल्प काळात मैत्री झाली. आमचं परस्परांच्या घरी येणं-जाणं सुरू झालं. शकुंतलाचं व माझ्या पत्नीचं मात्र फारसं सख्य झालं नाही. शकुंतला आपलं ते खरं करण्याच्या वृत्तीची होती. माझ्या पत्नीचा स्वभावही जरासा खोचक. जशास तसं हा तिचा बाणा. परंतु त्या दोघींमध्ये सलोखा टिकवून धरण्याचं काम मी केलं. त्यासाठी शकुंतलाकडे जरा जरुरीपेक्षा जास्त लक्ष

पुरवण्याचा मी प्रघात ठेवला. शकुंतला ही मोठमोठ्या डोळ्यांची होती, सुस्वरूप होती. ती सादास हलकासा प्रतिसाद देणारी होती. आमची मैत्री दृढ होत गेली. त्यानंतरच्या अनेक न्यू ईयर ईव्हज् आम्ही एकत्र बसून ड्रिंक घेत किंवा पहाटेपर्यंत परस्परांबरोबर नृत्य करत घालवल्या.

मी जी.डी.कडं आकृष्ट झालो, याचं आणखी एक कारण होतं. जी.डी.ची लेखक होण्याची मनीषा होती. खरं सांगायचं, तर त्याला कायद्यापेक्षा साहित्यातच अधिक रस होता. माझी वकिली यथातथाच चालत असे. लेखक होण्याची इच्छा बाळगणाऱ्या लोकांचा एक छोटासा मित्रपरिवार मी जमा केला होता. आम्ही आमच्यापैकी एकाच्या घरी जमत असू. पुष्कळ प्यायचं, गप्पागोष्टी करायच्या. कुणी तरी स्वतःची नवनिर्मिती, गद्य नाही तर काव्य वाचून दाखवायचा. सर्वांनी एकमेकांच्या रचनांचं टाळ्यांच्या गजरानं कौतुक करायचं. लाहोरातील आमच्या या छोट्याशा साहित्यिक वर्तुळात लवकरच जी.डी.चा समावेश झाला आणि तो काही दिवसांत ज्येष्ठ सभासद बनला.

नंतर फाळणी झाली. आम्हांला व खोसला परिवाराला लाहोर सोडावं लागलं. सिमल्याच्या हायकोर्टात, चीफ जस्टिस ए.एन्. भंडारी यांच्या हाताखाली, जज्ज म्हणून जी. डी.ची नेमणूक झाली. मी वकिली सोडली. मला एक्स्टर्नल अफेअर्स मिनिस्ट्रीत नोकरी मिळून माझी लंडन इथं नेमणूक झाली. आम्ही तरीही परस्परांशी संपर्क ठेवून होतो. मी कधी भारतात आलो, एखाद्या कामासाठी निघालो असलो, तरी खोसला परिवाराबरोबर थोडा तरी वेळ अवश्य घालवत असे. सिमल्याला त्यांच्याकडे थोडे दिवस राहत असे. 'स्कॉच'च्या बाबतीत जी. डी. फार काटकसरी होता. ही गोष्ट त्या वेळी प्रथमच मला जाणवली. स्कॉच फार महागडी, त्यात ती भारतात मिळतही नसे. पण मला मात्र मुबलक स्कॉचच्या पुरवठ्याची सवय झालेली होती. कारण डिप्लोमॅट लोकांना हा प्रश्न नव्हता. या बाबतीत शकुंतलाचा हात सढळ होता. शकुंतला सहवासाला फार चांगली होती. मी कायदा क्षेत्राकडं परत यावं, म्हणून माझं मन वळवण्याचा जी. डी.नं खूप प्रयत्न केला. पंजाबात (त्या वेळी हरयाना व हिमाचल प्रदेशाचाही यात समावेश होता.) हायकोर्टासाठी काही जज्जांची आवश्यकता होती. एव्हाना किती तरी विदूषक जज्ज होऊन बसले होते. मी त्यांच्यापेक्षा वाईट तर नक्की नव्हतो. पण जी. डी.च्या प्रयत्नांना यश आलं नाही. मला या पेशाचा अगदी मनापासून तिटकारा असल्यामुळं मी राजी झालो नाही.

महात्मा गांधी खून खटल्यामध्ये गोडसे व त्याच्या साथीदारानं अपील केलं होतं. त्या अपिलाच्या सुनावणीसाठी जज्जांचं पॅनेल नेमलं होतं, त्यात जी.डी.चाही समावेश होता. त्या खून खटल्याबद्दल जी.डी.नं लिहावं, असा मी त्याला आग्रह केला. त्यानं लिहिलं. त्याचं ते पुस्तक तत्काळ लोकप्रिय झालं. याखेरीज त्यानं

शेवटचा मुघल सम्राट बहादूरशहा जफर याच्यावर एक पुस्तक लिहिलं. त्याला प्रचंड यश मिळालं. जी. डी. संशोधनाचं काम अत्यंत तळमळीनं करत असे. मी एकदा एक पार्टी आयोजित केली होती. प्रोफेसर टी.जी.पी. स्पिअर हे अखेरच्या मुघलांबद्दल संशोधनाचं काम करत होते. त्यांच्याच सन्मानासाठी मी ती पार्टी ठेवली होती. त्या वेळी जी. डी. त्या प्रोफेसरांना भेटला. त्यांच्या पुस्तकात वस्तुस्थितीच्या काही ठळक चुका असल्याचं जी.डी.नं प्रोफेसरांच्या कानांवर घातलं. प्रोफेसर स्पिअरनं त्या चुका तत्काळ मान्य केल्या आणि पुढील आवृत्तीत सुधारणा करण्याचं आश्वासन दिलं.

मी, खरं तर, जी.डी.चा अगदी जवळचा मित्र होतो. तरी सुद्धा त्याच्या स्वभावातील सूडबुद्धीची, खुनशीपणाची झलक मला जाणवली नव्हती. नंतर ते जोडपं कसौली येथे आमच्याकडे काही दिवस राहण्यासाठी आलं. तेव्हा मात्र मला त्याच्या या स्वभाववैशिष्ट्यांची चुणूक दिसली. चीफ जस्टिस ए. एन्. भंडारींशी जी. डी. चं पटत नव्हतं. ए. एन्. भंडारी तसे सर्वसामान्य कुवतीचे होते. त्यांनी स्वतःच्या वैयक्तिक भत्त्याच्या खात्यातील हिशेबात गोंधळ केला होता.

त्या सर्व गोंधळाचं जी.डी.नं व्यवस्थित संकलन केलं. आणि होममिनिस्टर साहेबांना पत्र पाठवलं. त्याची एक प्रत त्यानं भंडारींना पाठवली.

"भंडारीला या आरोपांचं उत्तर द्यावंच लागेल. अन्यथा त्याला राजीनामा द्यावा लागेल..." जी.डी. मला ठासून म्हणाला.

"भंडारींपाशी एक तिसराही पर्याय आहे," मी म्हणालो, "मी सांगतो, ते ऐक. भंडारी या दोन्हींपैकी काहीही करणार नाही. तो गप्प बसेल."

भंडारीनं खरोखर तेच केलं.

"झाली, ती गोष्ट चांगली झाली नाही" एवढं... जी.डी.ला बजावून भंडारी (गप्प बसला. त्यानं प्रत्यक्षात काहीही ठोस कृती न करता नुसता वेळ घालवला. होम मिनिस्टरनंदेखील काहीही केलं नाही. यथावकाश भंडारी) सेवानिवृत्त झाला आणि जी.डी. चीफ जस्टिस झाला. खरं तर, जी.डी.ची याहून किती तरी वरच्या पदाला पोचण्याची पात्रता होती. पण जी.डी.च्या स्वभावात एक आत्मघातकी छटा होती. एकदा त्याच्या लेखनानं त्याला मोठ्याच गोत्यात आणलं. 'ग्रिमच्या परीकथा' या नावानं मूळ लेखक ग्रिमच्या धरतीवर जी.डी.नं एक लघुकथांची मालिका लिहिण्यास सुरुवात केली. या मालिकेतील सर्व कथा उपहासगर्भ आणि अत्यंत वाचनीय होत्या. त्या कथा 'द ट्रिब्यून' कडे प्रसिद्धीस पाठवण्यापूर्वी जी. डी.नं मला त्यांतील काही वाचण्यासाठी दिल्या.

त्या कथांपैकी एक कथा सुप्रीम कोर्टाचे चीफ जस्टिस एस्. के. सिक्री यांची बदनामी करणारी होती. अर्थात मला या गोष्टीची पूर्वकल्पना नव्हती. आणि खरं

सांगायचं, तर ती आलेला सिक्री यांचा अप्रत्यक्ष उल्लेख माझ्या ध्यानातही आला नाही. जी.डी.चं व सिक्रीचं किती पराकोटीचं वैर होतं, याची मला मुळीच कल्पना नव्हती. कथा छापून आली. आपल्याविषयी बदनामीकारक मजकूर छापल्याच्या आरोपावरून सिक्रींनी तात्काळ जी.डी.ला कोर्टात खेचलं. जी.डी.च्या वतीनं साक्षीदार म्हणून कोर्टात हजर राहण्याची मी तयारी दाखवली. मी ती कथा जेव्हा वाचली होती, तेव्हा त्यात सिक्रींचा अप्रत्यक्ष उल्लेख असल्याचं नाही तरी मला खरोखरच जाणवलेलं नव्हतं. त्यामुळं तसं कोर्टात शपथेवर सांगण्यास मी तयार झालो. पुढं जी. डी.कडे सरकारनं बरीच कामं सोपवली व त्याला प्रदीर्घ मुदतीसाठी भारताबाहेर राहावं लागलं. परंतु तरीही सिक्रीनं त्याला सोडलं मात्र नाही. अखेर जी.डी.ला माघार घेऊन माफी मागणं भाग पडलं. मला वाटतं, हा प्रमादच जी. डी.ला बराच महाग पडला असावा. त्याला सुप्रीम कोर्टात बढती मिळाली नाही.

त्यानंतर जी. डी.नं काहीही चांगलं लिहिलेलं नाही. त्यानं कुलू-मनालीच्या परिसरात एक कॉटेज बांधली आहे. उन्हाळ्यात तो तिथं जाऊन राहतो. हिवाळ्यात दिल्लीला 'महाराणी बाग' या भागात राहतो. जी.डी.चा मोठा मुलगा आय्.ए.एस्. मध्ये गेला आहे. दुसरा मुलगा फॉरिन सर्व्हिसमध्ये गेला आहे. तिसरा मुलगा आर्किटेक्ट झाला असून, त्याचा व्यवसाय चांगला चालतो. त्याच्या धाकट्या मुलीची व माझी तर नीटशी ओळखही नाही. खोसला परिवाराशी आज बऱ्याच दिवसांपासून माझा काहीही संबंध उरलेला नाही.

एके काळी आमचा रोज संपर्क असे. पण आता मात्र किती तरी वर्षांत मी त्यांच्याकडे गेलो नाही. मध्यंतरी जिमखाना क्लबच्या वार्षिक निवडणुकांच्या वेळी मतदारांच्या रांगेत मी जी. डी.च्या मागे उभा होतो. ती आमची शेवटची भेट. मी त्याच्या खांद्यावर थाप मारून त्याला विचारलं,

"जी. डी., कसा आहेस तू? आणि शकुंतला कशी आहे?"

"सगळे उत्तम आहेत," तो ठासून म्हणाला. पुढं म्हणाला, "मी तुझी 'दिल्ली' कादंबरी वाचली. माझ्या मते ती अत्यंत गलिच्छ आहे. तिचं वर्णन करायला माझ्यापाशी दुसरा शब्द नाही."

जी.डी.चं ते म्हणणं खरं असेलही. पण मी ओळखतो, तो गोपालदास खोसला हा नव्हे. तो अंतर्यामी चांगलाच दुखावला गेला असणार.

★

६

प्रेम कृपाल

प्रेम कृपाल जुन्या अनुभवांवरून शहाणपण शिकला नाही, त्यानं तरुण मुलींकडे पाहून इशारे करणं सोडलं नाही.

प्रेमची एव्हाना चाळीशी उलटून गेली होती; आणि तरीही स्त्रीदेहाविषयी तो इतका अनभिज्ञ असावा, याचं मला नवल वाटलं.

एक दिवस, दुपारच्या वेळी, कामभावनेचा आवेग असह्य होऊन त्यानं तिच्याशी शारीरिक सलगी करण्याचा प्रयत्न केला. तिनं प्रकृती ठीक नसल्याचा बहाणा केला व 'आणखी काही दिवस धीर धर' अशी त्याला विनंती केली . . . स्त्रीच्या मासिक धर्माविषयी त्या वेळी त्यानं आयुष्यात पहिल्यांदाच ऐकलं. मला ते सर्व सांगून तो म्हणाला, "मला हे माहिती नव्हतं, ते कोणाला सांगू नको हं." त्यानं माझी अगदी आर्जवं केली.

मी अर्थातच ती गोष्ट गावभर सांगितली.

इतर कुणापेक्षाही प्रेमशी माझी मैत्री प्रदीर्घ काळ टिकली आहे-- साठ वर्षांहून अधिक. परिस्थतीमुळं आम्ही आधी लाहोरात एकत्र आलो. मग दिल्ली, लंडन, पॅरिस आणि परत दिल्लीत. विद्यार्थिदशेत आम्ही एकत्र इंग्लंडमध्ये होतो. तो ऑक्सफर्डला, मी लंडनला. मात्र त्या वेळी आम्ही एकमेकांबद्दल नुसतं मित्रांच्या तोंडून ऐकून होतो. आमची प्रत्यक्ष भेट कधी झाली नव्हती. लाहोरात मी वकिली करण्यास सुरुवात केली. तिथंच प्रेमला दयाळसिंग कॉलेजात लेक्चररची नोकरी मिळाली. त्या वेळेस आमची खरीखुरी ओळख झाली. प्रेमच्या वडिलांचं नाव ईश्वरदास. हे त्या वेळी डेप्युटी रजिस्ट्रार होते. नंतर ते पंजाब विद्यापीठाचे रजिस्ट्रार झाले. ते सहादती शीख होते. प्रेमची आई सनातनी खालसा कुटुंबातील होती. सिंग-सभा चळवळीचे काही नेते, कवी भाई वीर सिंग, डॉ.जोध सिंग आणि अताईवाला कुटुंबीय, इ. मंडळींचा ईश्वरदासांवर बराच प्रभाव होता. माझ्या पत्नीच्या माहेरचे नातलग सुद्धा भाई वीर सिंगाचे निस्सीम अनुयायी होते. हाच आमच्या आणि प्रेमच्या परिवारामधील दुवा होता. त्यामुळं काही थोड्याच दिवसांत आमचं एकमेकांच्या घरी येणं-जाणं सुरू झालं.

प्रेम, बॅलिलॉल कॉलेज, ऑक्सफर्डचा विद्यार्थी होता. त्या गोष्टीचा त्याला अत्यंत अभिमान होता. तो बॅलिलॉल कॉलेजचा नेकटाय् न चुकता रोज घालत असे. प्रेमाच्या मते ऑक्सफर्ड विद्यापीठ हे जगातील सर्वश्रेष्ठ विद्यापीठ होतं आणि बॅलिलॉल कॉलेज हे त्या विद्यापीठातील सर्वोत्कृष्ट कॉलेज. अर्थात या अशा इतक्या श्रेष्ठ दर्जाच्या संस्थेतून प्रेम स्वतः पदवीधर झाला होता. स्वाभाविकच तो स्वतःला अतिशय श्रेष्ठ समजत असे.

लोक प्रेमचा एक किस्सा सांगतात.

तो ऑक्सफर्ड सोडून भारतात येण्यासाठी निघाला असतानाची गोष्ट. त्याला भारताकडे जाणारी बोट पकडायची होती. त्यासाठी तो ऑक्सफर्ड ते लंडन असा प्रवास ट्रेननं करत होता. ट्रेनच्या डायनिंग-कारमध्ये जाऊन तो नाश्ता घेत असताना त्याच्या टेबलापाशी बसून एक इंग्रज मनुष्यही नाश्ता करत होता. आगगाडीच्या आवाजाच्या गोंगाटात तो इंग्रज गृहस्थ प्रेमला म्हणाला,

"तेवढं ते मीठ इकडं सरकवता का?"

त्यावर प्रेमनं ताबडतोब आपल्या गळ्यात लटकणारा बॅलिलॉल कॉलेजचा टाय् उचलून हातात धरला आणि तो अभिमानानं म्हणाला,

"हो, हो. हा बॅलिलॉल कॉलेजचाच टाय् आहे."

थोड्या दिवसांनंतर कृपाल कुटुंबीयांशी ओळखीचे आणखी काही संदर्भ निघाले. सर्वच मुलगे गव्हर्नमेंट कॉलेजातील होते. अमरनाथ, प्रेम, प्रीतम आणि प्रकाश. अमरनाथ वकील होता. एका कायदेविषयक नियतकालिकाचा संपादक होता. त्याचा मुलगा भूपिंदर (कुकू) हा त्या वेळी एक वर्षाचा होता. पुढं तोही वकील झाला. आणि त्यानंतर दिल्ली हायकोर्टाचा जज्ज. आता तो गुजरात हायकोर्टाचा चीफ जस्टिस आहे. प्रीतम कॉलेजच्या संघात हॉकी खेळत असे. तो पुढं आर्मीतून जनरल म्हणून निवृत्त झाला. प्रकाश देहरादूनला सर्व्हे ऑफ इंडियामध्ये ड्राफ्टसमन झाला. प्रेमला आणखी तीन की चार बहिणी होत्या. त्यांपैकी सीता आणि लीला अविवाहित होत्या. किरपालांच्या मर्दानगीविषयी ईश्वरदास अनेकदा बढाया मारत. पण प्रेमला मात्र अजून पत्नी गवसलेली नव्हती. त्यामुळं किरपाल कुटुंबीयांची 'सुफलाम्' परंपरा त्यानं पुढं चालू ठेवली नव्हती. या गोष्टीबद्दल ईश्वरदास खेद व्यक्त करत असत.

खरं बोलायचं, तर प्रेमलाही आता जीवनसाथी शोधण्याची घाई झालेली होती. त्याचा एक जिवलग मित्र होता, मंगतराय. त्याच्या मोठ्या बहिणीला, प्रियबालाला, त्यानं मनोमन वरलं होतं. त्या वेळी प्रियबाला किन्नाईर्द कॉलाजात (Kinnaird College) शिकवत असे. प्रेमनं तिला वारंवार कॉलेजात जाऊन भेटायला सुरुवात केली. मुळात प्रेम हा काही फार बोलका नव्हताच. त्यात स्त्रियांच्या बाबतीत तर अगदी दातखीळ बसल्यासारखा वागायचा. त्याची काही केल्या पुढं प्रगती होईना. तो कॉलेजात कधीही प्रियबालाला भेटायला गेला, तरी अवतीभवती बायकांचा घोळका असायचाच.

एकदा मी त्याला एक युक्ती सुचवली.

ठरल्याप्रमाणं प्रेमनं प्रियबालाला स्वतःबरोबर गाडीतून लांबवर फेरफटका मारायला येण्याचं निमंत्रण दिलं. पण बिचाऱ्याकडे गाडी नव्हती आणि टॅक्सीचं भाडं परवडत नव्हतं. अखेरीस त्यानं टांगा ठरवला आणि दोघं लाहोरच्या लॉरेन्स गार्डन आणि इतर प्रेक्षणीय स्थळांना भेटी देऊन आले. अजूनही प्रेमाच्या बाबतीत प्रेमची म्हणावी तशी प्रगती होईना.

काही स्त्रिया प्रत्यक्ष कृती करून दाखवणाऱ्या पुरुषांवर भाळतात. त्यामुळं एक दिवस प्रेमनं प्रियबालाला सरळ आपल्या बाहुपाशात घेऊन तिचं चुंबन घ्यावं, असं मी त्याला सुचवलं. प्रेमनं हा प्रयोग करून पाहायचं ठरवलं. परत एकदा तो प्रियबालाला टांग्यातून फिरायला घेऊन गेला. त्यानं तिला एकदम विचारलं,

"प्रिये, खुशवंत मला काय म्हणाला, माहिती आहे? तो म्हणाला, प्रियबालाला

मिठीत घे आणि तिचा सरळ मुका घे.''

हे ऐकून ती अतिशय संतप्त झाली.

''खुशवंत एक नंबरचा नालायक बदमाश आहे,'' ती म्हणाली, ''मी त्याच्याबद्दल जे काही म्हणाले, ते तुम्ही त्याला खुशाल जाऊन सांगा.''

प्रेमनं मला सर्व काही घडलेलं शब्दशः सांगितलं.

प्रेमची अशी अनेक प्रकरणं झाली, पण त्या सर्वांचा शेवट साधारण अशाच प्रकारचा होता.

फाळणीनंतर प्रेम आणि मी– दोघंही दिल्लीला गेलो. तेथून लंडनला. तो शिक्षणाधिकारी होता तर, मी 'Press attache.' आमचे वरिष्ठ कृष्ण मेनन यांचं सुरुवातीपासूनच प्रेमबद्दल प्रतिकूल मत झालं. मी मात्र त्यांचा आवडता झालो. प्रेमला मंत्रालयात परत पाठवण्यात आलं. काही वर्षांत मी माझ्या नोकरीचा राजीनामा देऊन दिल्लीला परत आलो. आमची मैत्री परत एकदा नव्यानं जुळली. प्रेम आता जॉईंट सेक्रेटरी होता. लग्नाच्या बाजारात तो एक होतकरू तरुण होता.

एक दिवस तो काही कामासाठी ऑफिसच्या गाडीतून चालला होता. त्याच्याबरोबर ऑफिसातील एक स्त्री सहकारीही होती. प्रेमनं मागे टाकलेला हात चुकून घसरला आणि तिच्या खांद्यावर पडला. त्या तरुणीनं त्याला चांगला जोरदार प्रतिसाद दिला. पुढं होऊन तिनं प्रेमच्या ओठांवर ओठ टेकले आणि त्याचं प्रदीर्घ चुंबन घेतलं. प्रेम जाणार कुठं? प्रेमच्या वडिलांना ती तरुणी सून म्हणून पसंत पडली. (ती दक्षिण भारतीय होती.) प्रेमचं आणि तिचं लग्न ठरलं.

एक गोष्ट कळताच मला आश्चर्याचा धक्का बसला. या वेळेपर्यंत प्रेमची चाळीशी उलटलेली होती, आणि तरीही स्त्रीदेहाविषयी तो इतका अनभिज्ञ होता. एक दिवस, दुपारच्या वेळी, कामभावनेचा आवेग असह्य होऊन प्रेमनं तिच्याशी शारीरिक सलगी करण्याचा प्रयत्न केला. पण तिनं आजारी असल्याचा बहाणा करून त्याला टाळलं. प्रेमनं काही दिवस धीर धरावा, म्हणून तिनं त्याची आर्जवं केली. पण एव्हाना प्रेम चांगलाच उद्दीपित झालेला होता. तो ऐकण्यास तयार नव्हता. त्यानं स्वतःच्या डोळ्यांनी रजःस्राव पाहिला. स्वतःला लागलेला हा नवा शोध त्यानं मला गुपित म्हणून ऐकवला. स्त्रीच्या मासिक धर्माविषयी त्यानं पहिल्यांदाच ऐकलेलं होतं.

''मला हा प्रकार माहीत नव्हता, हे तू प्लीज कोणाला सांगू नको हं,'' प्रेमनं माझ्या पाया पडत सांगितलं.

मी अर्थातच ती गोष्ट सगळ्या गावभर सांगितली.

याच तरुणीशी प्रेमचं नंतर कसं बिनसलं, ही गोष्ट ऐकण्यासारखी आहे.

दोघांच्या लग्नाची तारीख तिनंच नक्की केली. प्रेम दिल्लीतून गायब झाला.

काही दिवसांनी त्यानं तिला एक तार पाठवली. आपला पाय मोडला असल्याकारणानं हे लग्न तात्पुरतं स्थगित करावं लागणार आहे, असा त्या तारेतील मजकुराचा अर्थ होता. प्रेमनं काही दिवस तेवढ्यासाठी आपला पाय प्लॅस्टरमध्ये अडकवून सुद्धा घेतला होता.

मात्र भूतकाळातील या अशा अनुभवांमुळं खचून जाऊन प्रेमनं तरुणींना इशारे करणं अजिबात सोडलं नाही. पण त्या तरुणीनं त्याच्या सादास प्रतिसाद दिला, की मात्र हा घाईनं माघार घ्यायचा.

मी प्रेमबद्दल जे काही लिहिलं आहे, ते वाचल्यानंतर, प्रेम हा अगदी उथळ व्यक्तिमत्त्वाचा होता, अशी कुणाचीही कल्पना होण्याचा संभव आहे. पण प्रत्यक्षात तसं मात्र नव्हतं. तो युनेस्कोच्या सांस्कृतिक विभागाचा प्रमुख झाला. आधी सदस्य झाला आणि पुढं त्यांच्या एक्झिक्यूटिव्ह कमिटीचा अध्यक्ष झाला. त्याला भारतीय किंवा पाश्चात्त्य कला, संगीत, इत्यादी बाबींचं विशेष ज्ञान नव्हतं. पण तरीही त्यानं चेअरमनची कामगिरी उत्कृष्ट बजावली. सभांचं आयोजन सुद्धा तो फार कौशल्यानं करत असे. त्याची संपूर्ण शक्ती त्याच्या मृदू वर्तणुकीत आणि कुणालाही न दुखावण्याच्या वृत्तीत सामावलेली होती. मी त्याची किती तरी वेळा क्रूर थट्टा करत असे. पण तरीही आमच्या संपूर्ण कुटुंबाशी एकनिष्ठ राहिला. आम्ही युरोप आणि लॅटिन या प्रवासवर्णनात मी जागोजागी प्रेमबद्दलचे विविध किस्से लिहिले आहेत. एकदा आम्ही माद्रिदला गेलो असता मी त्याला जबरदस्तीनं तेथील 'प्राडोगॅलरी' बघण्यास भाग पाडलं. त्यासाठी मी प्राडोगॅलरीचं खूप वर्णन केलं. ही गॅलरी पॅरिसच्या 'लॉव्हूर' वस्तुसंग्रहालयापेक्षा सुद्धा अधिक मोठी, दर्जेदार आणि संपन्न आहे, अशीही एक लोणकढी मी ठोकून दिली. 'परत गेल्यानंतर तुझे मित्र तुला 'प्राडोगॅलरी' विषयी नक्की विचारतील,' असाही धाक मी त्याला घातला. प्रेमनं माझ्या म्हणण्याखातर ती 'प्राडोगॅलरी' केवळ पंधरा मिनिटांत बघून संपवली. पॅरिसला परत गेल्यानंतर प्राडोगॅलरी ही पॅरिसमधील लॉव्हूर संग्रहालयापेक्षा किती तरी पटींनी चांगली आहे, असं वक्तव्य त्यानं आपल्या मित्रापाशी केलं. ते ऐकून त्याच्या मित्रांना चांगलाच धक्का बसला. त्यांनी प्रेमला तसं तोंडावर सांगितलं. प्रेमच्या फजितीस पारावार उरला नाही. हे सगळं केवळ माझ्यामुळं झालं होतं, मीच त्या प्राडोगॅलरीचं उगीचच प्रेमपाशी कौतुक केलं होतं व त्याला फसवलं होतं, त्यामुळं स्वाभाविकच तो माझ्यावर चिडला.

माद्रिदमध्येच घडलेली आणखी एक गोष्ट. एलिझाबेथ आदिसेशिया या आमच्या ओळखीच्या स्त्रीला जेवायला निमंत्रण द्यायचं ठरवलं. ती दुसऱ्या हॉटेलात उतरली होती. तिचा पती माल्कम याच्यासोबत ती माद्रिदला आलेली हेती. तिला निमंत्रण देण्यासाठी प्रेम आमच्या हॉटेलाच्या लॉबीतील टेलिफोनपाशी गेला. लॉबीत बरीच

मंडळी चहा घेत बसली होती. तिथून प्रेमनं एलिझाबेथला फोन केला. एलिझाबेथनं फोन उचलताच इकडं प्रेमनं घसा खरवडून अतिशय मोठ्या आवाजात ओरडायला सुरुवात केली.

"एलिझबेथ, मी प्रेम बोलतोय्. जर तुला आज संध्याकाळी काही काम नसेल, तर आमच्याबरोबर जेवायला ये."

लॉबीतील सर्वजण अचानक स्तब्ध होऊन टेलिफोनवर चाललेलं ते जाहीर संभाषण ऐकू लागले.

तो फोन संपल्यावर परत माझ्यापाशी येऊन म्हणाला,

"एलिझाबेथ जेवायला येणार आहे."

त्यावर मी म्हणालो,

"ते मला तर ठाऊकच आहे. पण या हॉटेलातील प्रत्येकाला ते समजलंय्. तू इतका मोठमोठ्यांदा का ओरडत सुटला होतास?"

त्यानंतर प्रेमनं दिलेलं उत्तर मोठं ऐकण्यासारखं आहे.

"ती ज्या दुसऱ्या हॉटेलात उतरली आहे नं, ते इथून बरंच लांब आहे."

प्रेम दिल्लीला आल्यावर शिक्षण खात्यात सचिव झाला. डॉ. राधाकृष्णन प्रेमचे हितचिंतक होते. त्यामुळं प्रेमला जे काही पाहिजे असेल, ते सर्व त्याला मिळावं, अशी त्यांनी खबरदारी घेतली. एखाद्या माणसाची जेव्हा कधी गरज पडेल, तेव्हा त्याची पोटभर स्तुती करायला प्रेम मागं-पुढं पाहत नसे.

त्यानं एकदा डॉ.राधाकृष्णन यांना सांगितलं,

"तुम्ही जगातील सर्वांत महान तत्त्वचिंतक आहात."

आता मात्र मला मध्ये बोलल्यावाचून राहवेना. मी म्हणालो,

"सर, यानं आजपर्यंत तुमचं एकही पुस्तक वाचलेलं नाही."

प्रेमनं ती गोष्ट खुल्या दिलानं मान्य केली आणि म्हणाला,

"हे खरं आहे. मी तुमचं एकही पुस्तक वाचलेलं नाही. पण तुम्ही फार मोठे तत्त्वचिंतक आहात, असं सगळे लोक मला सांगतात. आणि ते मला पटलेलं आहे."

या बेट्या प्रेमला डॉ. राधाकृष्णन यांच्या कार्याची काहीही माहिती नव्हती. पण तरीही प्रेमच त्यांचा आवडता राहिला. डॉ. राधाकृष्णन यांनी लिहिलेल्या जवळपास प्रत्येक शब्दाचं मी पारायण केलं होतं. असं असूनही मला मात्र त्यांनी चार हात दूरच ठेवलं.

सरकारी नोकरीतून निवृत्त झाल्यावर प्रेमनं दिल्ली पब्लिक स्कूलचं काम सुरू केलं. मला वाटतं, पब्लिक स्कूल्सच्या साखळीपैकी ही संस्था सर्वांत मोठी होती. प्रेमनं या संस्थेच्या डायरेक्टर बोर्डावर मुद्दाम माझी नेमणूक करून घेतली. व्यवस्थापनात

लुडबूड करणाऱ्या किती तरी लोकांचा त्याला त्रास होत असे. अशा लोकांविरुद्ध त्याला माझा आधार हवा होता. दिल्ली पब्लिक स्कूलच्या कामात प्रेम बराच गुंतला. तरी पण त्याच्यापाशी भरपूर रिकामा वेळ असायचा. त्यानं आता आपला नित्यक्रम एकदम बदलून टाकला आहे. तो उशिरा उठतो, नंतर लोधी गार्डनमध्ये लांबवर फेरफटका मारून येतो. दुपारच्या जेवणानंतर चहाची वेळ होईपर्यंत निवांत बराच वेळ झोपतो. जवळपास रोजच सायंकाळी तो इंडिया इंटरनॅशनल सेंटरमध्ये जातो. घरी परतल्यानंतर तो जरा वेळ गादीवर पडून विश्रांती घेतो. रात्रीच्या जेवणाला तो इतर कुणाहीपेक्षा अधिक ताजातवाना असतो. मात्र त्याला एकटेपणा सहन होत नाही. कारण त्याला वाचनाची अजिबात आवड नाही. प्रेमच्या घरी न वाचलेल्या पुस्तकांचा भला मोठा संग्रह आहे. प्रेमच्या घरी कधी तरी रात्रीच्या जेवणाच्या पार्ट्या होतात. त्या वेळी परत परत त्याच त्याच लोकांना तो जेवायला बोलावतो. आणि त्याला जर कुणीच मिळालं नाही, तर तो माझ्या घरी येतो. 'काय चाललंय्?' असं म्हणतच तो येतो आणि मग रात्रीचं जेवायला थांबतो.

अलीकडं प्रेमला कमी ऐकायला येतं. त्यानं आजकाल पेंटिंगमध्ये विशेष रस घ्यायला सुरुवात केली आहे. पण तो रंगकाम करताना अतिशय भडक रंग वापरतो. त्याच्या घराच्या दिवाणखान्यात आणि स्वयंपाकघरात त्यानं स्वहस्ते चितारलेलीही चित्रं लटकत असतात. प्रेमचं एक चित्र बाजारात काही टी शर्टांवर सुद्धा झळकलेलं पाहण्यास मिळालं.

संतोष जैन हा प्रेमचा एक निस्सीम चाहता आहे. प्रेमच्या तैलचित्रांचं तो कधी तरी अचानक प्रदर्शन भरवतो किंवा प्रेमच्या नव्या संग्रहाच्या प्रकाशनाचा समारंभ आयोजित करतो.

प्रेमला स्वतःचा वाढदिवस साजरा करण्याची हौस आहे. या दिवशी त्याच्या घराचे दरवाजे खुले असतात. शँपेन आणि स्कॉचची नुसती लयलूट असते. मध्यभागी एका टेबलावर त्यानं सगळे फोटो अल्बम मांडून ठेवलेले असतात. एका अल्बममध्ये त्याच्या आवडत्या स्त्रियांचे फोटो किंवा तो ज्या स्त्रियांच्या कधी तरी प्रेमात पडला होता, अशा स्त्रियांचे फोटो आहेत. या अल्बमच्या सुरुवातीला इंदिराजींचा फोटो आहे. त्यानंतर त्यातच पुढं माझी पत्नी, कमला चौधरी, सीता चारी, कपिला वात्स्यायन, रोमिल्ला थापर, रेबा शोम, सेड्रा कॅलेस्टेन, रेयॉन्डे सोक्लोव्हस्की, इंग फिशर, ट्रड आणि मला माहीत नसलेल्या अनेकींचे फोटो आहेत. दुसऱ्या अल्बममध्ये प्रेमचे थोरामोठ्यांबरोबरचे फोटो आहेत. त्यात त्याचे डॉ.राधाकृष्णन, युनेस्कोचे डायरेक्टर जनरल, इत्यादींच्या समवेत फोटो आहेत. या अल्बमांव्यतिरिक्त प्रेमच्या टेबलावर बॅलिलॉल कॉलेजच्या वार्षिक नियतकालिकाची सर्वांत नवी प्रतही तिथं ठेवलेली असते.

प्रेम आता पंच्याऐंशी वर्षांचा झाला आहे. आपल्या या वर्षीच्या वाढदिवसाच्या निमित्तानं त्यानं एक कविता केली आहे. तिचं नाव आहे.

Four Score and Five
Brings sweet memories to Mind
in the passage of my time
From Joy and Peace of Mind
To the Maturing of Delight
Basked in Love and Light
Toward the close of Life!
To Four Score and Five
At this Celebration of Life
And gaily marching time
I raise a Toast tonight
In thankfulness to Life
For its gifts of great delight!
Four Score and Five
Brood and sing in passing time
Many memories of Life
Forays of Love and Light
Quest of Spirit's heights
Dreams of great delight
In flights of Heart and Mind!

★

७

प्रताप लाल

हा, खरं तर, अत्यंत कनवाळू हृदयाचा; पण याला आयुष्यात अत्यंत निकराचा लढा द्यावा लागला.

नंतर त्यानं माझ्या प्रेयसीला लिहिलेली काही पत्रं माझ्या नजरेस पडली. माझ्या प्रेयसीनंही लंडनच्याच कॉलेजात प्रवेश घेतला होता. एका शीख तरुणाशी लग्न केल्याचे काय भयंकर दुष्परिणाम होतात, याची माहिती त्यानं तिला पत्रातून दिली होती. शिवाय त्यानं त्यात माझी काही व्यंग्यचित्रंही काढली होती. त्यात त्यानं मला माझ्या फेट्याशिवाय दाखवलेलं होतं. पार कमरेपर्यंत रुळणारी माझी दाढीही त्यात दाखवलेली होती. ती व्यंग्यचित्रं खरोखरच फार सुरेख काढलेली होती.

हिंदुस्तानीत एक म्हण आहे, 'थोर व्यक्तींच्या थोरपणाची चिन्हं त्याच्या बालपणी सुद्धा दिसतात.' (बाळाचे पाय पाळण्यात दिसतात,) मात्र प्रताप लाल याला त्याच्या बालपणी जे कुणी ओळखत असतील, त्यांना मात्र प्रताप पुढं किती मोठा होणार आहे, याची चिन्हं नक्की दिसली नसणार. आम्हां दोघांची वयाच्या पाचव्या वर्षी मॉडर्न स्कूलमध्ये मैत्री झाली.

त्यानंतर दहा वर्षांनी आम्ही एकमेकांच्या फेट्यांची देवाण-घेवाण करून धरमभाई झालो– धर्माचे भाऊ. अर्थात हे असं करण्यामागे माझ्या मनात 'धार्मिक' हेतू वगैरे काही नव्हता. मी पंधरा वर्षांचा होतो. तरी पण प्रतापची बहीण रोमा (ही माझ्यापेक्षा दोन वर्षांनी मोठी होती) हिच्या मी प्रेमात पडलो होतो.

लाल कुटुंब हे पंजाबी आणि बंगालीचं मिश्रण होतं. प्रतापचे वडील राय बहादूर बसंत लाल हे पंजाबी होते. ते इन्कमटॅक्समध्ये असिस्टंट कमिशनर होते, तर त्याची आई बंगाली सरकार. परंतु ती पंजाबी अस्खलितपणे बोलत असे. प्रतापच्या घरचे सर्वजण एकंदर चार भाषा सारख्याच सफाईनं बोलत असत– इंग्रजी, हिंदुस्तानी, बंगाली आणि पंजाबी. ते ब्राह्मो होते आणि दिल्लीला राहणाऱ्या इतर बऱ्याच परिवारांपेक्षा खूप पुरोगामी विचारांचे होते. रोमा म्हणजे माझ्या पिढीच्या दिलाची धडकन् होती.

प्रताप परीक्षेत कसाबसा पास होत असे. तो बेताच्या कुवतीचा होता. त्याला कोणत्याही प्रकारच्या खेळाची आवड नव्हती. त्याच्या वयाच्या इतर मुलांपेक्षा त्याच्या अंगी एक ठळक वैशिष्ट्य होतं, एक वेगळेपणा होता. त्याला विमानांमध्ये अतोनात रस होता. पंधराव्या वर्षीच त्यानं दिल्ली फ्लाईंग क्लबमध्ये प्रवेश घेतला होता. एकट्यानं विमानोड्डाण करण्याचा खास परवाना मिळवणारा तो सर्वांत लहान वयाचा वैमानिक होता.

प्रतापचं शालेय जीवन सर्वसामान्यांसारखं गेलं. त्याचं महाविद्यालयीन जीवन सुद्धा सामान्यच होतं.

प्रतापनं १९३५ साली माझ्या बरोबरीनं लंडनच्या किंग्ज कॉलेजात प्रवेश घेतला. शिवाय कोर्टाच्या अनेक 'इन्स्' (खाणावळी) होत्या, त्यांपैकी एका 'इन्'च्या 'बार' मध्येही स्वतःचं नाव नोंदवलं. एका सुट्टीत आम्ही दोघांनी सायकलवरून

लंडन आणि वेल्सच्या परिसरात खूप भ्रमंती केली. असंच एकदा आम्ही टिन्टर्न ॲबेपाशी एका हॉटेलात रात्रीच्या मुक्कामाला थांबलो होतो. आमची जोडी पाहून त्या हॉटेलमालकाला प्रताप हा माझा मुलगा आहे, असं वाटलं होतं. या गोष्टीवर प्रताप अत्यंत खूश झाला होता.

इंग्लंडमध्ये असताना सुरुवातीच्या काळातच प्रतापच्या व्यक्तिमत्त्वाचा एक सुप्त पैलू माझ्या नजरेस आला. प्रतापनं, या परक्या देशात त्याला जे काही नानाविध अनुभव आले होते, त्यांवर काही लेख लिहिले होते. इतकंच नव्हे, तर ते त्या काळच्या अत्यंत प्रतिष्ठित गणल्या गेलेल्या, नावाजलेल्या 'मँचेस्टर गार्डियन' या वृत्तपत्रात छापूनही आले होते. मला या कशाचाही पत्ता नव्हता.

आजवर इंग्लंडमध्ये कुण्याही भारतीयाचं काहीही लेखन वृत्तपत्रात प्रसिद्ध झालं नव्हतं. यानंतर प्रतापनं लिहिलेली काही पत्रं माझ्या नजरेला पडली. लंडनच्याच कॉलेजात माझी प्रेयसी शिकत होती. तिला त्यानं ती पत्रं पाठवली होती. एका शीख तरुणाशी विवाह केल्यानंतर होणाऱ्या दुष्परिणामांविषयी त्यानं तिला पत्रातून सावधगिरीची सूचना दिली होती. याशिवाय त्यानं त्या पत्रात माझी काही व्यंग्यचित्रंही काढली होती. त्या चित्रांमध्ये त्यानं मला माझ्या फेट्याशिवाय दाखवलं होतं. माझी दाढी माझ्या पार कमरेपर्यंत रुळत होती... ती चित्रं अतिशय मजेशीर होती व फार सुंदर रेखाटलेली होती.

१९३९ चं युद्ध सुरू झालं आणि वकिली पेशासारख्या अतिसामान्य पेशापासून प्रताप लालची सुटका झाली. त्यानं तत्काळ आपली कायद्याची पुस्तकं दूर सारली आणि तो हवाई दलात भरती झाला.

विमानांच्या जडणघडणीची त्याला इतक्या बारकाईनं माहिती होती, की तिथं भराभर वरच्या पदांपर्यंत पोचताना त्याला काहीच अडचण आली नाही. या ठिकाणी प्रतापच्या अंगच्या आजवर कधीही प्रकट न झालेल्या आणखी एका गुणाचं दर्शन झालं. तो गुण म्हणजे शौर्य.

जनरल स्लिम यानं ब्रह्मदेशातील जपान्यांविरुद्ध जी मोहीम उघडली होती, त्याला पाठिंबा देऊन प्रताप लालनं डाईव्ह बॉम्बर विमानं उडवली. प्रतापची त्याबद्दल सर्वत्र वाहवा झाली. वृत्तपत्रांतील वृत्तान्तांत त्याच्याविषयी गौरवपूर्ण मजकूर प्रसिद्ध झाला. नंतर त्याला 'फ्लाईंग क्रॉस' चा सन्मान देण्यात आला. नंतर देशाला स्वातंत्र्य मिळालं. प्रतापला आता स्क्वाड्रन लीडरचं पद मिळालं. त्याला ॲडोव्हरला वरच्या श्रेणीच्या कोर्ससाठी पाठविण्यात आलं. स्वनातीत विमानं चालवणारा प्रताप हा भारतीय हवाई दलातील पहिला वैमानिक झाला.

मी लंडनमध्ये कृष्ण मेनन यांचा जनसंपर्क अधिकारी म्हणून काम करत होतो, तेव्हाची गोष्ट. लढाऊ विमानांची खरेदी करण्यासाठी भारतातून एक शिष्टमंडळ तिथं

आलं होतं. त्यांचा मुख्य प्रताप होता. परंतु खुद्द मेनन यांच्या खास मर्जीतील एक दलाल होता. ज्या विमानांची खरेदी करताना जास्तीत जास्त कमिशन मिळेल, अशाच विमानांची पाहणी करण्यात त्याला अधिक रस होता. त्या दलालानं पसंत केलेली विमानांची प्रतापनं पाहणी करून ती नापास केली. मेनन त्याच्यावर अत्यंत संतापले. प्रताप लालनं स्पर्धक कंपनीकडून लाच खाल्ल्याचा त्यांनी त्याच्यावर आरोप केला. पण प्रताप मात्र त्यांना न जुमानता आपल्या निर्णयावर ठाम राहिला. त्यानं कृष्ण मेननचा रोष पत्करला. पुढं संरक्षण मंत्री झाल्यानंतर कृष्ण मेनन यांनी प्रताप लालबद्दलचा राग आणि असंतोष अगदी उघडपणे व्यक्त केला.

परंतु काही लोकांना, विशेषतः जे. आर्. डी. टाटांना प्रताप लाल किती मोठा आहे, हे ठाऊक होतं. १९५७ साली प्रताप इंडियन एअरलाईन्स कॉर्पोरेशनचा चेअरमन झाला. चिन्यांनी भारताचा पाडाव केल्याकारणानं मेनन यांना संरक्षण मंत्र्याच्या पदावरून निलंबित करण्यात येईपर्यंत, म्हणजे पाच वर्षं प्रताप त्या पदावर होता. आता परत एकदा तो भारताच्या हवाई दलात दाखल झाला. १९६५ सालच्या भारत-पाक युद्धातही तो सहभागी झाला. त्याला पद्मभूषण पुरस्कार मिळाला.

१९६६ साली तो हिंदुस्तान एरॉनॉटिक्स लि.च्या बंगलोर येथील फॅक्टरीचा मॅनेजिंग डायरेक्टर झाला. मी आणि माझी पत्नी याच्याकडे काही दिवस जाऊन राहिलो. आम्ही प्रताप व त्याची पत्नी इला (हाशी) यांच्यासमवेत काही दिवस घालवले. ते जोडपं नेमस्त, संयमशील आणि मिताहारी होतं. प्रताप सिगारेट ओढत नसे व ड्रिंक्सही घेत नसे. आम्हांला आमच्या वाट्याची स्कॉच सुद्धा त्याच्याकडून अक्षरशः रोज संध्याकाळी वसूल करून घ्यावी लागे. प्रताप अतिशय सभ्य व सज्जन होता. अश्लील, शृंगारिक बोलणं त्याला अजिबात खपत नसे. वात्रट चुटकेदेखील नाहीत.

१९६९ साली प्रताप एअर चीफ मार्शल झाला. एअर फोर्सकडून मिळालेल्या असंख्य मानसन्मानांमध्ये आता पद्मविभूषण पदवीची भर पडली. १९७१ साली बांगला देशाच्या स्वातंत्र्यासाठी भारताचं पाकिस्तानशी जे युद्ध झालं, त्यात एअर फोर्सची व्यूहरचना त्यानंच केली होती.

पूर्वेच्या सरहद्दीच्या बाजूनं पाकिस्तान्यांच्या हवाई हल्ल्याचा पूर्णपणे बीमोड करून टाकण्यात आला. प्रतापची ही व्यूहरचना अत्यंत मोलाची ठरली. आपल्या सैन्याला त्याचमुळं ढाक्यात घुसणं शक्य झालं. दोन वर्षांनंतर त्यानं निवृत्त होऊन आपल्या कुटुंबासमवेत एकलकोंडं आयुष्य घालवण्यास सुरुवात केली. ३ ऑगस्ट, १९८२ मध्ये प्रतापचं लंडनमध्ये निधन झालं. दुसऱ्या दिवशी त्याच्या मृतदेहावर दिल्लीतील स्मशानभूमीतल्या विद्युतद्दाहिनीत अंत्यसंस्कार करण्यात आले. त्या

वेळी मी तिथं उपस्थित होतो. अशा रीतीने सुमारे अर्ध्या शतकाहून जास्त काळ टिकलेल्या आमच्या मैत्रीचा अस्त झाला.

माझ्या या स्वर्गवासी मित्राला श्रद्धांजली वाहण्यासाठी शेक्सपिअरच्या ज्यूलियस सीझरमधील पंक्ती मला अत्यंत समर्पक वाटतात.

His life was gentle
And the elements so mixed in him
That nature itself would stand up and say
to all the world this was a man.

★

८

ए. जी. नूरानी

मला भावलेली ए. जी. नूरानीच्या स्वभावातील सर्वांत आकर्षक गोष्ट म्हणजे स्त्रियांच्या बाबतीतील त्याची निरागसता.

त्यानं समस्यांची उकल करण्याच्या बाबतीत जीनांचा दृष्टिकोन अंगीकारला होता. सर्वांत प्रथम त्या समस्येचा साधक बाधक, सांगोपांग, तर्कशुद्ध दृष्टीनं विचार करायचा आणि नंतर धीरगंभीर आवाजात त्या समस्या विशद करून सांगायच्या. पण त्याच्यात आणि जीनांमध्ये थोडासा फरक होता– तो सर्वांशी जरा तुटक वागायचा, तर जीना त्यांच्या संपर्कात आलेल्या प्रत्येक व्यक्तीशी मार्दवानं वागायचे. नूरानी मात्र स्वतःचे अशील, इतर वकील किंवा न्यायमूर्ती या सर्वांशी रागाच्या भरात वादविवाद सुद्धा करायचा.

"**तू** कधी माझ्याविषयी लिहिलंस, तर मी तुझ्याशी बोलणं बंद करीन," गफूर नूरानी म्हणाला. मुंबईत आमची नुकती ओळख झाली होती, त्यानंतरची ही गोष्ट आहे. पण त्या भेटीनंतर काही दिवसांतच त्यानं माझ्याशी संभाषण बंद केलं. त्यामुळं आता मी त्याच्याविषयी लिहिलं, तरी काहीही फरक पडणार नाही.

नूरानीनं लिहिलेले बरेच लेख मी वाचले होते. नूरानीनं 'इलस्ट्रेटेड वीकली ऑफ इंडिया' साठी सुद्धा लिहावं, अशी माझी खूप इच्छा होती. १९६९ साली नुकतीच माझी संपादक म्हणून तिथं नियुक्ती झाली होती. नूरानीनं आपल्या लेखांमधून राज्यघटना, उच्चपदस्थांची लाचलुचपत, मुस्लिमांचे व्यक्तिगत कायदे, इत्यादी गंभीर विषय हाताळले होते. त्याचं लेखन खमंग, चुरचुरीत नसलं, तरी सुद्धा माहितीपूर्ण, विश्वसनीय आणि विचारप्रवर्तक असे. त्या वेळी 'वीकली'चा प्रसार फार झपाट्यानं होत होता. नूरानीदेखील 'वीकली'साठी लिहिण्यास तितकाच उत्सुक असावा, असा माझा ग्रह झाला.

माझी सहायक संपादिका फातिमा झकेरिया हिचं आणि नूरानीचं दूरचं नातं होतं. तिनंच आम्हां दोघांची ओळख करून दिली. दोघंही जन्मानं कच्छी मेमन होते आणि मुंबईत लहानाचे मोठे झाले होते.।

आमची ओळख झाल्यानंतर काही दिवसांत नूरानी मला म्हणाला,

"आयुष्यात मला फक्त दोनच गोष्टींत रस आहे, वकालत और सियासत– कायदा आणि राजकारण. पण नूरानीला मात्र या दोन्हींपैकी कोणत्याही माध्यमातून प्रसिद्धी मिळाली नाही. त्याऐवजी सिहाफत– म्हणजेच पत्रकारितेनं त्याचं नाव भारतात सर्वतोमुखी झालं.

नूरानीचे मुख्य उद्योग जरी वकालत, सियासत, सिहाफत हे असले, तरी काही काळानंतर, तो जरा मनमोकळेपणानं माझ्याशी गप्पा मारू लागल्यावर, मला एक शोध लागला. नूरानीला उर्दू काव्यात रुची होती. त्याचा स्वतःचा उर्दू काव्यरचनांचा चांगला व्यासंग होता. त्यात अनेक अश्लील काव्यरचनांचाही समावेश होता. स्त्रीवर्गाकडे विशेष लक्ष पुरवण्याचं नूरानीला मुळीच वावडं नव्हतं.

त्या काळी नूरानी अविवाहित होता आणि तसाच तो आजही आहे. त्या वेळी तो मलबार हिलवरील केम्प्स कॉर्नर जवळच्या एका लहानशा, दोन खोल्यांच्या

फ्लॅटमध्ये राहत असे. आजही तो तिथंच राहतो. त्यानं घरी स्वतःसाठी खास स्वयंपाकी ठेवला होता. परंतु काही खास लोकांचा सहवास त्याला प्रिय होता. त्या लोकांबरोबर बाहेर जेवायला जाण्याची त्याला मनापासून आवड होती. मात्र तो पार्ट्यांमध्ये कधी रमत नसे. सोबतीला गप्पा मारण्यासाठी एखादा माणूस त्याला पुरे वाटायचा.

त्या काळी मी एका तरुण पार्शी जोडप्याच्या घरात एकटा, पेईंग गेस्ट म्हणून राहत होतो. तिथंच मला सकाळचा नाश्ता मिळायचा. रात्रीच्या जेवणासाठी मला रोज हॉटेलात जावं लागे. त्यामुळं नूरानी आणि मी रोजच संध्याकाळी भेटू लागलो. मरीन ड्राईव्ह ते नरीमन पॉईंट असा नित्यनेमानं फेरफटका मारू लागलो. आम्ही शहाळ्याचं पाणी पिऊन नंतर चर्चगेटपाशी असलेल्या माझ्या खोलीवर यायचो. मी माझी ठरावीक स्कॉच घेत असे आणि नूरानी मात्र संत्र्याचं सरबत किंवा तत्सम दुसरं एखादं पेय घेई. तो मद्य घेत नसे. त्यानंतर आम्ही दोघंही चर्चगेटच्या किंवा कुलाब्याच्या आसपासच्या एखाद्या हॉटेलात जेवणासाठी जायचो.

जेवणानंतर आम्ही आमच्या आवडत्या पानवाल्याकडे जायचो. नूरानीला पानाचा खास शौक होता. पान कसं हवं, ते तो एका दमात सांगायचा: कात, चुना, सुपारी, मसाला... त्यानंतर आम्ही एकमेकांचा निरोप घ्यायचो. तो केम्प्स कॉर्नरकडे जाण्यासाठी टॅक्सी घ्यायचा आणि मी चालत माझ्या खोलीवर परतायचो.

नूरानीचा सहवास कोणालाही आवडण्यासारखा होता. चालू घडामोडींबद्दल त्याला खूप माहिती असायची. त्याचे विचार स्वच्छ, साधे, सरळ व परिपक्व होते. एम्. ए. जीना हा त्याच्यापुढील आदर्श होता, हे मी जाणून होतो. कितीही उकाड्याचे दिवस असले, तरी नूरानी सूट, टाय्, बूट, मोजे, इ. घालत असे.

घराबाहेर पडण्याआधी माझ्या बाथरूमच्या आरशात तो स्वतःचं प्रतिबिंब नीट निरखून पाहत असे. त्यानंतर भरपूर तेल लावलेले केस दोन्ही हातांनी नीट चापूनचोपून बसवण्याचा कार्यक्रम होई. स्वतःच्या मनासारखं तयार झाल्याशिवाय घराबाहेर पडायचं नाही, असा त्याचा दंडक होता.

समस्यांची उकल करत असताना त्यानं त्याबाबतीत जीनांचा दृष्टिकोन अंगीकारला होता. प्रथम त्या समस्यांचा साधक बाधक विचार करायचा, तर्कशुद्ध दृष्टिकोन ठेवायचा आणि नंतर त्या समस्या धीरगंभीर आवाजात विशद करून सांगायचा. कायदा आणि राजकारण या दोन्ही क्षेत्रांत जीना अत्युच्च पदाला जाऊन पोचले. नूरानीची कायद्याची जाण जीनांएवढीच होती, पण तरीही त्याची काहीच छापच पडली नाही. याला कारण, नूरानी लोकांशी तुटकपणे, अलिप्तपणे वागायचा. जीनांचं वागणं मात्र मार्दवयुक्त असायचं. नूरानी वकिलांशी, जज्जांशी आणि अशिलांशी हमरीतुमरीवर यायचा.

नूरानीला आणखी एक खोड होती. तो समोरच्या माणसाला कंटाळा येईपर्यंत टोकत राही. मी तर असं ऐकलं– नूरानीनं एकदा बरोबरच्या वकिलाला इतकं क्षुब्ध केलं, की त्यानं नूरानीला अक्षरशः उचलून खिडकीबाहेर फेकून दिलं होतं.

आमचे बरेच मित्र आम्हां दोघांना रोज संध्याकाळी एकत्र पाहायचे आणि म्हणायचे,

"ही मैत्री काही जास्त टिकणार नाही. नूरानीला भांडल्यावाचून चैन पडत नाही. एक दिवस इतर मित्रांप्रमाणेच तो तुझ्याशीही मैत्री तोडून टाकणार."

हे असे उद्‌गार काढणारे लोक वास्तविक नूरानीला माझ्याहून किती तरी वर्षं जास्त ओळखणारे होते. पण प्रत्यक्षात मात्र त्या लोकांच्या अपेक्षेपेक्षा आमची मैत्री जास्त काळ टिकली. आम्ही अनेक चर्चासत्रांना, सभांना बरोबर जात असू. दिल्ली, हैदराबाद, गोवा, इस्लामाबाद. या चर्चासत्रांमध्ये इतरांनी सादर केलेल्या अहवालांपेक्षा नूरानीनं सादर केलेला वृतान्त किती तरी सुबोध, ओघवता असे. एकदा आम्ही परिषदेसाठी पाकिस्तानला गेलो होतो. तिथं तो जरा अस्वस्थ होता. भारत-पाक युद्धाच्या वेळी पाकविषयी सहानुभूतिपूर्ण दृष्टिकोन असल्याच्या आरोपावरून त्याला अडकवून ठेवण्यात आलं होतं. अशाच प्रकारचा आरोप आपल्या सरकारनं त्या वेळी इतरही अनेक भारतीय मुस्लिमांवर घेतला होता.

इस्लामाबाद इथं झालेल्या परिषदेत नूरानीनं भारताचा दृष्टिकोन मांडला. त्यानं इतर कोणाही भारतीयापेक्षा जरा जास्तच जोरात मतप्रदर्शन केलं. परंतु त्या काळी भारतातील मुस्लिमाचं काहीही बोलणं पाकिस्तानी लोक गंभीरपणे विचारातच घेत नसत. माझ्या मते, नूरानीला त्या वेळी जी वागणूक मिळाली, त्यामुळं तो बराच नाराज झाला.

नूरानीची आणि माझी मैत्री होऊन बराच काळ लोटला. नेहमी सभ्य, सुसंस्कृत व सदा औपचारिकपणानं वागणारा नूरानी आता मात्र कधी तरी अनौपचारिकपणं, मोकळेपणं वागू लागला. क्वचित कधी तरी मला त्याच्या अश्लील उर्दू कविता ऐकवू लागला. तशी ही कल्पना होती धक्कादायकच! कारण नूरानीचा एकंदर स्वभाव बघता त्याच्या स्वभावाला हा असाही एक पैलू असेल, यावर कोणाचा विश्वासही बसला नसता. त्याच्या या स्वभाववैशिष्ट्याचा अनवधानानं गैरफायदा घेण्याचा प्रयत्न करताना त्याला कोणी 'गफूर' अशी हाक मारलीच, तर तो स्पष्टपणे सांगत असे,

"हे पाहा, तुम्ही मला 'गफूर' म्हणून हाक मारावी, इतका काही आपला परिचय नाही. तेव्हा तुम्ही मला ए. जी. नूरानी म्हणावं, हे बरं."

नूरानीच्या स्वभावातील सर्वांत आकर्षक गोष्ट म्हणजे, स्त्रियांच्या बाबतीत असलेली त्याची निरागसता. जुनी गोष्ट आहे– दोन परदेशी तरुणी त्याच दिवशी

पहिल्यांदा मुंबईत येऊन दाखल झाल्या होत्या. त्या दोघींना घेऊन मी आणि नूरानी जेवायला गेलो होतो. त्यांच्यांतील एक कॅनडातून आली होती. ती सहा फूट उंच, धिप्पाड होती, तर दुसरी होती अमेरिकन ती लहानसर बांध्याची होती. जेवणानंतर मी आणि नूरानी त्या दोन तरुणींना त्यांच्या हॉटेलापर्यंत पोचवायला गेलो. त्यांचा निरोप घेतला आणि आम्ही दोघं नरीमन पॉईंटपर्यंत पायी फेरफटका मारण्यासाठी निघालो. नूरानी फार प्रसन्न दिसत होता.

"यार, ती अमेरिकन पोरगी मला काय म्हणाली, ठाऊक आहे? मी तिचं लग्न झालं आहे का, असं विचारताच ती म्हणाली, मी विवाहितच आहे. पण मी विवाहबाह्य संबंध सुद्धा ठेवते. आता तूच सांग, या बोलण्यावर तुला काय म्हणायचंय्? तिनं सरळ सरळ मला निमंत्रणच नाही का दिलं?"

"मुळीच नाही," मी प्रांजळपणे नूरानीला सांगितलं, "मी या अमेरिकन पोरींना चांगला ओळखतो. त्या सहज जाता जाता काय वाटेल ते बोलतात. पण त्यातून आपण काही अर्थ वगैरे काढायचा नाही. त्यांना तसलं काही सुचवायचं नसतं."

नूरानीला हे माझं बोलणं पटलं नाही. त्यानं त्या मुलीला बाहेर फिरायला येण्याचं निमंत्रण दिलं. तिनं ते मुळीच स्वीकारलं नाही. इतकंच नव्हे, तर मला फोन करून म्हणाली,

"जरा तुमच्या मित्राला माझी पाठ सोडायला सांगा."

तिनं नूरानीजवळ स्वतः विवाहबाह्य संबंध ठेवत असल्याविषयीचं ते तसं वक्तव्य खरोखरच केलं होतं, का नाही, अशी मला शंका वाटू लागली. म्हणून मी तिला काय ते स्पष्टच विचारलं. त्यावर ती अमेरिकन मुलगी म्हणाली,

"होय, मी तसं म्हणाले... आणि ते खरंही आहे. पण तुमच्या मित्राबरोबर मात्र कुठल्याही प्रकारचा संबंध ठेवण्याची माझी इच्छा नाही."

नूरानी बिचारा भावनाप्रधान होता. तो एकदा एका इंग्लिश तरुणीच्या प्रेमात पडला. ती दिसायला लाजाळू आणि भित्री होती. खरं तर, अगदी सुमार होती. तोंड उघडून काही बोलतही नसे. तिला त्यानं एकदा आग्रहानं आमच्या सोबत ड्रिंक घेण्यासाठी माझ्या खोलीवर बोलावलं. त्यानंतर आम्ही सर्वजण जेवायला जाणार होतो.

मी आणि नूरानी ड्रिंक घेत बसलो होतो. (तो लेमोनेड पीत होता.) इतक्यात माझा फोन वाजला. फोनवर ती इंग्लिश मुलगी होती. तिनं स्वतःची प्रकृती बरी नसल्याचा बहाणा केला व येत नाही, असं सांगितलं. त्याबद्दल क्षमा सुद्धा मागितली. तिनं खरोखरच अगदी आजारी माणसाचा आवाज काढला होता.

ती बातमी मी नूरानीला सांगितली. ती ऐकून त्याचा उत्साह मावळला. त्याला कशातच रस वाटेना. लवकर जेवण उरकून घरी परतायचं, असं त्यानं ठरवलं.

आम्ही चर्चगेट जवळच्या एका रेस्टॉरंटमध्ये शिरलो. प्रथम मी आत पाऊल टाकलं आणि पाहतो, तर काय, तीच मुलगी भाईचंद पटेलबरोबर बसली होती. भाईचंद पटेल हा एक वकील आणि पत्रकार होता. नूरानी त्याचा फार द्वेष करत असे.

मी तत्काळ पाठ फिरवली आणि बाहेर पडलो. नूरानीला घेऊन दुसऱ्या ठिकाणी जेवायला गेलो. जेवणात त्याचं मन लागत नव्हतं. ठरल्याप्रमाणं जरी ती मुलगी खरोखर आली असती, असं मानलं, तरी हा तिच्याशी काय बोलणार होता, देव जाणे.

अशा प्रकारचे अनेक किस्से घडले. त्यांच्यापैकी प्रत्येकाचा शेवट सुद्धा हा असाच होई.

नूरानीनं रीतसर स्थळं पाहून, एखाद्या चांगल्याशा कच्छी मेमन मुलीला पसंत करून तिच्याशी लग्न का नाही केलं, हे कोडं मला कधीही उलगडलं नाही. तो अतिशय उमदा आणि होतकरू होता. त्यानं भरपूर पैसा मिळवला होता. भारतभर प्रसिद्धी मिळवली होती.

एक सुप्रसिद्ध मुस्लिम तरुणी होती. ती वार्ताहर होती. तिच्याशी नूरानीची मुद्दाम गाठभेठ घडवून आणण्याचा आमच्या एका मित्रानं प्रयत्न केला. नूरानी आणि ती दिल्लीतील एका प्रसिद्ध हॉटेलात भेटणार होते. त्या हॉटेलात एकंदर पाच रेस्टॉरंट्स होती. परंतु त्यांपैकी नक्की कुठल्या रेस्टॉरंटमध्ये ही गाठभेट होणार, हे काही ठरलं नव्हतं. ते आधी ठरवून ठेवावं, असं त्यांच्या लक्षात आलं नव्हतं. दोघं ठरलेल्या वेळी हॉटेलात पोहोचले. पण नूरानी एका रेस्टॉरंटमध्ये, तर ती तरुणी दुसऱ्या. दोघं एकमेकांची वाट पाहत बसले.

अर्धा तास लोटल्यावर मात्र दोघंही कंटाळले. आता पुरे झालं, असं दोघांनी ठरवलं. योगायोग तरी कसा घडावा? दोघंही परत जाताना लिफ्टमध्ये परस्परांना भेटले. आधीची मुळीच ओळख नसून सुद्धा दोघांनी एकमेकांना ओळखलं. नूरानीनं हात वर घेऊन मनगटावरच्या घड्याळाकडे बोट दाखवलं. त्या स्त्रीच्या नावाचा जाणूनबुजून चुकीचा उच्चार करत तो थोड्या रागानं म्हणाला,

"किती वाजले, पाहिलंत? मी अर्धा तास तुमची वाट बघत वेळ वाया घालवला. मी कामाचा माणूस आहे, माहिती आहे ना?"

ती सुद्धा मागे सरणारी नव्हती. तिनं त्याला स्वतःचं घड्याळ दाखवलं, त्यानं आपल्या नावाचा कसा चुकीचा उच्चार केला, ते सांगितलं आणि म्हणाली,

"मी पण माझा वेळ वाया घालवला. मलाही पुष्कळ कामं असतात."

त्या दोघांची लिफ्टमध्येच वादावादी सुरू झाली. दोघंही लॉबीत पोचून आपापल्या गाड्यांपाशी जाईपर्यंत ती वादावादी सुरूच होती. आपल्या जीवनसाथीची निवड करण्याच्या क्षेत्रात नूरानीची मजल ही एवढीच गेली.

नूरानी तेव्हाही हळवा होता आणि अजूनही तो तसाच आहे; आणि तेव्हाप्रमाणेच आज सुद्धा तो चुकून भांडणं उकरून काढतो. एक दिवस त्याचा मला फोन आला. पण मी तिथं नव्हतो. त्यानंतर नूरानीनं माझ्याशी संबंध तोडून टाकले. कारण काय, तर मी नसताना त्याचा फोन आला होता. हे ऐकल्यावर मी नंतर आपण होऊन त्याला फोन करणं हे माझं काम होतं. पण मी तसा फोन केला नाही. नूरानीचं माझ्याशी काय काम होतं, ते त्याला विचारलं नाही. मी ही गोष्ट कोणाला सांगितली, तर माझ्यावर कुणीही विश्वास ठेवणार नाही. पण नूरानीनं फोन केला होता, असा निरोप मला मिळाला तरी होता, की नाही, हेही जाणून घेण्याचा सुद्धा त्यानं प्रयत्न केला नाही. किंवा कदाचित मी त्याला फोन करण्याचा प्रयत्न केलाही असेल, पण माझा फोन लागला नसेल, असंही त्याच्या मनात आलं नाही. आपल्या फोनला दुसऱ्या व्यक्तीनं परत फोन करून उत्तर न देणं हे नूरानीच्या मते अत्यंत उद्धटपणाचं कृत्य होतं; आणि तसल्या कृत्याबद्दल शिक्षा एकच– अबोला, संबंध कायमचे तोडून टाकणं.

एखाद्याशी आधी मैत्री करायची आणि नंतर त्याच व्यक्तीला जुन्या फाटक्या कपड्याप्रमाणे टाकून द्यायचं, ही गोष्ट त्यानं केवळ माझ्याच बाबतीत केली नाही. माझ्याप्रमाणे आणखी किमान डझनभर लोकांच्या तरी वाट्याला हेच आलं आहे. ए.जी. नूरानीचे चाहते खूप आहेत, पण मित्र मात्र एक सुद्धा नाही.

★

९

रजनी पटेल

मद्याच्या नशेत रजनी पटेलनं बकुलशी लग्न केलं आणि नंतर तो आसवं गाळत बसला.

तो आळीपाळीनं कधी प्रेमळपणे, उदारपणे, तर कधी तुटकपणे आणि अत्यंत निष्ठुरपणे वागायचा. मला त्याच्याविषयी जरासा जिव्हाळा वाटायचा, पण आदर मात्र अजिबात नाही. कारण तो पूर्णपणे अनीतिमान होता. तो निदान मृत्यूला सामोरं जाताना तरी निर्मळ व शांत मनानं गेला असेल, एवढीच मी आशा करतो.

रजनी पटेलच्या आणि माझ्या पहिल्या काही गाठीभेटी रेल्वेतून प्रवास करताना झाल्या. त्या वेळी आम्ही दोघंही कायद्याचा अभ्यास करत होतो. तो केंब्रिजला, तर मी लंडनला. कोर्टाच्या काही खाणावळी (इन्स) होत्या, त्यांमध्ये काही विशिष्ट जेवणं घेतलीच पाहिजेत, अशी सक्ती होती. रात्रीच्या जेवणासाठी रजनी केंब्रिजहून येत असे आणि मी वेल्विन गार्डन सिटीहून. तेव्हा मी वेल्विन गार्डनला राहत होतो. आम्ही दोघंही किंग्जक्रॉस स्टेशनपासून एकाच लोकलनं प्रवास करत असू. वेल्विन हे केंब्रिजच्या अर्ध्या रस्त्यात होतं. त्या वेळी कधी तरी आमच्यासोबत मोहन कुमारमंगलम् हाही असे. (पुढं इंदिरा गांधींच्या कारकीर्दीत तो कॅबिनेट मिनिस्टर झाला.) त्या वेळी तो केंब्रिजमध्ये कायद्याचा अभ्यास करत होता. तोही कोर्टाच्या खाणावळीत यायचा. बरेच वेळा आम्ही सर्वजण एकाच डब्यात असायचो.

त्या काळी मी मद्याला स्पर्शही करत नसे. जेवणाच्या वेळी आमच्या टेबलावर मांडून ठेवलेल्या बाटल्यांना मी शिवत सुद्धा नसे. रजनी आणि कुमारमंगलम् हे दोघं मात्र मोफत मिळणारी वाईन मुबलक प्रमाणात पीत असत. रेल्वेत चढेपर्यंत त्यांना चांगलीच चढलेली असे. दोघांच्याही उत्साहाला उधाण आलेलं असे. ते दोघंही डाव्या विचारसरणीचे होते. बहुधा कम्युनिस्ट पक्षाचे सनदशीर सदस्यही असावेत. आम्हां सर्वांची आपापसांत वादावादी जुंपायला फार वेळ लागत नसे. मला एका प्रसंगाची चांगली आठवण आहे. एकदा वादावादी चालू असताना वातावरण इतकं तापलं, की रजनी कुमारमंगलम्कडे बोट दाखवून म्हणाला,

"चल, रे, या इसमाला गाडीतून बाहेर फेकून देऊ."

आम्ही शेवटचं भेटलो. ते एका उन्हाळ्याच्या सुट्टीसाठी मी पॅरिसला चाललो होतो, तेव्हा, रजनी आणि कृष्ण मेनन हे दोघंही त्याच रेल्वेनं कोणत्या तरी कॉन्फरन्सला निघाले होते. त्यांनी दोघांनीही त्या वेळी माझ्याकडं फारसं लक्ष दिलं नाही. कोणते ठराव मांडायचे, याबद्दल दोघांची चर्चा रंगली होती. डोव्हर स्टेशनला उतरून आम्ही फेरी बोटीकडे निघालो. या फेरी बोटीतून आम्हांला इंग्लिश खाडी पार करायची होती. प्रवासी निर्गमन द्वारापाशी (Immigration) बरीच मोठी रांग होती. मी रांगेत बराच पुढं उभा होतो. मेनन यांनी रजनीचा हात धरला आणि दोघंही रांग

मोडून बेधडक पुढं निघाले. ते दारापाशी पोचल्यावर तेथील अधिकाऱ्यानं दोघांना मागे परत जाऊन रांगेत उभं राहायला सांगितलं. मेनन अतिशय संतापले. त्यांतील या अधिकाऱ्यावर वर्णद्वेषाचा आरोप केला. त्या गोऱ्या अधिकाऱ्यांची मती कुंठित झाली. त्यानं सरळ दोघांच्याही पासपोर्टांवर तत्काळ शिक्के मारले आणि त्यांना तेथून चालतं होण्यास सांगितलं.

भारतात परतल्यानंतर रजनीनं वकिली व्यवसाय आणि राजकारण या दोन्ही क्षेत्रांत भरीव कामगिरी सुरू केली. तो वकिली व्यवसायाबरोबर पक्षीय राजकारणातही भराभर वर चढू लागला. त्याची प्रगती माझ्या कानांवर येत होती. मुंबईच्या डाव्या विचारसरणींच्या कामगार संघटनांमध्ये रजनीचं महत्त्व वाढू लागलं. त्याची वकिलीही जोरात चालू लागली होती. 'ब्लिट्झ'चे संपादक रूसी करंजिया व रमेश संघवी या समान विचारसरणीच्या लोकांबरोबर एकत्र येऊन रजनीनंही सगळं पाठबळ कृष्ण मेनन यांनाच दिलं. आचार्य कृपलानींच्या ऐवजी संसदेमध्ये ते निवडून यावेत, अशीच या सर्वांची इच्छा होती. या तिन्ही व्यक्ती एकीकडे आपण स्वतः गरीब कामगारांसाठी लढा देणारे कट्टर समाजवादी आहोत, असा दावा करत होत्या. पण त्याच वेळी ते तिघंही शाही थाटामाटात राहत होते. त्यांची राहणी बघून एखाद्या श्रीमंत भांडवलशहानंही लाजेनं मान खाली घातली असती.

रूसी करंजियाला जी बाजू हमखास विजयी होणार असेल, अशा बाजूला आपलं पाठबळ देण्याची सवय होती. त्याला त्यात काही खंतखेद वाटत नसे. तो अरबांचा बाजूचा व इस्त्रायलच्या विरोधात होता. तो तर इराणच्या शहाचा भारतातील प्रवक्ताच होता! साधुसंतांना आणि विशेषतः साईबाबांना भरपूर प्रसिद्धी मिळवून देण्याचं काम त्यानं केलं. रमेश संघवी हा तर त्याच्याही एक पाऊल पुढंच होता. आपल्या देशबांधवांसमोर कम्युनिझमचा प्रचार करता करता एकीकडं तो तेहरान आणि लंडनमध्ये शहाचा जनसंपर्क अधिकारी म्हणून काम करत होता. बड्या बड्या व्यक्तींची नावं घेऊन बढाया मारण्यात तर त्याच्याइतका तरबेज माणूस मी पाहिला नाही. रजनीशी माझा संपर्क तुटलेला होता. १९६९ मधे मी मुंबईत आल्यानंतर सुद्धा आम्हां दोघांमधील जुन्या मैत्रीला उजाळा द्यावा, तिची जोपासना करावी, अशी इच्छा मला तरी झाली नाही. क्वचित कधी तरी आमची गाठ पडत असे, तेव्हा हस्तांदोलन करून आम्ही दोघंही एकमेकांना म्हणायचो,

"आपण एकदा भेटलं पाहिजे."

पण तरीही आमची फार वेळा गाठभेट झाली नाही. मग पुढं बेनेट कोलमन अँड कंपनीच्या बोर्डवर सदस्य म्हणून रजनीची नेमणूक झाली. 'द टाइम्स ऑफ इंडिया ग्रूप ऑफ पेपर्स,' 'द इलस्ट्रेटेड वीकली ऑफ इंडिया' आणि इतर नियतकालिकं याच कंपनीच्या मालकीची होती. त्यांपैकी इलस्ट्रेटेड वीकलीचा मी संपादक होतो.

एव्हाना रजनीनं इंदिरा गांधींची खास मर्जी संपादन केली होती. मुंबईमध्ये त्यांच्या पक्षाचा निधी गोळा करण्याची जबाबदारी मुख्यत्वेकरून रजनीची होती. राजकारणी, उद्योगपती, कारखानदार आणि सरकारी नोकर असे सगळे त्याच्या भोवती गोंडा घोळत. त्याच्या अगदी जवळच्या मित्रमंडळींमध्ये रफीक झकेरिया याचा, तसंच त्याची पत्नी फातिमा हिचा समावेश होता. ही फातिमा माझी सहायक संपादिका होती. डिनर पार्टीत आम्हां सर्वांची एकमेकांशी गाठ पडू लागली. हळूहळू रजनीची आणि माझी मैत्री पण वाढीस लागली. त्याच्या इतर मित्रमंडळींच्या मानानं माझी आणि रजनीची मैत्री आता खूपच घनिष्ठ झाली. झकेरियांनी माझं नाव पद्मभूषण पुरस्कारासाठी सुचवलं. या गोष्टीचा पंतप्रधानांच्या ऑफिसात जाऊन पाठपुरावा करण्याचं काम रजनीनं केलं. रजनीच्या अंगात असलेला एक गुण म्हणजे, रजनी खोटी आश्वासनं कधीच देत नाही.

त्या सुमारास रजनीनं आपली पत्नी बकुल हिला घटस्फोट दिला होता. बकुलला आणि त्याला दोन मुलगे होते. रजनी आता एका घटस्फोटितेबरोबर राहत होता. अनेकदा मला त्यांच्या फ्लॅटवर जेवणाचं निमंत्रण येई. एकदा सँडोझ कंपनीचे डॉ. बॅनर्जी यांच्या घरी मला जेवणाचं निमंत्रण रजनीमुळंच आलं होतं. महाराष्ट्रातील दुष्काळग्रस्त भागासाठी निधी गोळा करण्याचं काम होतं. हा निधी कसा काय गोळा करता येईल, यासंबंधी तिथं चर्चा होणार होती. अनेक बडे उद्योगपती या जेवणासाठी उपस्थित होते. फ्रेंच शँपेन, प्रीमियम स्कॉच, व्हिन्टेज वाईन्स, इत्यादी मद्यांची जेवणापूर्वी आणि जेवणानंतर रेलचेल होती.

"भुकेल्या लोकांच्या दैन्यावस्थेची चर्चा करण्यासाठी आजचं हे वातावरण किती यथायोग्य आहे!" अशा प्रकारचे उपहासगर्भ उद्‌गार त्या वेळी मी काढले.

पण माझ्या या उपहासात्मक विधानाचा उपस्थितांवर काही म्हणावा तसा परिणाम झाला नाही. विशेषतः, रजनीच्या मनावर तर मुळीच नाही. चांगल्या राहणीमानावर त्याचा विश्वास होता.

रजनीच्या शाही आदरातिथ्याचा, त्याच्या उपकारांचा अनुभव मी अनेकदा घेतला. पण तरीही, एक माणूस म्हणून मी त्याला कधी ओळखलं नाही. रजनी भरपूर पैसा कमवत असे, हे तर उघडच होतं. पण वकिली करून मात्र नव्हे. हव्या त्या कोणत्याही गोष्टी तो आपल्या अशिलांसाठी करत असे व त्या मोबदल्यात लठ्ठ फी वसूल करत असे. श्रीमती गांधींच्या नावावर त्यानं मुंबईतील अनेक धनाढ्य लोकांना बरंच लुबाडलं. परंतु त्यातील नक्की किती पैसा पक्षाच्या गुप्त फंडात जमा झाला, किती इंदिरा गांधींकडे गेला आणि रजनीच्या स्वतःच्या खिशात किती गेला, हे कुणालाच नीटसं ठाऊक नाही. श्रीमती गांधी या व्यवस्थेवर खूश होत्या. पण त्यांचा मुलगा संजय मात्र नाराज होता. त्यानं रजनीवर पैशांचा अपहार केल्याचा

आरोप केला. रजनीचे वेगवेगळे काळे धंदे आहेत, असाही आरोप अनेकांनी केला. के. के. शाह यांची मजल तर याही पुढं गेली. आपला मुलगा ज्या विमान-अपघातात मरण पावला, त्या अपघातामागंही रजनीचा हात होता, असं ते उघडपणे म्हणू लागले. पण या आरोपांविषयी रजनीला जाब विचारण्याचं धाडस मला झालं नाही. मी त्याच्या इतका जवळच्या विश्वासातील मित्र नव्हतो. बकुलचे आणि त्याचे संबंध तरी कसे काय होते, याचीही मला नीटशी कल्पना नव्हती. बकुल ही एक घरेलू, लाजरी बुजरी, जरा मागे राहणारी स्त्री होती. सतत रजनीला खूश ठेवण्यासाठी तिची धडपड चालत असे. रजनीची इतर स्त्रियांशीही प्रकरणं चालू असल्याचं ऐकिवात होतं. प्रोतिमा बेदीनं तर काही दिवसांनी ती स्वतः व रजनी या दोघांनी एकमेकांना लिहिलेली प्रेमपत्रंच प्रसिद्ध केली.

बकुलशी लग्न करण्याचा निर्णय घेण्यास सुद्धा रजनीला अनेक दिवस लागले. त्याच्या लग्नाच्या प्रसंगी मी मुंबईत नव्हतो. पण त्या वेळी उपस्थित असलेल्या लोकांकडून मला नंतर सगळी सविस्तर हकीकत कळली. एक डिनर पार्टी चालली होती. नेहमीपेक्षा बऱ्याच जास्त प्रमाणात तेथे स्कॉच पिणं चाललं होतं. रजनी पट्टीचा पिणारा. त्यानं रोजच्यापेक्षाही जास्त घेतली होती. एवढ्यात रजनीनं बकुलशी लग्न करावं, असं कुणी तरी सुचवलं. लगेचच पार्टीतील एकजण उठला. रजनी आणि बकुलचं लग्न त्या तिथं तात्काळ धार्मिक पद्धतीनं पार पाडण्यासाठी भटजींना बोलावण्यासाठी निघाला. तो बहुधा मोटा चुडासामा असावा. अशा रीतीनं घाईत लग्न उरकल्यानंतरची रजनीची प्रतिक्रिया म्हणजे, तो तिथं ढसढसा रडला, असं लोक सांगतात. ते अश्रू दुःखाचे होते, की आनंदाचे, हे मात्र कुणाला समजलं नाही.

मी जेव्हा मुंबईला परतलो, तेव्हा मी पटेल दांपत्याचं अभिनंदन करायला गेलो. एका नव्या रूपातील बकुल त्या वेळी मला सामोरी आली. ती त्या वेळी तेजस्वी दिसत होती. आत्मविश्वासानं उभी होती. एका साध्याशा धार्मिक कृत्यानं एका अबोल, घुम्या स्त्रीला मुंबईतील सर्वांत बड्या व शक्तिमान माणसांची पत्नी बनवलं होतं.

त्या दोघांचं लग्न झाल्यानंतर अगदी थोड्या दिवसांतील गोष्ट. रजनीच्या पहिल्या बायकोपासून झालेला मुलगा एका मोटार-अपघातात सापडला. त्याच्या डोक्याला मार बसून तो जबरदस्त जखमी झाला. अत्यवस्थ स्थितीत त्याला हॉस्पिटलात नेण्यात आलं. तेव्हा तो कोमात होता. नंतर जवळजवळ महिनाभर तो तसाच बेशुद्ध होता. हॉस्पिटलात राजकारणी लोकांची व सरकारी नोकरांची नुसती रीघ लागली होती. राज्यपाल, मुख्यमंत्री, कॅबिनेट मंत्री... सगळेच पटेलांचं सांत्वन करण्यासाठी आले होते.

आलेल्या लोकांची भेट घेण्यासाठी रजनीनं हॉस्पिटलच्या तळमजल्यावर एक खोलीच घेतली होती, वरच्या मजल्यावरील एका खोलीत तो मुलगा बेशुद्धावस्थेत,

दोन नर्सेसच्या देखरेखीखाली होता. त्या वरच्या खोलीशी रजनीची खोली इंटरकॉमनं जोडलेली होती. रजनीच्या भेटीला जाणं आवश्यक होतं, म्हणून मी गेलो. दुसऱ्या खेपेला मी जेव्हा हॉस्पिटलात गेलो, तेव्हा लिफ्टच्या बाहेर असलेल्या स्टुलावर मध्यमवयीन पण रूपानं अत्यंत आकर्षक अशी स्त्री बसलेली मला दिसली. मला आत येताना पाहून ती उठून म्हणाली,

"मी रजनी पटेल यांची पहिली पत्नी. माझा मुलगा इथं पाचव्या मजल्यावर बेशुद्धावस्थेत पडला आहे. त्याला बघण्याची मला परवानगी नाही. मी त्याची आई आहे."

ते ऐकून मला धक्काच बसला. ती स्त्री खरोखर सुंदर होती. पण बोलणं-वागणं बर्फासारखं थंडगार. मी तिच्याशी सहानुभूतीनं चार शब्द बोललो आणि रजनीशी याबाबत बोलण्याचं आश्वासन दिलं. आईमुलाची अशी ताटातूट करण्याचं हे कारस्थान नक्की बकुलचं असणार, असा माझा ग्रह झाला.

मी रजनीच्या बैठकीच्या खोलीत पोचलो. तिथं भेटीसाठी आलेल्या पाहुण्यांसाठी चहा-फराळाचीही सोय केलेली होती. रजनीनं कपाटात माझ्यासाठी स्कॉच सुद्धा ठेवलेली होती. तिथं रजनीला गाठून मी कोपऱ्यात नेलं आणि त्याच्या पहिल्या पत्नीच्या अगतिक अवस्थेचं वर्णन करून सांगितलं. त्यावर झालं भलतंच. रजनीनं आपली नजर कोरडेपणानं माझ्यावर रोखली आणि म्हणाला,

"तू याबाबतीत मध्ये पडू नकोस."

या वागण्याचा अर्थ काय? बकुलचा यात काही दोष नव्हता. आपल्या पहिल्या पत्नीला आपल्या मुलाकडे जाऊ द्यायचं नाही, अशी स्पष्ट सूचना, तिनं नव्हे, तर खुद्द रजनीनंच हॉस्पिटलच्या कर्मचारी वर्गाला दिली होती, हे उघड होतं.

हा रजनी पटेल कशा प्रकारचा माणूस होता? कधी प्रेमळ, उदारहृदयी, तर कधी थंड, निष्ठुर. मला त्याच्याविषयी थोडा-फार जिव्हाळा वाटे. पण आदर मात्र अजिबात वाटत नसे. कारण रजनी हा पूर्णपणे अनीतिमान माणूस होता. निदान मृत्युसमयी तरी त्याचं मन निर्धास्त, निर्मळ असणार, अशी मी आशा करतो. रजनीच्या मृत्यूनंतर त्यानं बकुलला एक पैसाही मागं ठेवला नाही, असा दावा तिनं स्वतःच केला होता. अर्थात यात सत्याचा लवलेशही नव्हता. त्याचे दोन प्रशस्त फ्लॅटस् तर होतेच. याशिवाय त्याचा बराच जमीनजुमला, पैसाअडका असणार, याची मला खात्रीच आहे. याखेरीज तिच्यापाशी एम्. एफ्. हुसेन आणि इतर भारतीय समकालीन भारतीय चित्रकारांनी चितारलेल्या उत्कृष्ट तैलचित्रांचा संग्रह आहे. बकुलजवळ मुंबई शहरातील सर्वांत उत्कृष्ट कपड्यांचा आणि दागिन्यांचाही संग्रह आहे. माझ्या दृष्टीनं बकुल ही सुद्धा रजनीइतकीच गूढ व्यक्ती आहे.

★

१०

मन्झूर कादिर

मन्झूर कादिरला हे पसंत पडेल?

तो अश्लील काव्य सुद्धा करत असे. फक्त पुरुषांसाठी एखादी मैफल भरलेली असेल, तर तिथं तो ते काव्य आवडीनं वाचून दाखवत असे. स्त्रियांच्या सहवासात मात्र तो अत्यंत सभ्य व सुसंस्कृतपणे वागायचा.

कधी तरी लोक विचारतात,

'तुमच्या आयुष्यात आलेल्या कोणत्या व्यक्तीबद्दल तुम्हांला नितांत आदर वाटतो? तुमच्या विचारपद्धतीवर कुणाचा प्रभाव पडला आहे?'

अशा वेळी मी जरा सुद्धा विचार न करता तत्काळ उत्तर देतो,

"मन्झूर कादिर."

भारतातील फारशा कुणालाही मन्झूर कादिरचं नाव बहुधा माहिती नसेल.

मन्झूरचा जन्म पाकिस्तानातील आणि त्याच्यावर अंतिम संस्कारही तिथंच झाले. परंतु पाकिस्तानात सुद्धा बहुतांशी लोक मन्झूरला एक प्रथितयश वकील म्हणून ओळखत असावेत. पाकिस्तानचे अध्यक्ष आयूबखान यांनी त्याला परराष्ट्र मंत्री केलं होतं. पुढं तो सुप्रीम कोर्टाचा चीफ जस्टिस झाला. पण मन्झूर एक माणूस म्हणून, एक व्यक्ती म्हणून कसा होता, हे फक्त त्याचे अगदी निकटवर्ती मित्रच जाणतात. लाहोरात आम्ही काही थोडी वर्षं होतो. त्या काळात मन्झूरच्या मूठभर जिवलग मित्रांमधील एक होण्याचं भाग्य मला लाभलं. आमची ही मैत्री फाळणीनंतर सुद्धा तशीच टिकली. फाळणीनंतर लाहोरातील माझं घर मन्झूरनं ताब्यात घेतलं. पण माझी सगळी पुस्तकं, माझं फर्निचर, इतकंच काय, माझ्या व्हिस्कीच्या रिकाम्या बाटल्या सुद्धा त्यानं मला पाठवून दिल्या. जिवावरचा धोका पत्करून त्यानं माझ्या शीख नोकराला सरहद्दीपलीकडं पोचवलं. खरं तर, त्या काळी आंतरजातीय झगड्यानं फार वाईट रूप धारण केलं होतं.

मन्झूरची व माझी मुलं साधारण एकाच वयाची होती. दोघंही इंग्लंडमध्ये एकाच वेळी कॉलेजात जाऊ लागली होती. अर्थात दोन्ही कुटुंबांमध्ये जवळीक होणं अगदी स्वाभाविक होतं. सुमारे पंधरा वर्षांपूर्वी लंडनमध्ये मन्झूर कादिरचं निधन झालं.

मी जेव्हा कधी, काही कामानिमित्तानं लाहोरास जातो, तेव्हा मन्झूर कादिरच्या कबरीस भेट देणं हे माझं सर्वांत महत्त्वाचं काम असतं. कबरीस भेट देणं आणि त्यावर गुलाबाच्या पाकळ्या वाहणं. तिथं बसून फातेहा म्हणणं, (मन्झूर सुद्धा माझ्याप्रमाणेच अज्ञेयवादी- agnoistic- होता.) आणि थोडे अश्रू ढाळणं.

मन्झूर ठेंगणा होता. त्याचे डोळे मण्यांसारखे बारीक दिसायचे. डोक्याला

टक्कल. खरं म्हणजे, तो उमदा, देखणा वगैरे मुळीच नव्हता. पण तरीही स्त्रिया आणि पुरुष त्याच्याकडे आकृष्ट होत असत. पतंगानं ज्योतीकडे आकृष्ट व्हावं, तसे.

मन्झूर शाळेत आणि कॉलेजात सुमार वकुबाचा विद्यार्थी होता. पण पुढं त्यानं ल्यालपूरमध्ये वकिलीचा व्यवसाय चालू केला. अवघी चार वर्षं लोटली असतील, नसतील, तोच पंजाबातील सर्वांत होतकरू वकील म्हणून त्यानं चांगलंच नाव कमावलं. पुढं हायकोर्टात वकिली करण्यासाठी तो लाहोरला गेला. वकील मंडळांमधील सर्वश्रेष्ठ वकील असा त्याचा नावलौकिक झाला. तो अत्यंत अस्खलित उर्दू बोलत असे, आणि त्याचं इंग्रजीही असंच प्रवाही व दर्जेदार होतं. जन्मानं तो मूळचा पंजाबी होता. तरी पण ती भाषा बोलणं मात्र तो शक्य तेवढं टाळत असे. त्याला उर्दू काव्याविषयी आसक्ती होती. इक्बालच्या अनेक कविता त्याला मुखोद्गत होत्या. त्या तो लागोपाठ तासचे तास म्हणत असे. मन्झूरला अश्लील कविता करण्याचा शौक होता. फक्त पुरुषांसाठी ज्या मैफिली असत, त्यांमध्ये तो मोठ्या आनंदानं त्या कविता ऐकवत असे. मात्र स्त्रियांच्या सहवासात तो अत्यंत सभ्य व सुसंस्कृतपणे वागत असे. खाण्यापिण्याच्या बाबतीत त्याचे काहीही नखरे नव्हते. तो मद्याला स्पर्श करत नसे. त्याला फलाहार आवडायचा. हिवाळ्याच्या दिवसांत डझनभर माल्टा संत्री मन्झूर एकटा बैठक मारून खायचा. त्यांतील एकेक संत्र हातात घेऊन सोलायचा आणि खायचा. उन्हाळ्यात बसल्या बैठकीला सहा सहा आंबे फस्त करणं हे मोठ्या आवडीचं काम. मन्झूर चेनस्मोकर होता. (तो एकामागोमाग एक सिगारेटी ओढत असे.) मन्झूरचा एकमेव विरंगुळा म्हणजे सिनेमा बघणं.

या मन्झूर कादिरचं मोठेपण होतं तरी कशात? दोन गोष्टींमध्ये: मन्झूरनं स्वतःच्या शब्दांनी कधीच कोणाला दुखावलं नाही. दुसरं म्हणजे, तो कधीही खोटं बोलत नसे. थोड्या दिवसांतच प्रत्येक चांगल्या किंवा वाईट गोष्टीची पारख करताना आमच्या नजरेत मन्झूरचं स्थान परिसाप्रमाणे झालं. आम्ही अनेकदा आपल्या मनाला एक प्रश्न विचारात असू:

"मन्झूर कादिरला हे मान्य होईल?"

कर्तृत्व, सचोटी, दुसऱ्याची कदर करण्याची वृत्ती, दयाळू स्वभाव या सर्व गुणांचा इतका विलक्षण संयोग मी दुसऱ्या कोणत्याही व्यक्तीच्या ठिकाणी पाहिलेला नाही.

★

११ भरत राम

भरत हा जन्मतःच कनवाळू आणि उदारहृदयी होता. त्याच्या घराचे दरवाजे सर्वांना सदा खुले असत.

भरत मनमोकळ्या स्वभावाचा होता. मित्रांमध्ये आणि सुंदर स्त्रियांमध्ये रमणारा होता. . . त्याला गोल्फचं जणू काही वेडच लागलेलं होतं. फेअरवेज व ग्रीन्सवर तो तासचे तास घालवत असे. त्याला मद्य आवडायचं. पुढं तर तो चेनस्मोकर सुद्धा झाला. दिवसाकाठी ऐंशी सिगारेटी ओढायचा.

१९२० च्या सुरुवातीचा काळ असावा. दिल्लीच्या मॉडर्न स्कूलमध्ये दोन बनिया मुलगे भरती झाले. लवकरच ते दोघं शाळेतील मुलांच्या चेष्टेचा विषय बनले. त्याचं कारण त्या दोघांच्या डोक्यापासून मानेपर्यंत रुळणाऱ्या शेंड्या (बोडी). ते आपल्या शेंडीची गाठ मारून ठेवत असत. त्या काळी काही शीख मुलं आपल्या केसांच्या वेण्या सुद्धा घालून येत असत. पण त्या गोष्टीची आम्हांला सवय झाली होती. या बोडी (शेंड्या) म्हणजे आमच्या मॉडर्न स्कूलमध्ये काही तरी नवंच होतं. सगळी मुलं या बिचाऱ्यांच्या शेंड्या खेचायची आणि पळून जायची. मुलांनी या दोघां भावांचं जिणं असह्य करून सोडलं होतं. पण आपल्या पुराणमतवादी आईवडिलांच्या भीतीपोटी त्या शेंड्या कापून टाकण्याचं धारिष्टही त्यांना होत नव्हतं.

एक दिवस काही व्रात्य पोरांनी त्या दोघांच्याही शेंड्यांना च्युइंग गम चिकटवला. त्या दोघांनी आपले केस मोकळे सोडून, धुऊन तो गम काढून टाकण्याचा बराच प्रयत्न केला. पण त्याचा काहीही उपयोग झाला नाही. उलट, तो गम अधिकाधिक चिकटून बसला. वैतागाच्या भरात दोघांनीही आपल्या शेंड्या कापून टाकल्या. अखेर त्यांचे हाल संपुष्टात आले. हे दोघं भाऊ म्हणजे भरतराम आणि चरतराम. दिल्लीतील अत्यंत धनाढ्य व्यक्ती दिल्ली क्लॉथ मिल्सचे मालक श्रीराम. भरतराम आणि चरतराम ही त्यांचीच दोन मुलं. आम्ही त्यांना भरताओ आणि चरताओ म्हणून ओळखत असू.

मी भरतच्या एक वर्ष पुढं होतो. भरतच्या वर्गात कंवल मलिक नावाची मुलगी होती. (पुढं हिच्याशी माझं लग्न झालं) मॉडर्न स्कूलमधील इतर अनेक मुलांप्रमाणे भरत सुद्धा तिच्यावर लट्टू होता. पुढं सर्व मुलं मोठी झाल्यावर या आकर्षणाचं भक्तीत रूपांतर झालं. कंवल मलिक रूपानं फार सुरेख होती. ती लहान असताना जराशी दांडोबा होती, शाळेत सायकलवरून यायची आणि मुलांबरोबर हॉकी, फूटबॉल, इत्यादी खेळ खेळायची. पुढं मोठी झाल्यावर ती फारच सुंदर दिसू लागली. मी शाळेतून पास होऊन बाहेर पडल्यानंतर, खरं तर, भरतची आणि माझी मैत्री संपुष्टात यायला हवी होती. परंतु स्वतः भरत, त्याचे वडील श्रीराम आणि भरतची पत्नी शीला या सर्वांची माझ्या पत्नीशी दृढ मैत्री आहे आणि त्या कारणासाठी ते सर्वजण माझी मैत्री सहन करत असावेत.

भरत आणि चरत यांचं अभ्यासात फारसं लक्ष नव्हतं. मात्र भरत इतक्या लहान चणीचा असून सुद्धा शाळेतील सर्वोत्कृष्ट हॉकीपटू, फूटबॉलपटू आणि क्रिकेटपटू होता. तो आमच्या हॉकी टीममध्ये सेंटर-फॉरवर्ड खेळत असे. विरुद्ध संघातील लोकांच्या हॉकीचे भरभक्कम दणके त्याच्या नडगीवर बसले, तरी त्याला त्याची काही पर्वा नसे. आमच्या संघात अधिकाधिक गोल करणारा तो एकमेव खेळाडू होता.

भरत कॉलेजातून बाहेर पडताच त्याला ताबडतोब घरच्या धंद्यात ओढण्यात आलं. समान आर्थिक पातळीच्या व समान सामाजिक स्तरांवर असलेल्या व्यक्तींमध्येच खऱ्या स्वरूपाची चिरंतन मैत्री राहू शकते, हे सत्य मला आयुष्यात फार लवकर कळून चुकलेलं आहे. भरत हा अत्यंत सधन घराण्यातील असल्यामुळं, गुळाला माश्या चिकटाव्या, तशी त्याच्याभोवती कायम चमच्यांची आणि स्वार्थी संधिसाधू लोकांची गर्दी असे. काही लोक उद्धटपणे वागण्याचा बहाणा करत स्वतःच्या मनात जे काही असेल, ते भरतपुढं बोलायचे. पण त्यांचा हा डाव भरतच्या कधी लक्षात येत नसे. तो उपजतच कनवाळू, उदार हृदयाचा होता. त्याच्या घराची दारं सदा खुली असायची. त्याला ब्रिज खेळायची फार आवड होती. त्याच्या घरी शनिवार-रविवारी सातत्यानं ब्रिजचे डाव चालू असायचे. या खेळात तो सारखा हरत असे. मी सुद्धा भरतच्या मैत्रीचा माझ्या स्वार्थासाठी वापर केला. उन्हाळ्याच्या दिवसांत भरतच्या घरच्या स्विमिंग पूलमध्ये मी डुंबत बसायचो.

आपले वडील श्रीराम यांचं चरित्र लिहिण्याची कामगिरी चरतनं माझ्यावर सोपवली. त्यामुळं भरत आणि शीला यांच्या लग्नाची कथा मला समजली. श्रीराम यांनी 'हिंदुस्तान टाइम्स'मध्ये आपल्या मुलासाठी सुयोग्य वधू पाहिजे, अशी जाहिरात होती. श्रीराम हे बडे उद्योगपती असल्यामुळं भरतच्या स्थळासाठी पत्रांवर पत्रांचा वर्षाव झाला. शीलाच्या आई-वडिलांनीही त्यांना पत्र लिहिलं. दर आठवड्याला 'दाखवून' घेण्याच्या प्रकाराला, घरी आलेल्या वरमाता आणि वरपित्यांना गाणं म्हणून दाखवण्याला एव्हाना शीला अत्यंत वैतागलेली होती. तिनं आता या खेपेला नटून सजून बसायला नकार दिला. श्रीराम आणि त्यांच्या मुलापुढं ती जशी होती, त्याच अवतारात, चुरगळलेल्या, मळक्या साडीत येऊन उभी राहिली. याआधी शीलाला बघायला आलेल्या सर्व मुलांनी तिला फार काळी म्हणून नापसंत केली होती. भरतनं मात्र जराही आढेवेढे न घेता तिला होकार दिला.

यथावकाश त्यांचं लग्न झालं. शीला आणि भरतला चार सुदृढ मुलगे झाले. त्यांच्यापैकी एक मुलगा आणि माझा मुलगा राहुल याचा जन्म अगदी एकाच सुमाराचा. त्या वेळच्या उन्हाळ्यात भरत आणि शीला त्यांच्या बाळासह उन्हाळ्याची सुट्टी घालवण्यासाठी आमच्या घरी सिमल्याजवळ मशोब्रा येथे येऊन राहिले होते.

काही कारणानं आपल्या बाळाला स्तनपान देणं शीलाला शक्य नव्हतं. माझ्या पत्नीला भरपूर दूध असल्यानं तिनंच त्या वेळी दोघां मुलांना पाजलं. त्यानंतर श्रीराम यांनी माझ्या पत्नीला आपली सून मानायला सुरुवात केली. नातवाच्या प्रत्येक वाढदिवसाला ते माझ्या पत्नीला आठवणीनं साडी घेत असत.

श्रीराम यांच्या घरचं वातावरण फार औपचारिक होतं. कुटुंबप्रमुख या नात्यानं ते स्वतः जेवणाच्या टेबलाच्या अग्रभागी बसत असत. त्या वेळी जे कुणी अनुपस्थित असतील, त्यांची ते जातीनं चौकशी करत. मुख्यतः त्या व्यक्तीच्या प्रकृतीची चौकशी करत. अशी व्यक्ती खरोखरच आजारी नसेल आणि तरीही सतत काही दिवस जेवणाच्या वेळी गैरहजर राहिली असेल, तर मात्र श्रीरामांच्या सेक्रेटरीच्या हाती त्या व्यक्तीला चिठ्ठी जात असे. त्या चिठ्ठीचा मथितार्थ असा: सदर व्यक्ती आपल्या कर्तव्यात चुकली असून, तिनं आपल्या वागण्याचं स्पष्टीकरण देण्याची गरज आहे. त्या कुटुंबात कधीही, काही कारणानं ताणतणाव निर्माण झाला, तर एकाच छताखाली राहणारे ते लोक एकमेकांना पत्र पाठवून तो ताण कमी करत असत. त्या घरात मोठ्या आवाजात बोलण्याची परवानगी फक्त कुटुंबप्रमुखालाच होती. बाकीचे सर्वजण कुजबुजत्या आवाजात बोलत असत. अशा कौटुंबिक मेळाव्यांमध्ये श्रीरामांची पत्नी सहसा बाहेर येतच नसे. ती नेहमी मळकट पांढरी साडी नेसायची. आपल्याला नवी साडी घेणं परवडणार नाही, असा तिचा ग्रह होता.

श्रीराम यांच्या अगदी ठाम आवडीनिवडी होत्या. जी व्यक्ती त्यांची मर्जी संपादन करील, त्या व्यक्तीला आयुष्यभर पोसण्याची सुद्धा त्यांची तयारी असे. असंच एक जोडपं होतं– डॉ. कपूर व त्यांची पत्नी. हे दोघं १९४७ साली लाहोरातून बाहेर पडले आणि भारतात आले. ते इकडे आले, ते थेट श्रीराम यांच्या घरी मुक्कामाला आले. ते श्रीरामांच्या मृत्यूपर्यंत त्यांच्याच घरी राहत होते. अशाच प्रकारे श्रीरामांच्या मनात सुशिलारानी पटेल हिच्याविषयीही ममता होती, त्यामुळं तिचा पती बाबूराव पटेल ('मदर इंडियाचा' संपादक) याला निवडणुका लढवण्यासाठी जीप्स विकत घ्यायच्या होत्या. त्यासाठी लागणारा पैसा श्रीरामांनी मुबलक प्रमाणात पुरवला. सुशीलारानी व बाबूराव या दोघांना कधीही दिल्लीला येण्याची इच्छा झाली, तर त्यांच्या जाण्या-येण्याच्या विमानप्रवासाचा खर्च श्रीराम स्वतः करत. सुरुवातीचे काही दिवस भरतची पत्नी शीला त्यांची अत्यंत लाडकी सून होती. ती कधीही त्यांच्या पाया पडण्यासाठी गेली, की ते कशाचाही विधिनिषेध न बाळगता खुशाल तिच्या ओठांवर ओठ टेकत. नंतर काही कारणानं त्यांना शीलाचा एकदम तिटकारा वाटू लागला. शीलाच्या ही गोष्ट लक्षात येताच ती अत्यंत दुखावली गेली. तिला श्रीरामांचा राग आला. माझी पत्नी श्रीरामांना खूप आवडत असे. माझी तिचा पती होण्याची मुळीच योग्यता नाही, अशी त्यांची ठाम समजूत होती. कधी तरी मी

त्यांच्या घरी गेलो, की ते घरासमोरच्या हिरवळीवर निवांत बसलेले असायचे. मला पाहताच लगेच प्रश्न करायचे,

"कुछ काम वाम भी करता है, या बापकी कमाई पर रहता है?"

पुढं काही दिवसांनी मी त्यांना टाळू लागलो.

भरत आणि शीला या दोघांना चार मुलगे झाले, हे जरी खरं असलं, तरी त्या दोघांमध्ये कोणत्याही बाबतीत समानता नव्हती. भरत अतिशय उदार स्वभावाचा होता. मित्रांवर पैसा खर्च करण्याच्या बाबतीत तर त्याला उधळ्याच म्हणावा लागेल. त्याउलट शीला अत्यंत कंजूष होती. भरतचा उधळेपणा तिला मुळीच खपत नसे. ती स्वतः एक प्रतिभावंत कलाकार होती. रविशंकरांच्या मार्गदर्शनाखाली ती एखाद्या निष्णात सतारवादकाप्रमाणे सतार वाजवण्यास शिकली होती. त्यांचा मोठा मुलगा विनय हा हिंदुस्तानी शास्त्रीय संगीताचा फार मोठा गायक झाला. भरतला आपली पत्नी आणि मुलगा या दोघांमधील कलागुणांचं जरी कितीही कौतुक असलं, तरी त्यांच्या कलेला वाव देण्यासाठी त्यानं काहीही केलं नाही. भरत मनमोकळ्या स्वभावाचा होता. मित्रांमध्ये आणि सुंदर स्त्रियांमध्ये रमणारा होता. याउलट, शीला अबोल आणि घुमी होती. आपल्या नवऱ्यानं इतर स्त्रियांकडे जास्त लक्ष पुरवलेलं तिला अजिबात रुचत नसे. पुढं भरतला गोल्फचं जणू वेडच लागलं. दिवसाचे अनेक तास तो फेअरवेज व ग्रीन्सवर घालवू लागला. तो उत्कृष्ट गोल्फपटू बनला. दिल्ली गोल्फ क्लबचा मुख्याधिकारी (Patron-in-chief) झाला. भरतला मद्य आवडत असे. तो पुढं चेनस्मोकरही झाला. दिवसाकाठी ऐंशी सिगारेटी सुद्धा ओढायचा. शीला व भरत यांच्यांतील दुरावा वाढू लागला. शीलानं 'राधा स्वामी' होऊन वर्षातील कित्येक महिने बियासमधील एका आश्रमात जाऊन राहण्यास सुरुवात केली. अशा प्रकारच्या व्यवस्थेमुळं घरी चालत असलेली सततची कुरबूर थांबली आणि दोघांच्या मनाला शांती मिळाली.

मी युनेस्कोच्या नोकरीत असताना पॅरिसला होतो. एकदा भरत आणि शीला या दोघांचा आमच्या घरी येऊन राहण्याचा बेत ठरला. त्या वेळी मी 'बुर्ग ला रेन' नावाच्या उपनगरातील अगदी लहानशा घरात राहत होतो. आमच्याकडे पाहुण्यांसाठी एक वेगळी खोली होती व चोवीस तास कामाची एक इंग्लिश नोकराणी होती. त्या वेळी शीला भारतीय स्त्रियांच्या एका शिष्टमंडळाबरोबर मॉस्कोला गेलेली होती. तेथून ती परस्पर पॅरिसला आमच्याकडे येणार होती. भरत त्या वेळी गोल्फच्या सामन्यांमध्ये भाग घेण्यासाठी इंग्लंडला गेलेला होता. दोघांनी पॅरिसला आमच्याकडे भेटायचं आणि नंतर दिल्लीला बरोबर परत जायचं, असं ठरलेलं होतं. भरत आणि शीला या दोघांनी आमच्या घरी न उतरता एखाद्या हॉटेलात उतरावं, म्हणून त्यांचं मन

वळवण्याची मी खूप खटपट केली. हॉटेलात किती तरी आराम मिळेल, असं मी पत्रातून सुचवलं. पण शीलाला ते पटलं नाही.

"मला हॉटेलात कंटाळा येतो. त्यापेक्षा मी तुमच्याकडे उतरेन. मी भांडी घासायला आणि घर झाडायला मदत करीन." तिनं उलट कळवलं.

मी विमानतळावर जाऊन तिला घरी घेऊन आलो. त्याच संध्याकाळी भरतही येणार होता. पण प्रत्यक्षात तो आलाच नाही. त्याऐवजी त्याची तार आली. धंद्याच्याच काही कामामुळं त्याला इंग्लंडला आणखी काही दिवस राहावं लागणार होतं. हे ऐकून शीला अतिशय संतप्त झाली. तिनं माझ्या घरून इंग्लंडला फोन करण्याची परवानगी मागितली. मात्र तिनं इंग्लंडमध्ये भरत ज्या हॉटेलात उतरला होता, त्याचा फोन नंबर फिरवलाच नाही. इंग्लंडमधील एका खेड्यात भरतच्या एका मित्राचं घर होतं. शीलानं सरळ त्याचा फोन फिरवला. दुर्दैवानं भरतनं फोन उचलण्याची चूक केली. शीलानं तत्काळ त्याच्यावर तोंडसुख घ्यायला सुरुवात केली. तो प्रकार किती तरी वेळ चालू होता. ते ऐकून माझं डोकं गरगरू लागलं. शीलाचा राग शांत होईपर्यंत आपण घरात न थांबलेलंच बरं, असा विचार करून मी व माझी पत्नी फेरफटका मारण्यासाठी बाहेर पडलो.

आम्ही अर्ध्या तासानं परत आलो, तरी शीला अजून फोनवरच होती. त्या काळी इंग्लंडहून फ्रान्सला फोन करण्यासाठी जेवढा खर्च येई, त्याच्या दुपटीनं खर्च फ्रान्सहून इंग्लंडला फोन करण्यासाठी येत असे. शीलाचा तो प्रदीर्घ फोन अखेर संपला. ती मला म्हणाली,

"खरं म्हणजे, या फोनचे तुला पैसे द्यायची माझी इच्छा आहे. पण तू काही आपल्या बहिणीला असं करू देणार नाहीस, हे मलाही ठाऊक आहे."

हे बहीण-भाऊ प्रकरण मला चांगलंच महागात पडलं. आमच्या बैठकीच्या खोलीत काही प्राचीन मुघलकालीन वस्तूंच्या छोट्या छोट्या प्रतिकृती मांडून ठेवल्या होत्या. त्यांच्यापैकी सर्वांत सुंदर वस्तू उचलून शीला मला म्हणाली,

"अगर तू मेरा भाई है, तो ये मुझे दे दे..."

शीलाच्या दिल्लीच्या घरात दुर्मीळ सुंदर तैलचित्रांचा फार मोठा संग्रह होता. या वस्तूच्या बदली ती त्या चित्रांपैकी एखादं तरी आपल्याला देईल, अशी आशा मी मनात बाळगून होतो.

नंतर एकदा मी दिल्लीला तिच्या घरी गेल्यावर तिला म्हणालो,

"शीला हे एकतर्फी वागणं काही उपयोगाचं नाही. माझ्याकडे असलेली चांगल्यांत चांगली वस्तू तू घेतलीस. आता तुझ्या संग्रहातील मला आवडलेलं एक चित्र घेऊ दे."

त्यावर शीला खुशाल मला म्हणाली,

"कभी किसी भाईने अपनी बहनसे कुछ माँगा है?"

शीला गेल्यानंतर त्या वेळी पॅरिसला भरत आमच्या घरी काही दिवस राहिला. एक दिवस माझ्या पत्नीला दुपारच्या वेळी जेवणासाठी बाहेर घेऊन जावं, असं त्याच्या मनात आलं. त्यानं माझी परवानगी विचारली आणि एखाद्या चांगल्या हॉटेलाचं नावही विचारलं. मी कागदावर रेस्टॉरंटचं नाव खरडलं : 'टूर द आर्जंट' पॅरिसमधील सर्वांत महागडं हॉटेल.

भरतला हॉटेलाचं नाव सांगून मी म्हणालो,

'पॅरिसमधील कोणत्याही टॅक्सी ड्रायव्हरला विचार. तो नेईल."

मी माझ्या पत्नीला खाज़गीत म्हणालो,

"टूर द आर्जंटमध्ये जेवायला जायची तुला ही एकमेव संधी आहे."

दोघं निघाले. टॅक्सीड्रायव्हर त्यांना तेथे घेऊन गेला. भरतनं हॉटेलच्या दारापाशी शोकेसमध्ये लावलेली तिथं उपलब्ध असलेल्या खाद्यपदार्थांची यादी व त्यांच्या किमती वाचल्या.

"हे हॉटेल तर फारच महागडं आहे. शिवाय शाकाहारी लोकांना खाण्यासारखं इथं काहीच नाही," तो उद्गारला; आणि दोघं परत फिरले व एका स्वस्तातील हॉटेलात जाऊन जेवले.

सर श्रीराम यांनी उभारलेला व्यवसाय भरत आणि चरत यांनी वाढवून मोठा केला. पुढं एका काळी त्याचे तुकडे होण्याची वेळ आली. पण भरतच्या उदार स्वभावामुळं ती गोष्ट टळली. संपत्तीवर हक्क सांगणारे भरपूर लोक होते. सावित्री होती. ही श्रीरामांचे बंधू शंकरलाल यांची एकुलती एक मुलगी. याशिवाय बन्सीधर होता. भरतचा मोठा भाऊ मुरलीधर कराचीजवळील विमान-अपघातात ठार झाला होता. त्याचा बन्सीधर हा मुलगा. भरतनं सावित्री आणि बन्सीधर यांना त्यांचा कायदेशीर वाटा देऊन टाकला. शिवाय त्याच्या मतानं चरतलाही योग्य तेवढं दिलं. इतर मोठ्या उद्योगधंद्यांप्रमाणे श्रीरामांच्या धंद्याला कोर्टाची पायरी चढावी लागली नाही. त्यानंतर स्वतःच्या वाट्याला जो व्यवसायाचा भाग आला, तो भरतनं आपल्या चारही मुलांच्या हवाली केला आणि उरलेलं आयुष्य गोल्फ खेळत, सुखासमाधानानं जगावं, असं ठरवलं.

पण गोल्फचा खेळ, सुख, समाधान, इ. गोष्टींचा उपभोग घ्यायला सुरुवात करण्यापूर्वीच त्याला हृदयविकाराचा त्रास सुरू झाला. डॉक्टरांनी त्याला धूम्रपान संपूर्णपणे बंद करायला सांगितलं. भरतनं विनातक्रार तेही केलं. त्यानंतर अचानकपणे भरतचा जिवलग मित्र अमरसिंग याचं निधन झालं. भरत आणि अमरसिंग हे दोघं केंब्रिज विद्यापीठात एकत्र शिक्षण घेत होते, तेव्हा भरतनं अमरला अभ्यासात वेळोवेळी खूप मदत केली होती. अमरसिंगच्या मृत्यूचा भरतला फार मोठा धक्का

बसला. तो खचून गेला. गेल्या खेपेला आम्ही त्यांच्याकडे सहज भेटायला गेलो होतो. एकत्र ड्रिंक घेत बसलो होतो. तेव्हा भरत अचानक म्हणाला,

"अब कितने दिन रह गये हैं, हमारे?"

माझी पत्नी ते ऐकून म्हणाली,

"भरत, आपण सर्वजण एकत्र हातात हात घेऊन जाऊ."

हे ऐकून त्याला जरासं बरं वाटलं.

"पक्की बात?" तो हात पुढं करत म्हणाला.

"आपण सर्वांनी आता आठवड्यातून एकदा तरी, दोघांपैकी एकाच्या घरी नक्की भेटायचं", असं आम्ही ठरवलं.

या गोष्टीलादेखील आता कित्येक महिने उलटून गेले आहेत.

★

१२

क्रिशन (कृष्ण) शुंगलू

'अनइक्वल कॉन्टेस्ट' - एक महान भारतीय कादंबरी. मात्र ही निर्माण झालीच नाही.

सोनेरी वक्षभाग असलेल्या तरुणीनं अखेर आपलं भौगोलिक सौंदर्य कधीच उघडं केलं नाही. कादंबरी लिहिण्याच्या तीन-चार निष्फळ प्रयत्नांनंतर क्रिशन शुंगलूनं अखेर ती कल्पनाच सोडून दिली. जे लोक कादंबरी लिहिण्याआधीच तिचं शीर्षक ठरवतात, त्यांची कादंबरी कधीच पूर्ण होत नाही, अशा निष्कर्षाप्रत मी पोचलो आहे.

१९३७ साली लंडनमधील एका परीक्षा-केंद्रात मी क्रिशन शुंगलूला सर्वांत प्रथम पाहिलं. आम्हां दोघांनाही आय्.सी.एस्.ला जाण्याची आशा होती. क्रिशन ऑक्सफर्डहून आला होता. मी मात्र एका गरीब युनिव्हर्सिटीच्या दुय्यम दर्जाच्या कॉलेजातून, म्हणजे लंडन युनिव्हर्सिटीच्या किंग्ज कॉलेजातून आलो होतो. दोन वर्षांनंतर आम्ही लाहोरात परत भेटलो. क्रिशनजवळ ऑक्सफर्डची पदवी होती, तर मी लंडनचा एल् एल्.बी. होतो. शिवाय इनर टेंपलचा बार-अॅट-लॉ. क्रिशनकडे नोकरी नव्हती. माझ्याकडे अशिलांचा पत्ता नव्हता.

आम्ही रोज सकाळच्या वेळी कॉफी हाऊसमध्ये जाऊन बसायला सुरुवात केली. इथं रिकामटेकडे वकील, भावी राजकारणी आणि साहित्यातील नोबेल पुरस्कारचे भावी मानकरी एकत्र जमत आणि आपल्यापेक्षा ज्या लोकांचं बरं चाललंय्, त्यांची बदनामी करत. क्रिशन शुंगलू हा अत्यंत देखणा काश्मिरी ब्राह्मण. इतका देखणा माणूस मी आजवर पाहिलेला नाही : उंच, सुदृढ, चश्मा, अंगात उंची गडद रंगाचे सूट आणि ऑक्सफर्ड कॉलेजचा टाय्. क्रिशनचं बोलणं अत्यंत मृदू होतं. तो विद्वान होता. तो चेनस्मोकर होता. रात्ररात्र जागून इंग्रजीत कविता करायचा. मात्र तेव्हा आम्हांला ही गोष्ट ठाऊक नव्हती.

शुंगलू एकत्र कुटुंबात राहत असे. त्याला अजून तरी उदरनिर्वाहासाठी पैसा कमवून आणण्याची गरज नव्हती. त्याला कामाचा तिटकारा होता. पण १९४७ च्या ऑगस्टमध्ये देशाची फाळणी झाली आणि सारं चित्र पालटलं. आम्ही दिल्लीत आलो. शुंगलूला ऑल इंडिया रेडियोवर नोकरी मिळाली. मला मिनिस्ट्री ऑफ एक्सटर्नल अफेअर्समध्ये नोकरी मिळाली. शुंगलूला एक पत्नी मिळाली. (अर्थात तीही काश्मिरी पंडित होती.) तिचं नाव सरोजिनी, पण तिला आम्ही बिट्टो म्हणायचो.

मी सरकारी नोकरीचा राजीनामा दिल्यानंतर आमची मैत्री पूर्ववत सुरू झाली. एव्हाना माझ्या नावावर एक पुस्तक जमा झालं होतं, 'द मार्क ऑफ विष्णु अँड अदर स्टोरीज्.' आम्ही दोघांनी एकेक पुस्तकाचा हिशेब पुरा केला होता. आम्हां दोघांमध्ये एक मैत्रीपूर्ण स्पर्धा सुरू झाली. पुढचं पुस्तक कोण लिहिणार? आम्ही एकमेकांच्या घरी जेवायला जाऊ लागलो. टिफिनच्या डब्यात आपलं जेवण भरून घेऊन जायचं आणि सोबत इंडियन व्हिस्कीची एखादी बाटली.

थोड्या दिवसांनी अचानक क्रिशन शुंगलूच्या डोक्यात कादंबरी लिहिण्याची कल्पना घर करायची. त्यासाठी तो तातडीनं महिनाभर रजा घ्यायचा. सुंदर सुंदर वह्या विकत आणायचा. डझनभर पेन्सिली टोक करून तयार ठेवायच्या, मग आम्हां दोघांना (मला व माझ्या पत्नीला) घरी बोलावून घ्यायचं. क्रिशन व त्याची पत्नी, मी व माझी पत्नी असे एकत्र बसून कॉफी प्यायचो. सिगारेटचा धूरच धूर सोडत क्रिशन शुंगलू घोषणा करायचा,

"खुशवंतसिंग, मी कादंबरी लिहिण्यासाठी रजा घेतली आहे."

अर्थात नित्याप्रमाणे आम्ही त्या घोषणेनं खूप भारून गेलो आहोत, असं दाखवायचो.

आणखी काही धुरांची वर्तुळं हवेत सोडून तो म्हणायचा,

"द वूमन विथ द गोल्डन ब्रेस्ट्स'- ('सोनेरी वक्षस्थळांची तरुणी') हे शीर्षक कसं काय वाटतं तुला?"

आम्ही आणखी दुपटीनं भारून जायचो. (तसं दाखवायचो.)

"वा! फारच सुंदर!" मी विचारत असे, "साधारणपणे कोणत्या विषयावर आहे तुझी ही कादंबरी?"

त्यावर शुंगलू रेलून बसत म्हणायचा,

"वो तो अभी सोचेंगे..."

सोनेरी वक्षभाग असलेल्या त्या तरुणीनं आपलं भौगोलिक सौंदर्य कधीच उघडं केलं नाही. कादंबरी लिहिण्याचे तीन-चार निष्फळ प्रयत्न केल्यानंतर शुंगलूनं ती कल्पनाच मनातून काढून टाकली. जे लोक कादंबरी लिहिण्यापूर्वीच तिचं शीर्षक ठरवतात, ते नंतर कधीच ती लिहीत नाहीत, अशा निष्कर्षाप्रत मी येऊन पोचलो.

खरं सांगायचं, तर क्रिशन शुंगलू हा जन्मतः आळशी होता. मी ऑल इंडिया रेडिओत नोकरीला लागल्यानंतर दोन वर्षं आम्ही तिथं एकत्र होतो. कामाचं आपल्यावर प्रचंड ओझं असल्याचा क्रिशन नेहमी बहाणा करायचा आणि सर्व कर्मचारी घरी गेल्यावर तासाभरानं तो ऑफिसातून बाहेर पडायचा. खरं म्हणजे, त्याला माझ्यापेक्षा जास्त काम अजिबात नसे. माझं टेबल रिकामं करायला मला फार तर फार अर्धा तास लागत असे.

चाळीस वर्षांची आमची दृढ मैत्री ज्या कारणांमुळं भंग पावली, त्यांचा विचार केला, तर मला गोंधळल्यासारखं होतं. शुंगलूला पुस्तकं लिहिणं जमत नव्हतं. त्याच वेळी एकीकडं मी मात्र दर वर्षाला एक या वेगानं पुस्तकं बाहेर काढत होतो. लेखकांचे मेळावे, परिषदा, इत्यादी गोष्टींसाठी मला बोलावणी येत होती. माझ्याबद्दल वृत्तपत्रांमधून छापून येत होतं. क्रिशन आणि सरोजिनी या दोघांकडून माझ्या या कामगिरीबद्दल मला भरघोस कौतुकाची व शाबासकीची अपेक्षा होती. पण ती

शाबासकी मला कधीच मिळाली नाही. उलट, जे काही थोडं-फार यश माझ्या वाट्याला आलं होतं, तेही शुंगलूला रुचलं नसावं, असं मला वाटलं. मी दुखावलो आणि त्याच्याशी संबंध तोडून टाकला.

निवृत्त झाल्यानंतर क्रिशननं स्वतःच्या स्वभावधर्माला साजेलसा जीवनक्रम पत्करला. तो रोज सकाळचा वेळ पुस्तकं वाचण्यात घालवत असे. दुपारी व संध्याकाळी ब्रिज खेळत असे. तो घराबाहेर पडायचा, तो केवळ भाजी आणण्यापुरता. माझा आणि क्रिशन शुंगलूचा आता काहीच संपर्क उरलेला नव्हता. अचानक एक दिवस मला आमच्या एका मित्राचा फोन आला : क्रिशन शुंगलू बाजारहाट करून घरी आला होता, सोफ्यावर पडला होता आणि तिथंच त्याचं प्राणोत्क्रमण झालं होतं. ते ऐकून माझ्या अंतर्यामी एक धागा अचानक तुटला. मी तत्काळ महारानी बागेतील त्याच्या घरी गेलो. क्रिशनला जमिनीवर ठेवलं होतं. तो अगदी गाढ झोपल्यासारखाच दिसत होता. हा पुन्हा कधी जोरजोरात घोरण्यास सुरुवात करेल का? त्याची ती सोनेरी वक्षःस्थळांची तरुणी त्याला कधी भेटेल का? माझ्या डोळ्यांत पाणी तरारलं. मी त्याचा निरोप घेतला.

★

१३ चरणजित सिंग

एखाद्या लहान पोराच्या उत्साहानं चरणजित आपली खास बनवून घेतलेली रोल्स-रॉईस गाडी मला दाखवायला व भाव खायला आला. फक्त ती गाडी काही केल्या चालूच होईना.

चरणजित माझ्यापेक्षा किमान तीस वर्षांनी तरी लहान असेल. तो कधीही पुस्तकं वाचत नसे. तो पराकोटीचा धार्मिक तर होताच, पण अतिशय अंधश्रद्धाळू सुद्धा होता. तो फलज्योतिषावर आणि चमत्कारांवर विश्वास ठेवत असे. आणि माझ्या दृष्टीनं या दोन्हीही गोष्टींना काहीच अर्थ नव्हता. पण तरीही आमची मैत्री झाली. चरणजितच्या आयुष्यात माझं स्थान एका वडीलधाऱ्या, पित्यासमान व्यक्तीचं झालं. जेव्हा कधी तो अडचणीत येई, तेव्हा तो सरळ माझ्याकडे येत असे.

काही वर्षांपूर्वीची गोष्ट. एक दिवस, संध्याकाळच्या वेळी मी मजेत स्कॉचचे घुटके घेत बसलो होतो. दर्शनसिंगच्या भजनांची टेप ऐकत होतो. त्याचं गायन एकदा ऐकल्यापासून तो माझा अत्यंत आवडता गायक (रागी) झालेला आहे.

एवढ्यात कुणी तरी दार वाजवलं. पाहिलं, तर दारात चरणजितसिंग उभा; लोकसभेचा सदस्य, नवी दिल्ली म्युनिसिपल कमिटीचा अध्यक्ष, कॅम्पा-कोलाचा मालक आणि या देशातील काही अत्यंत धनाढ्य शीख लोकांपैकी एक.

आम्हां दोघांच्याही कुटुंबांचा १९२० सालापासून एकमेकांशी परिचय होता. दोन्ही कुटुंबं साधारण एकाच सुमाराला दिल्लीत स्थायिक झालेली होती. अर्थात या दोन्ही कुटुंबांमध्ये फारशी जवळीक नव्हती. आमचं घराणं दिल्लीतील अतिशय प्रतिष्ठित घराणं होतं. त्यामध्ये दोन सरदार होते. एक काका पंजाबचे अर्थमंत्री होते. ते पुढं तामीळनाडूचे राज्यपाल झाले.

परंतु आमच्या घराण्याच्या वैभवाला आता उतरती कळा लागलेली होती. याउलट चरणजितचे वडील, सरदार बहादूर मोहन सिंग हे मात्र सुतारकामासारख्या सामान्य धंद्यातून वर चढत चढत शहरातील श्रेष्ठ बिल्डर झाले होते. शिवाय त्यांनी कोका कोला कंपनीकडून हक्क मिळवले होते. भारतातील प्रत्येक मोठ्या शहरात एक एक फॅक्टरी सुरू केली होती आणि ते कोट्यधीश झाले होते. न्यू फ्रेंडस कॉलनीत त्यांनी एक जणू काही राजवाडाच शोभावा, असा भला मोठा बंगला बांधला होता. त्यांच्या पदरी परदेशी गाड्यांचा एक ताफाच होता.

मोहनसिंग आणि त्यांच्या कुटुंबीयांची आम्ही नवश्रीमंत म्हणून हेटाळणी करायचो. याउलट, 'एकेकाळचे श्रीमंत, पण आता पैसा मिळवण्याची कुवत अंगी नसलेले', म्हणून ते आमची हेटाळणी करत.

मोहनसिंगांना दोन मुलगे होते. दलजित आणि चरणजित आणि अनेक मुलीही होत्या. दलजितच्या एका मुलीचं आमच्या एका दूरच्या नातलगाशी लग्न झालं होतं.

जबरदस्त इच्छाशक्ती आणि महत्त्वाकांक्षा या दोन्ही गोष्टींचा वारसा चरणजितला वंशपरंपरेनं मिळालेला होता. तो उद्धट म्हणून प्रसिद्ध होता. मला त्याच्याशी मैत्री करण्याची मुळीच इच्छा नव्हती. त्यामुळं आज असा अचानक तो माझ्या घरी

आलेला पाहून मी आश्चर्यचकित झालो.

मी चरणजितला स्कॉच देऊ केली. त्यानं ती घेतली खरी, पण तो अस्वस्थ होता.

"तुम्ही दारू पीत असताना गुरुबानी ऐकताय्?" त्यानं विचारलं.

चरणजितच्या दृष्टीनं असं वागणं म्हणजे ईश्वराविरुद्ध, अधर्मीपणाचं वागणं होतं.

"एकदा तुम्ही पण असं करून बघा ना. . ." मी म्हणालो. "त्यानं भजनाची गोडी आणखी वाढेल."

पण नंतर मात्र चरणजितला जास्त अस्वस्थ वाटू नये, म्हणून मी ती टेप बंद केली.

तो माझ्याकडे कामासाठी आला होता.

त्याच दिवशी सकाळी चरणजित राज्यसभेत आला होता. इंदिरा गांधींच्या हत्येनंतर देशात शीखांविरुद्ध दंगली उसळल्या होत्या. त्यासंदर्भात लोकसभेत होणाऱ्या चर्चेसाठी तो मुद्दाम तिथं उपस्थित राहिला होता. दिल्लीत चरणजितला सर्वाधिक त्रास भोगावा लागला होता. त्याच्या कँपा-कोला पेयाच्या प्लांट्सपैकी तीन प्लांट हिंदूंनी उद्ध्वस्त केले होते. चरणजितला त्याबद्दल नुकसानभरपाई तर मिळालेलीच नव्हती. शिवाय मोडतोड झालेल्या मशिनरीच्या जागी बसवण्यासाठी त्यानं खास परदेशातून मागवलेली नवी मशिनरी मुंबईच्या कस्टम्समध्ये अडकून पडली होती. हे कृत्य अर्थात चरणजितच्या स्पर्धक कंपनीचं होतं. त्यांना चरणजितच्या कँपा-कोलाकडून दिल्लीचं मार्केट हस्तगत करून घ्यायचं होतं. सकाळी राज्यसभेत आमची जेव्हा या संदर्भात चर्चा झाली, तेव्हा मी त्यात काहीशा पोटतिडिकीनं बोललो होतो. शीख लोकांच्या पुनर्वसनाच्या बाबतीत सरकारनं जो हलगर्जीपणा दाखवला होता, त्याचा मी निषेध केला होता. त्या वेळी राजीव गांधींनी उठून क्षमा मागितली होती. परदेशात वास्तव्य करून असलेल्या शीख लोकांनी माझ्या नावावर भारतात ब्लँकेट्स, स्वेटर्स, स्कार्फ व इतर कपडे पाठवले होते. त्या गोष्टींचं संकटग्रस्तांना वाटप करण्याच्या बाबतीत सरकारचा हलगर्जीपणा झाला होता. राजीव गांधींनी त्याबद्दल उठून दिलगिरी व्यक्त केली होती.

त्याच सायंकाळी टनावारी लोकरी कपडे दिल्लीतील दंगलग्रस्तांना वाटण्यासाठी माझ्याकडे पोचवण्यात आले.

"माझी मशिनरी सोडवून घेण्याच्या कामात तुम्ही माझी मदत का नाही करत?" चरणजितनं मला प्रश्न केला. त्याआधी त्यानं मला स्वतःची बिकट परिस्थिती स्पष्ट करून सांगितली होती.

"पण तुम्ही कधी मला मदत मागितलीच नाही," मी म्हणालो, "शिवाय तुम्ही

स्वतः संसद-सदस्य आहात आणि श्रीमती गांधींच्या कुटुंबाचे जवळचे मित्र आहात, होय ना?''

"मी पुष्कळ प्रयत्न केले आहेत. पण कशाचाही उपयोग झालेला नाही,'' चरणजितनं जराशा खिन्नपणे सांगितलं.

त्यानं गांधी कुटुंबीयांना पैसा पुरवला होता. गांधी कुटुंबीयांसाठी चरणजितची एक गाडी नेहमी तयार ठेवलेली असे. मी माझ्याकडून जेवढे शक्य असतील, तेवढे प्रयत्न नक्की करेन, असं वचन त्याला दिलं.

योगायोगानं राजीव गांधींनी १९८४ सालच्या दंगलीत होरपळलेल्या शीखांच्या पुनर्वसनाच्या मुद्द्याची चर्चा करण्यासाठी मला त्यांच्या केबिनमध्ये बोलावलं. गृहमंत्री बूटासिंग, हेही त्या वेळी तिथं उपस्थित होते. त्याचप्रमाणे अवाढव्य देहाचे उन्नीकृष्णन सुद्धा होते. ते आपले मित्र आहेत, असं चरणजितचं म्हणणं. बुटासिंगनं राजीव गांधींना आत्तापर्यंत याविषयी काय कारवाई करून झाली आहे, याची माहिती दिली.

मी बुटासिंगांचा प्रत्येक मुद्दा खोडून काढला आणि मुद्दामच चरणजित सिंगच्या बाबतीत घडलेल्या गोष्टींचा विषय उकरून काढला. त्याच सायंकाळी पंतप्रधानांच्या हुकुमावरून चरणजितची अडकवलेली मशिनरी सोडण्यात आली.

दुसऱ्या दिवशी ग्लॅडिओलीच्या फुलांचा एक भला मोठा गुच्छ घेऊन चरणजित मला भेटायला आला. पंतप्रधानांच्या ऑफिसात मी गेलो असता जे काही घडलं, ते सर्व त्याला उन्नीकृष्णनकडून समजलं होतं. पंतप्रधानांसमोर उन्नीकृष्णननं मला पाठिंबा दिला होता, असं त्यानं स्वतःच चरणजितला सांगितल्याचं मला चरणजितकडून कळलं. पण प्रत्यक्षात उन्नीकृष्णननं पंतप्रधानांसमोर तोंडही उघडलं नव्हतं.

"तुम्ही आपली कामं करून घेण्यासाठी संसद-सदस्यांना मोठमोठ्या रकमा देता, असं मी ऐकलंय्. आणि माझी मात्र नुसत्या फुलांवर बोळवण?'' मी म्हणालो.

ते ऐकल्यावर तो हसून म्हणाला,

"तुम्ही पैसे घेता, हे मला माहीत असतं, तर मी कित्येक दिवसांपूर्वीच तुम्हांला पैसा दिला असता.''

या प्रसंगातून एका असंभव मैत्रीची सुरुवात झाली. चरणजित माझ्याहून किमान तीस वर्षांनी लहान होता. तो कधीही पुस्तकं वाचत नसे. तो पराकोटीचा धार्मिक होता. शिवाय तो अत्यंत अंधश्रद्ध पण होता. तो फलज्योतिष आणि चमत्कारांवरही विश्वास ठेवायचा. महिन्यातून एकदा तो लुधियानाच्या जवळ एका साधूमहाराजांना भेटायला जात असे. चरणजितच्या घरात अखंड पाठ, कीर्तनं, इत्यादी गोष्टी नियमितपणे चालू असत.

या सर्व गोष्टींना माझ्या दृष्टीनं काहीही अर्थ नव्हता; आणि तरीही आमची मैत्री

झाली. मी त्याच्या आयुष्यातील एक वडीलधारी व्यक्ती बनलो. कधी अडचणीत सापडला, की तो माझ्याकडे वळत असे. चरणजित आणि त्याची सुंदर पत्नी हरजित ऊर्फ बबल्स या दोघांची आमच्या घरी ये-जा सुरू झाली.

चरणजितनं मला दिल्लीच्या 'ले मेरिडियन' या हॉटेलाचं डायरेक्टर बनवलं.

बरेच वेळा घरी परतताना वाटेत तो माझ्या घरी थांबत असे. आपल्या पत्नीलाही फोन करून बोलावून घ्यायचा. त्या दोघांची आम्हां पतिपत्नींशी इतकी मैत्री झाली, की त्यायोगानं त्या दोघांमधील दुरावा संपून जवळीक होऊ लागली.

चरणजितला अत्याधुनिक राहणीची आवड होती. तो कल्पनातीत कनवाळू हृदयाचा होता. दिल्लीत असताना त्याच्या चत्तरपूरच्या फार्म हाऊसमध्ये आम्ही अनेक शनिवार-रविवार एकत्र घालवत असू. मी कधीही कामानिमित्त कलकत्ता, मद्रास, कानपूर किंवा चंदीगढला गेलो, की मला चरणजितच्या बहिणींच्या घरी उतरावं लागे. माझ्यावर तशी जबरदस्तीच असायची. लंडनला गेलो, की मी चरणजितच्या मार्बल आर्चजवळ असलेल्या फ्लॅटमध्ये राहायचो; आणि फ्रँकफर्टला गेलो, की चरणजितचा जवळचा मित्र रोमेश सिंग याच्याकडे.

चरणजित माझ्यावर भेटवस्तूंची लयलूट करत असे. इतक्या महागड्या भेटी मला आयुष्यात प्रथमच मिळाल्या असतील. चरणजितनं माझ्याकरता प्रत्येकी पंधरा हजार रुपयांची दोन चांदीची कार्टियर पेनं आणली होती. त्यानं सोन्याचं कार्टियर मनगटी घड्याळ मला देऊ नये, म्हणून तर मला अक्षरशः त्याची मनधरणी करावी लागली होती. या मोबदल्यात त्याला केवळ पुस्तकंच देणं मला शक्य होतं; आणि पुस्तकांचा त्याला काहीच उपयोग नव्हता.

नंतरच्या काळात चरणजित संतापी आणि चिडखोर होत चालला असल्याचं माझ्या लक्षात आलं. त्याची पत्नी, मित्रमंडळी यांपैकी कोणाचीही ही गोष्ट चरणजितच्या कानांवर घालण्याची हिंमत होईना. हे कटु सत्य त्याला सांगण्याची जबाबदारी माझ्यावर येऊन पडली. एकदा 'ले मेरिडियन' मध्ये एक प्रेस कॉन्फरन्स चालली होती. त्यानं त्याचं अध्यक्षपद स्वीकारण्याची मला विनंती केली. त्याप्रमाणे मी ते स्वीकारलं. पण तिथं आपल्या वागणुकीनं चरणजितनं माझी मान खाली केली.

प्रश्नोत्तरांचा छोटासा कार्यक्रम संपला. त्यानंतर चरणजितनं उठून जमलेल्या सर्व वार्ताहरांसमोर एक घोषणा केली. त्याच्या म्हणण्यानुसार, तो पंतप्रधान व्ही. पी. सिंग यांना कोर्टात खेचणार होता. कायदा चरणजितच्या रक्तातच मुरलेला होता.

एखाद्या व्यक्तीशी अगदी किरकोळ स्वरूपाचा तंटा झाला असेल, थोडा-फार पैसा खर्च करून तो मिटवण्यासारखा असेल, तरी सुद्धा चरणजित कोर्टात जाणार, हे ठरलेलं. वकिलांची फी भरण्यात त्यानं अफाट पैसा खर्च केला. त्या मोबदल्यात

त्याचे वकील त्याला बेमालूम गंडवत असत. आपण चरणजितच्याच केसचा कसा अत्यंत निष्ठेनं पाठपुरावा करत आहोत, हे त्याला ते पटवून द्यायचे. अर्थात यातलं काहीही खरं नसे.

चरणजितला गाड्यांचा शौक होता. एखाद्या लहान मुलानं खेळणी जमवावी, तशा तो गाड्या जमवत असे. त्याच्या मालकीची एक मर्सिडीझ बेंझ आणि एक टोयोटा, इत्यादी गाड्या असून सुद्धा तो एक दिवस माझ्याकडे त्याची खास खरेदी दाखविण्यासाठी घेऊन आला. ती त्यानं स्वतःसाठी बनवून घेतलेली रोल्स रॉईस होती. चरणजित आमच्यासमोर ती गाडी चालू करण्यासाठी गेला. पण ती अजिबात चालू होईना. त्यामुळं तो फार वैतागला. माझा जावई मोठ्या कौतुकानं ती गाडी पाहण्यासाठी थांबला होता. त्याला आता टोमणा मारल्याशिवाय राहवेना :

"चरणजित, आम्ही तुमच्या रोल्स रॉईसला धक्का देऊन चालू करू का?"

चरणजितचं अत्याधुनिक राहणीमान तसंच धंद्यामधील काळज्या, चिंता या सर्व गोष्टींचा त्याच्या प्रकृतीवर वाईट परिणाम झाला, एवढं मात्र खरं. तशात चरणजितच्या भाऊ दलजित याचं झोपेत निधन झालं. त्या घटनेनं चरणजितच्या मनावर भयंकर परिणाम झाला. तो खचून गेला. त्याला नैराश्यानं ग्रासलं. त्यानंतर काही महिन्यांतच त्याला हार्ट-अ‍ॅटक आला आणि एस्कॉर्ट्स हॉस्पिटलच्या अतिदक्षता विभागात ठेवण्यात आलं. त्याच्या हृदयाकडे वाहत जाणाऱ्या रक्तप्रवाहातील गुठळी वेळीच विरघळून टाकण्यात डॉक्टरांना यश मिळालं. त्यांनी चरणजितला तशी कल्पना दिली आणि घरी सोडलं. पण त्याला कोणीही भेटायला येऊ नये, अशी डॉक्टरांनी सक्त ताकीद दिली होती. तसंच, रोज त्याला सायंकाळी त्याच्या घराभोवती असलेल्या बगीच्यात एक फेरफटका मारण्यास सांगितलं होतं. फक्त मी व माझी पत्नी, अशा दोघांनाच चरणजितच्या भेटीला जाण्याची परवानगी होती. त्यानुसार आम्ही दोघं रोज संध्याकाळी त्याला भेटायला जात असू. आम्ही जेव्हा चरणजितला शेवटचं भेटलो, त्या वेळी त्यानं घरी शिंप्याला बोलावून घेतलं होतं. त्याचं सुटलेलं पोट या दुखण्यात आता सपाट झालं होतं. त्यामुळं तो शिंप्याकडून आपल्या पँटी आणि शर्ट शिवण घालून लहान करून घेत होता.

चरणजित त्या दिवशी स्वतःवर फार खूश दिसत होता.

"तुम्ही आता परत इंग्लंडला कधी जाणार आहात?" चरणजितनं मला विचारलं.

"इतक्यात लगेच तर काही जाण्याचा विचार नाही," मी म्हणालो. "मी काय, फुकट्या माणूस. मला कुणी तिकीट पाठवलं आणि फाईव्ह स्टार थाटामाटात माझी सरबराई केली, की मी जातो... आणि सध्या तरी मला अजून कोणी विचारलेलं नाही..." मी म्हणालो.

"आपण बरोबर जाऊ. मला एकदा अमेरिकेत जाऊन माझं हार्ट परत नीट तपासून घ्यायचं आहे. या आपल्याकडच्या विदूषकांना हार्टमधलं काही कळत नाही. मी प्रवासाची आणि इतर सगळी व्यवस्था करीन. आपण कॉंकॉर्ड विमानातून प्रवास करू..." चरणजित दिमाखात म्हणाला.

त्याच रात्री त्याला जबरदस्त हार्ट-अ‍ॅटक आला. एस्कॉर्ट्स हॉस्पिटलमध्ये नेत असतानाच त्याचं प्राणोत्क्रमण झालं.

मला दुसऱ्या दिवशी पहाटे निरोप आला. मी त्याच्या पत्नीच्या सांत्वनासाठी तत्काळ त्याच्या घरी पोचलो. नेमका त्याच दिवशी माझ्या मुलाचा–राहुलचा–वाढदिवस होता. आमच्या घरच्या बर्थ-डे पार्टीत राजीव गांधींशी स्वतःची ओळख होईल, अशी अपेक्षा त्याला होती आणि राजीव गांधींना त्याच्या घरी जावंही लागलं. पण कोणत्या परिस्थितीत? चरणजितची पत्नी हरजितच्या सांत्वनासाठी त्यानंतरच राजीवजी आमच्याकडे आले. फक्त चरणजितच तिथं नव्हता.

माझं हृदय दुःखानं भरून गेलं होतं.

★

१४

एन्. इक्बाल सिंग

बारीक अंगकाठीचा, जरा बायकी वळणाचा इक्की सिंग पुढील आयुष्यात स्त्रियांमधे अत्यंत लोकप्रिय झाला.

"सेक्सचं काय?" मी त्याला विचारलं,

"त्याचा काही प्रश्न नाही. माझ्याकडे आदिवासी बायका कामाला आहेत. त्यांच्या मनात सेक्सच्या बाबतीत कसलाही आडपडदा नसतो."

इक्कीच्या अष्टपैलू व्यक्तिमत्त्वाचं मला अतिशय कौतुक वाटलं.

त्याची इकडे बदली झाल्यानंतर त्यानं अंदमान बेटांवरील आदिवासींच्या जीवनावर एक सचित्र पुस्तक प्रसिद्ध केलं. त्यातील फोटोंमधील आदिवासी तरुणींच्या अंगावर मण्यांच्या माळांव्यतिरिक्त दुसरं काहीही नव्हतं.

मी लाहोरच्या गव्हर्नमेंट कॉलेजात असताना मला अनेक मित्र होते. इक्की हा त्यांच्यापैकी अंगानं सर्वांत बारीक, पण अत्यंत व्यवस्थित. तो नेहमी नीटनेटके कपडे घालत असे... आणि तो जरासा बायकी वळणाचा होता. त्याची उंची फार तर पाच फूट तीन इंच असेल, त्याहून जास्त नक्कीच नव्हती. तो डोक्याला व्यवस्थित फेटा बांधत असे. पण तो फेट्याच्या खालच्या बाजूनं रंगीत रिबिनीऐवजी स्वतःच्या केसाच्या बटेचा वापर करत असे. इक्कीचा एक डोळा दुसऱ्या डोळ्यापेक्षा जरा मोठा होता. तो रीमलेस (फ्रेम नसलेला) चश्मा वापरायचा. त्या चश्म्यातून ते डोळे फारच विचित्र दिसत. इक्कीबद्दल आणखी एका गोष्टीचं सर्वांना फार आश्चर्य वाटायचं. त्याची विशी उलटून गेली असून सुद्धा इतर समवयस्क मुलांप्रमाणे त्याचा आवाज फुटला नव्हता. बोलताना त्याचा आवाज एखाद्या मुलीसारखा यायचा. अनेक मुलं त्याला 'चूची' म्हणून हाक मारत. आम्ही जवळचे मित्र त्याला इक्की म्हणत असू. इक्की त्याच्या नावाआधी 'एन्' लिहायचा : एन्.इक्बाल. त्या 'एन्'चा नक्की अर्थ काय, ते कुणालाच माहीत नव्हतं. त्याच्या त्या एवढ्याशा देहात मला कधीही पुरुषत्वाचं वा मर्दानगीचं खास लक्षण दिसलं नव्हतं.

कॉलेजात इक्की अत्यंत लोकप्रिय होता. तो अभ्यासात यथातथाच होता. खेळातही त्याचा सहभाग नसायचा. खरं तर, अभ्यासाव्यतिरिक्त इतर कार्यक्रमांत तो भाग घेण्यास विशेष उत्सुक नसे. इक्कीच्या लोकप्रियतेचं सर्वांत मोठं रहस्य म्हणजे तो नेहमीच कुणाही व्यक्तीचं बोलणं अत्यंत मनापासून ऐकून घेत असे. लोकांच्या समस्या व त्यांचे प्रश्न ऐकून घेण्यास तो नेहमी एका पायावर तयार असायचा. इक्कीला स्वतःला मात्र कधीही कुठले प्रश्न भेडसावत नसत. त्याचं आणखी एक वैशिष्ट्य म्हणजे, तो कधीही कोणाची निंदानालस्ती करत नसे.

लवकरच आमची मैत्री झाली. इक्की माझ्यापेक्षा काही वर्षं पुढं होता. तरीही आम्ही दोघं मुद्दाम जेवणासाठी मेसमध्ये एकत्र जात असू. मेसमध्ये एकत्र जाणाऱ्या मुलांचा एक ग्रूप होता. त्यात आमच्याबरोबर चेतन आनंद सुद्धा असे. आम्ही सर्वजण आठवड्यातून एकदा सिनेमाला जायचो. त्या वेळी इक्की सुद्धा आमच्याबरोबर असायचा. त्या काळी टारझनच्या चित्रपटांची मालिका निघाली होती. टारझनचा सिनेमा कधी लागतो, याची आम्ही अगदी उत्सुकतेनं वाट पाहत असू. 'जॉनी

वेसमुल्लर' हा तेव्हा 'टारझन-द-एप-मॅन' ही भूमिका करत होता. त्याशिवाय बॅरीमोअर फॅमिली, ग्रेटा गार्बो किंवा नॉर्मा शिअरर यांच्या भूमिका असलेला एकही चित्रपट आम्ही सोडत नसू. पण हिंदी चित्रपटांचं आम्हांला कुणालाही इतकं वेड नव्हतं. फक्त के. एल्. सैगल आणि पृथ्वीराज कपूर या दोघांचे चित्रपट आम्ही चुकवत नसू. देविका रानी, हिमांशु राय आणि साधना बोस यांना आम्ही एकदमच पाहिलं. मला अजून आठवतं, साधना बोस ज्या हॉटेलात उतरली होती, तिथं आम्ही खास तिला भेटायला गेलो होतो. तिच्या खोलीत आम्ही सगळे मित्र तिची स्वाक्षरी घेण्यासाठी गेलो, तेव्हा आमच्यापैकी चेतन आनंदवर ती जरा लट्टू झाली होती. तिनं त्याला मोहात पाडण्याचा प्रयत्नही करून पाहिला.

पुढं मी 'बार'च्या (वकिलीच्या) अभ्यासासाठी लंडन युनिव्हर्सिटीतच शिकायला गेलो. आणि माझा इक्की व इतर मित्रांशी संपर्क तुटला. मी १९३९ साली परत आलो. आमची मैत्री परत नव्यानं सुरू झाली. चेतन आणि इक्की हे दोन्ही मित्र माझ्या लग्नाला उपस्थित होते. माझ्या लग्नात इक्की प्रचंड दारू प्यायला. त्यानं तिथं गालीच्यावर उलटी केली आणि स्वतःची शोभा करून घेतली. माझे आई-वडील आणि माझी पत्नी यांपैकी कुणालाही त्याचं हे गैरवर्तन रुचलं नाही. त्या सर्वांच्या ती गोष्ट अजून स्मरणात आहे. इक्कीला या वागण्याबद्दल त्यांनी कधीच माफ केलेलं नाही.

मी लाहोरला परत गेलो आणि वकिली सुरू केली. त्याच सुमाराला इक्की परत एकदा माझ्या आयुष्यात आला. त्याचा बायकी आवाज आता बदलून जरासा पुरुषी झाला होता. इक्कीला ऑल इंडिया रेडिओमध्ये 'टॉक्स प्रोड्यूसर' म्हणून नोकरी लागली होती. तो कधी तरी त्याच्या कार्यक्रमासाठी मला निमंत्रण देत असे. इक्कीला अलीकडे स्त्रियांमध्ये बराच रस निर्माण झालेला दिसत होता. काही स्त्रियांच्या तर तो अगदी नियमित गाठीभेटी घेत असे. त्याच्या मैत्रिणींपैकी एक म्हणजे चित्रकार अमृता शेरगिल. हिनं स्वतः रंगवलेली काही तैलचित्रं इक्कीला भेट दिली होती. इक्कीची आणखी एक मैत्रीण म्हणजे अमृताचीच जिवलग मैत्रीण हेलन चमनलाल. मी तर इक्की आणि अमृताच्या बाबतीत एक वेगळीच अफवा ऐकली होती : आपल्या इतर प्रियकरांवर न केलेली खास मेहरबानी अमृतानं इक्कीवर केली होती. या इक्कीची लोकांवर इतकी छाप कशी काय पडायची, हे कोडं मला कधीही उलगडलं नाही. इक्कीचं वागणं नेहमी एकांगी असायचं. कायम इक्कीच स्वतःचा सहवास इतरांवर लादत असे. गंमत म्हणजे, लोक अत्यंत प्रेमानं त्याचं स्वागत करत. याउलट, इक्की कोणाचाही, कधीही पाहुणचार करत नसे. मग तो दिल्लीत असो, नाही तर लाहोरात. इक्की नक्की कुठं राहायचा, हेही मला कधी कळलं नाही

१९५१ च्या उन्हाळ्यात इक्की लंडनला माझ्याकडे येऊन राहिला. तो माझ्या घरी एका महिन्याहून जास्त काळ राहिला होता. त्या वेळी मी माझ्या 'इंडिया हाऊस'

मधील नोकरीचा राजीनामा दिला होता. माझं कुटुंबीय भारतात परतलं होतं. मी एकटाच 'हायगेट' येथे एका बेसमेंटमध्ये असलेल्या दोन बेडरूमच्या फ्लॅटमध्ये राहत होतो. मला किमान सहा महिने आरामात पुरेल, एवढं ड्यूटी फ्री मद्य मी जमा करून ठेवलं होतं. त्या वेळी मी एक पुस्तक लिहीत होतो. आणखी सहा महिने इंग्लंडमध्ये राहून ते पुस्तक पूर्ण करण्याचं मी ठरवलं होतं. इक्कीनं अमृताचं एक पेंटिंग विकल्यामुळं त्याच्याकडे इंग्लडला बोटीनं जाण्या-येण्याच्या तिकिटाएवढा पैसा मिळाला होता. इक्की इंग्लंडला माझ्याकडे आल्यानंतर त्याच्या स्वागतासाठी मी दुसऱ्या दिवशी एक पार्टी द्यायचं ठरवलं. त्या वेळी असभ्य वर्तन करून इक्कीनं संपूर्ण पार्टीचा विचका केला. त्याच वेळी इक्कीच्या स्वभावाचा एक निराळाच पैलू माझ्या दृष्टीस पडला.

मी पार्टीला निमंत्रित केलेल्या लोकांमध्ये जेनिफर डॉसन नावाची एक अभिनेत्री होती. माझ्या घराच्या वर दोन मजले टाकून ती राहत असे. माझ्याकडे तिचं रोजचं जाणं-येणं होतं. नाटक संपवून ती कधीही घरी परतताना तिला माझ्या खिडकीतून उजेड बाहेर पडलेला दिसला, की ती बेल वाजवून माझ्याकडे येत असे. गप्पा मारत एखादं ड्रिंक घेऊन मगच ती आपल्या घरी जायची. जेनिफर फार सुरेख मुलगी होती; आणि अत्यंत सज्जन. तिची मैत्री तुटू नये, म्हणून मी तिच्याशी कधीही नको तेवढा मोकळेपणा दाखवण्याचं धाडस केलं नाही. मी तिला कित्येक वेळा भेटवस्तू आणत असे, तिचं कौतुकही करत असे, पण कधीही तिला मी स्पर्शही केला नाही.

इक्कीसाठी मी दिलेली ती पार्टी रात्री बऱ्याच उशिरापर्यंत चालू होती. पार्टी संपवून मंडळी घरी जायला निघाली, तेव्हा त्यांतील बरेचसे लोक पिऊन धुंद झाले होते. इक्कीचा कुठं जाण्याचा प्रश्न नव्हता. त्यामुळं तर तो सर्वांत जास्त झिंगला होता. जेनिफर नेहमी काळजीपूर्वक, बेतानं ड्रिंक घेत असे. ती अजून पूर्णपणे भानावर होती व आनंदात गप्पागोष्टी करत बसली होती. एवढ्यात इक्की उठला. जेनिफर ज्या खुर्चीत बसली होती, त्या खुर्चीच्या हातावर तो जाऊन बसला. एवढंच नव्हे, तर त्यानं हळुवारपणे जेनिफरच्या केसांवरून हात फिरवायला सुरुवात केली. 'जेनिफरला त्रास देऊ नको,' असं मी इक्कीला पंजाबी भाषेत मुद्दाम बजावून सांगितलं. जेनिफर स्वतःच्या खुर्चीतून उठून दुसरीकडं जाऊन बसली. तिच्यामागोमाग इक्की तिथंही गेला आणि त्यानं आपले चाळे परत सुरू केले. आता त्यानं तिच्या केसांची लागोपाठ चुंबनं घ्यायला सुरुवात केली. जेनिफरचे केस होतेच तसे सुंदर! कोणालाही असं करावंसं मनातून वाटलं असतं. 'जेनिफरला त्रास देऊ नको,' असं मी त्याला परत रागावून सांगितलं. 'तुमच्या या मित्राला जरा नीट वागायला सांगा ना,' जेनिफरनं विनंती केली. पण इक्कीनं कशालाही न जुमानता खोलीत जेनिफर जिथं जाईल, तिथं तिच्या मागं जाण्यास सुरुवात केली. शेवटी वैतागून मी

जेनिफरलाच घरी परत जाण्यास सांगितलं. पण तिची इतक्यात घरी जाण्याची इच्छा नव्हती. असा सर्व पोरखेळ जवळपास अर्धा तास चालू होता. अखेर मी जवळ जवळ ढकलून जेनिफरला घरी पाठवलं. मला इक्कीची अत्यंत चीड आली होती. आता बहुधा जेनिफर परत कधीच माझ्या घरी पाऊल घालणार नाही, अशी मला भीती वाटली. त्या रात्री मी इक्कीला काहीच बोललो नाही. तो माझं बोलणं समजण्याच्या अवस्थेतही नव्हता. मी गादीवर पडलो, तेव्हा बाथरूममधून उलटी केल्याचा आवाज आला. इक्कीला दारू कधीच सोसत नसे.

दुसऱ्या दिवशी सकाळी त्या सर्व पिण्याचा इक्कीला अतिशय त्रास झाला. त्याच्या गैरवर्तणुकीबद्दल मी त्याची फार निंदा केली. त्यावर तो निरागसपणे म्हणाला,

"ओह, मी काय केलं?"

त्याच्या जवळ बाजूलाच माझा दहा वर्षांचा मुलगा राहुल याचं पेंटिंग ठेवलेलं होतं. त्या पेंटिंगवर नजर रोखून तो म्हणाला,

"अरे, हा मुलगा तर राहुल दिसतोय्. हे चित्र कुणी काढलं?"

मी त्याला सांगितलं,

"पॅट्रिशिया अंगाडी, ती अंगाडीची इंग्लिश बायको आहे."

इक्कीनं मान हलवली. नंतरचे काही सेकंद त्याचा बहुधा डोळा लागला असावा, असं मला वाटलं. त्यानं एकदा मान उचलून थोडा वेळ चित्राकडे रोखून पाहिलं आणि म्हणाला,

"हे कुणी काढलं?"

मी परत एकदा त्याला पॅट्रिशिया अंगाडीबद्दल सांगितलं.

असाच थोडा वेळ गेला. परत एकदा इक्कीचं लक्ष राहुलच्या चित्राकडे गेलं.

"हा राहुलच आहे. हो ना? कुणी काढलं हे चित्र?"

आता मात्र मी संतापून ओरडलो,

"आता मी तिसऱ्यांदा आणि शेवटचंच सांगतो. ते चित्र पॅट्रिशिया अंगाडीनं काढलं आहे. ती एक इंग्लिश स्त्री असून, तिनं भारतीय माणसाशी लग्न केलं आहे."

त्यानंतर इक्की जेनिफरशी ज्या पद्धतीनं वागला, त्याबद्दल मी त्याची चांगलीच खरड काढली.

इक्कीनं सर्व काही शांतपणे ऐकून घेतलं. नंतर मी जेनिफरच्या घरापाशी जाऊन तिच्या बंद दरवाज्यातून आत एक चिठ्ठी सरकवली. त्यात मी इक्कीच्या वागण्याबद्दल जातीनं तिची क्षमा मागितली होती. शिवाय तिनं माझ्या घरी जाणं-येणं बंद करू नये, अशी तिला विनंती केली होती.

माझी चूक काही थोड्याच दिवसांत मला उमगली. मी खिडकीपाशी काम करत बसलो होतो. इक्की माझ्या फ्लॅटमधून बाहेर पडला. थोड्याच वेळात जेनिफर डॉसन

जिना उतरून खाली आली आणि त्याला भेटली. नंतर दोघं बसनं बाहेर जेवायला गेले.

मी दिल्लीला परतलो, तेव्हा इक्की ऑल इंडिया रेडिओवर एक वरिष्ठ अधिकारी झाला होता. नंतर त्याची पोर्ट ब्लेअर येथे स्टेशन ऑफिसर म्हणून नेमणूक झाली. इक्कीसारख्या समाजप्रिय प्राण्याचा अंदमानच्या उष्ण कटिबंधीय वन्य प्रदेशात कसा काय निभाव लागणार, असा मला प्रश्न पडला.

एकदा इक्की सुट्टीवर इकडे आला असता मी त्याची खुशाली विचारताना म्हणालो,

"तुझं तिकडे कसं काय चाललंय्?"

त्यावर तो म्हणाला,

"फारच छान. मी स्वतःच्या मर्जीचा मालक आहे. या बेटावर राहणाऱ्या आदिवासींच्या जीवनाबद्दल मी सध्या माहिती गोळा करतोय्."

"पण मग सेक्सचं काय?"

मी त्याला विचारलं

"त्याचा काही प्रश्न नाही. माझ्याकडे किती तरी आदिवासी बायका कामाला आहेत. त्यांना सेक्स या विषयाचा एवढा काही बाऊ वाटत नाही." इक्की म्हणाला.

त्याच्या त्या अष्टपैलू स्वभावाचं मला कौतुक वाटलं.

इक्कीची परत इकडे बदली झाल्यानंतर त्यानं अंदमानमधील आदिवासींच्या जीवनावर एक सचित्र पुस्तक प्रसिद्ध केलं. त्या फोटोंमधील आदिवासी तरुणींच्या अंगावर मण्यांच्या माळा आणि केवळ लज्जारक्षणापुरतं बोटभर वस्त्र वगळता बाकी काही नव्हतं; आणि त्या रंगरूपानं ऑस्ट्रेलियातील आदिवासींइतक्याच भयंकर होत्या.

इक्कीनं फेटा बांधणं कधी सोडलं, हे काही आता आठवत नाही. त्यानं केस कापले, दाढी पण बारीक करून तो अगदी आखीव रेखीव टोकदार फ्रेंच दाढी ठेवू लागला. इक्की अलीकडे पूर्वीपेक्षाही फारच नीटनेटका व व्यवस्थित दिसत असे. त्यानंतरचे काही दिवस लोकांनी त्याला एअर इंडियाच्या मेहेर मूस बरोबर हिंडताना पाहिलं.

या 'चेरी ब्लॉसम बाबाजी' नं दक्षिण ध्रुव आणि पृथ्वीतलावरच्या इतर अनेक भयंकर जागा पालथ्या घातल्या होत्या. इक्की आणि मेहेर या दोघांनी मिळून सोली सोराबजी, शकुंतला मसानी आणि हेलन चमनलालच्या घरी अनेक खेटे घातले. एकदा दोनदा ते माझ्या घरी पण आले. पण मला मात्र अचानक न कळवता कुणी घरी आलेलं पसंत पडत नसे. त्यामुळं त्यांचं येणं बंद झालं.

इक्कीनं अमृता शेरगिलचं आणखी एक पेंटिंग विकलं. परत एकदा त्यातून मिळालेल्या पैशातून तो युरोपात सुट्टी घालवण्यासाठी गेला. इक्कीनं यापूर्वीच्या मुक्कामात काही खानदानी व सधन घराण्यातील लोकांशी मैत्री प्रस्थापित करून

ठेवली होती. ती आता त्याला उपयोगी पडली. त्या सर्व लोकांच्या घरी तो पाळीपाळीनं जाऊन राहिला. इक्की आता लवकरच ऑल इंडिया रेडिओतून निवृत्त होणार होता. निवृत्तीनंतर मिळणाऱ्या तुटपुंज्या निवृत्तिवेतनात राहण्यासाठी जागा शोधणं हा त्याच्या पुढील मुख्य प्रश्न होता. जन्मभर ज्या अत्याधुनिक राहणीमानाची सवय जडलेली होती, तसं निवृत्तीनंतरही राहता यावं, म्हणून पैसा कमावण्याची गरज होती. इक्कीची बहीण मुंबईत राहून खाणावळ चालवत असे. तो तिच्याकडे जाऊन थोडे दिवस राहिला. तिला तिथं त्यानं कामात मदत केली. नंतर पुढं ते दोघंही चंदीगढला जाऊन स्थायिक झाले. इक्की अजूनही तिथंच असतो. इक्कीनं अमृता शेरगिलवर एक पुस्तक लिहिलं आहे. काही दिवसांपूर्वी दीप्ति नवल अमृता शेरगिलवर एक माहितीपट तयार करत होती. ते ऐकून माझ्या मनात एक विचार चमकून गेला. इक्कीच्या त्या हस्तलिखिताचा तुझ्या माहितीपटासाठी वापर कर, असं जर आपण दीप्तीला सुचवलं, तर? तेवढाच इक्कीला त्यातून पैसा मिळेल. मात्र हा विचार मी इक्कीला बोलून दाखवताच त्यानं मला चांगलंच फैलावर घेतलं. त्याला असं हे विचारण्याची माझी हिम्मत तरी कशी झाली, असं इक्कीला वाटत होतं. इक्कीनं मला उडवून लावल्यामुळं मी अतिशय नाराज झालो.

इक्कीनं अमृता शेरगिलवर लिहिलेलं ते पुस्तक काही दिवसांनी प्रसिद्ध झालं. त्याला त्याबद्दल काय मिळालं, देव जाणे. तो अजूनही कधी तरी 'द टिब्यून'साठी लेख लिहितो. शिवाय पंजाब सरकारतर्फे निघणाऱ्या काही जर्नल्सचं (नियतकालिकांचं) तो संपादन करतो. इक्कीपाशी सुखानं आरामात जगण्याएवढा पैसा आहे, हे तर उघडच आहे.

चंदीगढच्या माझ्या मित्रांकडून मी इक्कीबद्दल आणखी एक गोष्ट ऐकली. आता तो लोकांचं व्यवस्थित आदरातिथ्य सुद्धा करतो. मी गेल्या खेपेला चंदीगढला गेलो असता एका प्रदर्शनाच्या ठिकाणी अचानक इक्कीशी गाठ पडली. चंदीगढ शहराच्या उत्पत्तीबद्दल माहिती देणारी चित्रं, ब्लू प्रिंट्स, फोटो, इत्यादींचं ते प्रदर्शन होतं. इक्कीनं मला ड्रिंकसाठी घरी चल असं म्हणताच, मी ते शक्य नसल्याचं सांगितलं. मी ज्या घरी उतरलो होतो, त्या लोकांनी माझ्या सन्मानाप्रीत्यर्थ एक पार्टी ठेवली होती. हे ऐकून इक्कीनं बहुधा सुटकेचा निःश्वास टाकला असावा.

"कुठं उतरला आहेस?" त्यानं विचारलं,

"हरयाना राजभवनमध्ये..." मी सांगितलं.

"असं?" तो म्हणाला.

मी एक तथाकथित उच्चभ्रू म्हणवून घेणारा उपटसुंभ आहे, असे भाव इक्कीच्या चेहऱ्यावर स्पष्ट उमटले होते.

★

१५ सतेंद्र सिंग

लोक म्हणतात ना, तसा सतेंद्र खरोखरच larger than life होता, असंच म्हणावं लागेल.

तो आधी अकाली होता आणि नंतर कम्युनिस्ट किंवा कदाचित याच्या उलटही असेल. तो ज्या मर्दानगीच्या, पुरुषत्वाच्या गप्पा मारायचा, त्यांच्यावर माझा फारसा विश्वास नव्हता.

उन्हाळ्यातील अत्यंत उकाड्याचे दिवस होते. मी त्याला दुपारच्या जेवणाचं निमंत्रण दिलं. मला अमेरिकेत भेटलेल्या एका महाराष्ट्रियन मुलीशी त्याची ओळख करून द्यावी, असं माझ्या मनात होतं.

ठरल्याप्रमाणे जेवणाचा कार्यक्रम पार पडला. आता त्या मुलीला तिच्या बरसातीवर पोचवण्याची कामगिरी मी सतेंद्रवर सोपवली.

दुसऱ्या दिवशी सतेंद्रचा फोन आला. तो त्या मुलीचं नाव विचारू लागला.

तो म्हणाला,

'तुम्हांला ठाऊक आहे? मी काल तिला तिच्या बरसातीवर घेऊन गेलो, आणि तिची परवानगी वगैरे विचारण्याच्या भानगडीतही न पडता मी तिला बिछान्यात ओढलं. खूप उकाडा होता, पण तरी सुद्धा सूर्यास्त होईपर्यंत आम्ही प्रणयात मशगूल होतो. मला शेवटपर्यंत तिचं नावच कळलं नाही.'

मी सतेंद्र सिंगला पहिल्याप्रथम कधी भेटलो ते काही आठवत नाही. त्या गोष्टीला आता किमान तीस वर्षं लोटली असतील. बहुधा कॅनॉट प्लेसमध्ये असलेल्या इंडिया कॉफी हाऊसमध्ये आमची भेट झाली असावी. सतेंद्रचं तिथं रोज जाणं-येणं होतं. नेहमी येणाऱ्या आणखी काही ठरावीक गिऱ्हाइकांबरोबर त्याचा दरबार भरलेला असायचा. भारतातील इतर ठिकाणी जी काही कॉफी हाऊसेस् असतील, त्यांच्याप्रमाणे याही कॉफी हाऊसमध्ये अर्धवेळ काम करणारे वार्ताहर आणि छोटे मोठे राजकारणी तिथं आपली हजेरी लावत असत. एकापाठोपाठ एक कॉफीचे प्याले रिचवत सर्व सामाजिक क्षेत्रांतील मोठमोठ्या व्यक्तींची तिथं निंदानालस्ती चालायची. त्यांमध्ये पंतप्रधान आणि राष्ट्रपतींपासून ते म्युनिसिपालिटीमधील स्त्री-सदस्यांपर्यंत सर्वांचा समावेश असायचा. सतेंद्रला सर्व मोठमोठ्या पदांवरील, महत्त्वाच्या व्यक्तींच्या खाजगी आयुष्याबद्दल तपशीलवार माहिती असायची.

पहिल्या भेटीत माझं मत सतेंद्रविषयी प्रतिकूल झालं होतं. तो उंच, धिप्पाड व पोट सुटलेला सरदार होता. तो डोक्याला कसा तरी वाकडातिकडा लहानसा फेटा बांधायचा. फुगरे गाल, जाड भिंगांचा चश्मा आणि दाढीचे वाढलेले खुंट असा अवतार. लोक सतेंद्राकडे आकर्षित होण्याचं एक कारण म्हणजे त्याच्याजवळ अश्लील विनोदांचा मोठा साठा होता. पंजाबी आणि उर्दू काव्याचाही त्याचा मोठा व्यासंग होता. तारखा, नावं आणि आकड्यांच्या बाबतीत त्याची स्मरणशक्ती संगणकासारखी होती. त्या काळी तो एका इंग्रजी वृत्तपत्रात काम करत असे. त्या वृत्तपत्राला राजकीय वर्तुळात महत्त्व होतं. पण त्याचा खप बेताचा होता. वृत्तपत्राचे संपादक रामसिंग यांच्याविषयी सतेंद्राला फार आदर होता. तो त्यांचा भक्तच होता. त्याच्या दृष्टीनं भारतातील सर्वश्रेष्ठ संपादक तेच होते. रामसिंगांच्या मृत्यूनंतर प्रेम भाटिया हे सतेंद्रच्या आदराचं स्थान बनले.

सतेंद्रनं पुढं दिल्ली शहरातील सर्वांत सुंदर मुलीशी विवाह केला. आपल्याला वाटलं होतं, त्यापेक्षा सतेंद्राच्या अंगात आणखी किती तरी गुण आहेत, हे माझ्या लक्षात आलं. Train to Pakistan या माझ्या कादंबरीतील नायिकेची व्यक्तिरेखा मी सतेंद्रच्या पत्नीला डोळ्यांसमोर ठेवून रंगवली आहे. (या कादंबरीवर कधीही चित्रपट मात्र निघाला नाही) सतेंद्र आणि त्याच्या पत्नीचा जोडा मुळीच शोभत नसे. सतेंद्र

बेढब, कुरूप सरदारजी, तर ती नाजूक, लहानशी हिंदू मुलगी. चमकदार डोळ्यांची. तिनं, खरं तर, एखाद्या उमद्या, श्रीमंत माणसाशी लग्न करायचं. पण त्या ऐवजी तिनं सतेंद्रशी लग्न केलं. त्याच्याजवळ ना रंग, ना रूप, ना बँकेत पैसा. सतेंद्र दारू पिण्याबद्दल सुद्धा प्रसिद्ध होता. त्यात पिऊन लगेच हमरीतुमरीवर यायचा. हाणामारी सुरू करायचा. त्यांचा जोडा सर्व दृष्टीनं विजोड होता. त्यांना दोन मुली झाल्या. पण नंतर एकदा दोघांचं अतिशय जोरदार भांडण होऊन ती त्याला सोडून गेली. सतेंद्र पार खचून गेला. आपल्या पत्नीचा सूड घेण्याचा विचार त्याच्या मनात घोळू लागला. 'तुझ्या पत्नीची जर घटस्फोट घेण्याची इच्छा असेल, तर तू सरळ तिला तो देऊन टाक,' असा सल्ला मी सतेंद्रला दिला. त्यानं माझा हा सल्ला मानला आणि तो विवाहबंधनातून मुक्त झाला. आता त्याला पाहिजे तेवढी दारू पिण्याची मुभा होती. शिवाय किती तरी स्त्रिया त्याची रखेल होऊन राहण्यासाठी उत्सुक आणि तयार होत्या.

आता सतेंद्राची माझ्या घरी नियमित ये-जा सुरू झाली. एकदा कोणाही व्यक्तीशी मैत्री केली, की त्या व्यक्तीच्या संपूर्ण कुटुंबाशी मैत्रीचे संबंध जोडायचे, असा त्याचा शिरस्ता होता. लवकरच सतेंद्र हा माझी पत्नी, मुलगी आणि जावई या सर्वांचाच आवडता झाला. आठवड्यातून किमान एकदा तरी तो आमच्या घरी जेवायला येत असे. माझ्या पत्नीनं त्याच्या मद्यप्राशनावर बंधन घातलं होतं. रात्रीच्या जेवणापूर्वी रम्चे जास्तीत जास्त तीन पेग. त्याहून अधिक नाही. सतेंद्र सुद्धा ते बंधन मानून त्याचा आदर करत असे. पण त्यानंतर घरी जाऊन तो भरपूर पीत असणार, अशी माझी खात्रीच होती.

सतेंद्राच्या राजकारणांमुळं मात्र मी अस्वस्थ होत असे. तो आधी अकाली होता आणि नंतर कम्युनिस्ट किंवा कदाचित त्याच्या उलटही असेल. तो स्वतःच्या पुरुषत्वाविषयी, मर्दानगीविषयी अत्यंत बढाया मारत असे. त्याबद्दलही मला अजिबात खात्री नव्हती.

एकदा उन्हाळ्याच्या दिवसात मी त्याला माझ्याबरोबर जेवणाचं निमंत्रण दिलं. मला अमेरिकेत भेटलेल्या एका महाराष्ट्रियन मुलीबरोबर सतेंद्राची ओळख करून द्यावी, असं माझ्या मनात होतं. ती मुलगी म्हणजे एक नमुनाच होता. दात पुढं आणि डोळ्यांना जाड भिंगांचा चश्मा. तिच्या त्या अवतारात शृंगारिकता, मादकपणा या गोष्टी औषधालाही नव्हत्या. जेवण झाल्यावर त्या मुलीला तिच्या बरसातीवर पोचवण्याची कामगिरी मी सतेंद्रावर सोपवली. दुसऱ्या दिवशी त्याचा मला फोन आला. त्यानं मला तिचं नाव विचारलं. तो म्हणाला,

"तुम्हांला माहीत आहे, मी तिला तिच्या बरसातीवर पोचवायला गेलो होतो. तिथं तिची परवानगी वगैरे विचारण्याच्या भानगडीतही न पडता मी तिला बिछान्यात

ओढलं. अतिशय उकाडा होता. पण तरी सूर्यास्त होईपर्यंत आम्ही प्रणयाचे खेळ खेळत होतो. तिचं नाव मात्र मला शेवटपर्यंत कळलंच नाही.''

ती मुलगी मला परत भेटली नाही. त्यामुळं सतेंद्रचं ते बोलणं खरं, की खोटं, ते कळायला मार्ग नव्हता. तो मुंबईला अधूनमधून माझ्याकडे यायचा. एकदा त्याच्याबरोबर त्याची पुण्याची एक मैत्रीण आली होती. एक दिवस सकाळी त्यानं माझ्याकडून माझ्या फ्लॅटच्या किल्ल्या घेतल्या आणि संध्याकाळी त्या माझ्या हातात परत ठेवल्या. मी घर उघडून बघतो, तर काय, मी खास त्याच्यासाठी आणून ठेवलेल्या रममधील बरीचशी रम संपून गेली होती. पलंगावर दंगामस्ती केल्याच्या खुणा होत्या.

मी दिल्लीला परत आल्यानंतर आमची मैत्री पुन्हा सुरू झाली. तो आता पूर्वीपेक्षाही जास्त पिऊ लागला होता. कधी तरी त्या पिण्यापायी लहानसहान अपघातही घडू लागले होते. त्यानं एका रात्री घरी येत असताना आपली गाडी कुठं तरी आदळली. त्याला हॉस्पिटलात दाखल करावं लागलं. एक दिवस त्याला अचानक हृदयविकाराचा झटका आल्यानं अतिदक्षता विभागात ठेवावं लागलं.

मी त्याला हॉस्पिटलात भेटायला गेलो. जाताना बरोबर नोटांचं बंडल घेऊन गेलो. त्याला जनरल वॉर्डातून खाजगी खोलीत हलवावं, असं मला वाटत होतं. त्या दिवशी सकाळीच राष्ट्रपती झैलसिंग त्याला भेटून गेले होते. त्यांनी जाण्यापूर्वी सतेंद्रच्या नकळत त्याच्या उशीखाली एका पाकिटात पाच हजार रुपये घालून ठेवले होते. माझ्या पत्नीनंही तेच केलं, तेव्हा सतेंद्रला अतिशय गहिवरून आलं आणि तो हुंदके देऊन रडू लागला.

सतेंद्राच्या कुटुंबीयांनी त्याला सोडून दिलं असलं, तरी त्याचा मित्रपरिवार त्याच्या भोवती गोळा झाला होता. सतेंद्रला हे एक वरदानच होतं. तो इतका विद्वान होता (माझ्याकडून घेतलेल्या पुस्तकांची त्यानं घरी एक लायब्ररीच तयार केली होती) आणि इंग्रजी भाषेची त्याला इतकी जाण होती, पण तरीही त्यानं चारचौघांसारखा नोकरी, धंदा केला नाही. सतेंद्राच्या वागण्यामुळं प्रेम भाटियाला सतेंद्राचं 'द ट्रिब्यून'शी असलेलं कॉंट्रॅक्ट संपवणं भाग पडलं. सतेंद्राला त्याचं अतोनात दुःख झालं.

एक वेळ तर अशी आली, की आमची मैत्री तर जवळजवळ संपलीच. तो खलिस्तानवाद्यांच्या फारच आहारी जात चालला होता. माझ्या हिंदू मित्रांशी तो मुद्दाम भांडण उकरून काढू लागला होता. आमचं त्यामुळं बिनसलं, सतेंद्र पश्चात्तापदग्ध झाला. त्यानं क्षमायाचना केली.

''तू एकटाच माझा मित्र आहेस. मला सोडू नको.''

सतेंद्राची जातीयवादी विचारसरणी मला मुळीच पसंत नव्हती, तरीही मी

त्याला दूर केलं नाही. आम्ही कधी एखादी पार्टी स्वतः आयोजित केली अथवा दुसऱ्या कुणी मुद्दाम आमच्यासाठी एखादी पार्टी दिली, तर त्याचं निमंत्रण सतेंद्रला पोचेल, अशी मी व्यवस्था करत असे. अशी अखेरची पार्टी मौर्य शेरेटन हॉटेलात माझ्या 'Nature watch' या पुस्तकाच्या प्रकाशनाच्या निमित्तानं झाली. हॉटेलात माझ्या बरोबरीनं गाडीतून जाण्यासाठी तो माझ्या घरी आधीच आला. तो घरात शिरताच दारूचा भपकारा आला. त्यानं मला अस्वस्थ वाटलं आणि मी ताजी हवा आत येण्यासाठी एअरकंडिशनर बंद करून खिडक्यादेखील उघडल्या.

पार्टीमध्ये सतेंद्र या घोळक्यातून त्या घोळक्याकडे जात होता. पुरुषांना आणि स्त्रियांना मिठी मारत होता. स्कॉचचे पेग वर पेग रिचवत होता. मला दुसऱ्या दिवशी पहाटेची हिमालयन क्वीन गाडी पकडायची होती. त्यामुळं मी पार्टीतून जरा लवकर घरी निघालो. सतेंद्रला बरोबर येण्यासंबंधी विचारताच तो म्हणाला,

"तू जा. रवी आणि मालाबरोबर मी जाईन. ते मला पोचवतील." (रवी आणि माला म्हणजे माझे जावई व मुलगी)

सतेंद्रची आणि माझी ती शेवटची भेट. एक दिवसानंतर मी 'द ट्रिब्यून' मध्येच सतेंद्राच्या मृत्यूची बातमी वाचली. त्याची प्राणज्योत झोपेतच मालवली होती. नंतर माझ्या मुलीकडून मला सर्व तपशील समजला. रवी आणि ते सतेंद्राला सोडायला त्याच्या घरी गेले, तेव्हा तो इतका झिंगला होता, की त्याला गाडीतून जबरदस्तीनं ओढून बाहेर काढून त्याच्या फ्लॅटमध्ये पोचवण्याची वेळ आली. दुसऱ्या दिवशी सकाळी सतेंद्रचा नोकर आधी आमच्या घरी आला. पण आम्ही बाहेरगावी गेल्याचं समजताच मालाकडे गेला. त्याच्या साहेबांनी घराला आतून कडी घातली होती आणि कितीही दार वाजवलं, तरी ते दार उघडत नव्हते. ते ऐकून माझ्या मुलीनं इंदर मल्होत्राला फोन केला. त्यानं पोलिसांना बोलावून आणलं व व घराचा दरवाजा फोडला. सतेंद्र बिछान्यावर मृतावस्थेत पडला होता. त्याच्या पलंगाखाली रमची अर्धी भरलेली बाटली पडली होती.

लोक म्हणतात ना, तसा सतेंद्र larger than life होता, असंच म्हणावं लागेल.

त्याच्या अचानक निघून जाण्यानं माझ्या आयुष्यात एक सुन्न करणारी शांतता पसरली आहे.

★